குமாயுன் புலிகள்

குமாயுன் புலிகள்
ஜிம் கார்பெட் (1875–1955)

எட்வர்டு ஜேம்ஸ் (ஜிம்) கார்பெட் இன்றைய உத்தராஞ்சல் மாநிலத் திலுள்ள நைனிடாலில் பிறந்தார். பிரித்தானிய இரயில்வேயில் ஒப்பந்தக்காரராகவும் இரண்டு உலகப் போர்களிலும் பிரித்தானிய இராணுவத்திற்காகவும் பணியாற்றினார். தமது 42ஆம் வயதில் முதன்முறையாக இங்கிலாந்து சென்று திரும்பினார். வேட்டைத் திறமையால் ஆட்கொல்லி வேங்கைகளையும் சிறுத்தைகளையும் கொன்று சாதாரண மக்களின் அன்பைப் பெற்றார். வேட்டைக் காரராகவும் இயற்கையியலாளராகவும் புகைப்படக்காரராகவும் விளங்கினாலும் தம் வேட்டை அனுபவங்கள் சார்ந்து எழுதிய நூல்களே இவருக்கு நீங்காத புகழைத் தந்தன. தம் வாழ்க்கை முழுவதையும் உத்தராஞ்சல் பகுதியிலேயே கழித்த ஜிம் கார்பெட், இந்தியா விடுதலை பெற்ற சில மாதங்களில் பிரிட்டனின் மற்றொரு காலனி நாடான கின்யாவிற்குக் குடிபெயர்ந்து, அங்கேயே காலமானார்.

ஜிம் கார்பெட்டின் பிற நூல்கள்: *The Man-eating Leopard of Rudraprayag* (1948); *Jungle Lore* (1953); *My India* (1952) *Temple Tiger and More Man-eaters* (1954); *Tree Tops* (1955).

தி.ஜ.ர.

தி.ஜ.ர. என்றழைக்கப்பட்ட திங்களூர் ஜகத்ரட்சகன் ரங்கநாதன் (1901–1974) தமிழ் மறுமலர்ச்சிக்கால எழுத்தாளர். சிறுகதை, கட்டுரை, சிறுவர் இலக்கியம், மொழிபெயர்ப்பு, புத்தகச் சுருக்கம் என இலக்கியத்தின் பல துறைகளில் ஈடுபட்டவர். மொழிபெயர்ப்பிலும் கட்டுரையிலும் அவரது கவனம் ஆழப்பதிந்திருந்தது. டைஜஸ்ட் இதழாக அறியப்பட்ட 'மஞ்சரி'யில் அதன் தொடக்க முதல் 25 ஆண்டுகள் ஆசிரியராக இருந்தவர். *சமரசபோதினி*, *ஊழியன்*, *சுதந்திர சங்கு*, *சக்தி* முதலானவை அவர் பணியாற்றிய மற்ற பத்திகைகள்.

தெளிவு, சொற்செட்டு ஆகியவற்றின் அடையாளம் தி.ஜ.ர.வின் எழுத்து. *சந்தனக் காவடி* (1938) முதல் *நொண்டிக்கிளி* உள்ளிட்டு *பாப்பாவுக்கு காந்தி கதைகள்* (1969) வரை சுமார் 36 நூல்கள் எழுதியவர். *பொழுதுபோக்கு*, *எப்படி எழுதினேன்*, *எழுத்தும் எழுத்தாளரும்*, *மொழி வளர்ச்சி*, *வீடும் வண்டியும்* ஆகியவை அவரது படைப்புகளுள் முக்கியமானவை. *கூண்டுக்கிளி* (ஹரிந்திரநாத் சட்டோபாத்யாய), *ஒரே உலகம்* (வெண்டன் வில்கி), *அபேதவாதம்* (இராஜாஜி), *குமாயுன் புலிகள்* (ஜிம் கார்பெட்), *காந்தி வாழ்க்கை* (லூயி பிஷர்) ஆகியவை தி.ஜ.ர.வின் மொழிபெயர்ப்புகளில் முக்கியமானவை.

'தி.ஜ.ர. அடக்கம் நிறைந்தவர். தொட்டாற் சுருங்கி. தம் உணர்ச்சி களை முற்றும் அடக்கியாள்பவர். துன்பத்திலும் சாவிலும் தீரத்துடன் அனுதாபம் காட்டுபவர். ஒரு கணம் மலைத்து நிற்பவர், மறுகணம் வெற்றி காண்பார். ஆண்டவன் உண்டோ என்று சந்தேகம் கொள்வார், அவனைத் தொழவும் தொழுவார். சாந்தம் நிறைந்த கண்டிப்பும் காட்டுவார். சுருக்கமாய்ச் சொல்லுவார். அது விளக்கமாய் இருக்கும். கேலி செய்வார், அதில் பொருள் பொதிந்திருக்கும். களைத்திருப்பார், மனம் சலிக்கமாட்டார். சகிப்புத்தன்மை, கச்சிதம், எளிமை, சாமர்த்தியம் இவை பொதிந்திருக்கும் அவர் எழுத்திலே. யாரோடும் சேராமல் ஒதுங்கியிருப்பார். கூடி வாழ்வதில் வெறுப்பில்லாதவர்' என மஞ்சேரி ஈஸ்வரன் (1949) *நொண்டிக்கிளி* நூலின் முன்னுரையில் குறிப்பிட்டிருக் கிறார்.

பழ. அதியமான்

ஜிம் கார்பெட்

குமாயுன் புலிகள்

தமிழாக்கம்
தி. ஜ. ர.

காலச்சுவடு பதிப்பகம்

அன்பார்ந்த வாசகருக்கு,

வணக்கம்.

காலச்சுவடு நூலை வாங்கியமைக்கு நன்றி.

நூலின் உள்ளடக்கம், உருவாக்கம், அட்டைப்படம் இன்ன பிற அம்சங்கள் பற்றிய உங்கள் கருத்துகளையும் ஆலோசனைகளையும் காலச்சுவடு வரவேற்கிறது. தகவல், எழுத்து, வாக்கியப் பிழைகள் தென்பட்டால் கட்டாயம் தெரிவித்து உதவுங்கள். நூல் தயாரிப்பில் கடும் குறைபாடு இருப்பின் மாற்றுப் பிரதி உங்களுக்குக் கிடைக்கக் காலச்சுவடு ஏற்பாடு செய்யும்.

மின்னஞ்சல்: publisher@kalachuvadu.com

காலச்சுவடு நாகர்கோவில் அலுவலகத்திற்குக் கடிதம் அனுப்பலாம்.

தங்கள்
எஸ். ஆர். சுந்தரம் (கண்ணன்)
பதிப்பாளர் – நிர்வாக இயக்குநர்

குமாயுன் புலிகள் ◆ வேட்டை அனுபவங்கள் ◆ ஆசிரியர்: ஜிம் கார்பெட் ◆ தமிழில்: தி.ஜ.ர. ◆ முதல் பதிப்பு: நவம்பர் 1958 ◆ காலச்சுவடு முதல் பதிப்பு: நவம்பர் 2009, திருத்தி மேம்படுத்தப்பட்ட இரண்டாம் பதிப்பு: டிசம்பர் 2010, ஒன்பதாம் பதிப்பு: டிசம்பர் 2023 ◆ வெளியீடு: காலச்சுவடு பப்ளிகேஷன்ஸ் (பி) லிட்., 669 கே. பி. சாலை, நாகர்கோவில் 629001

kumaayun pulikaL ◆ Hunting Experiences ◆ Tamil Translation of Jim Corbett's Man-eaters of Kumaon ◆ Tamil Translation: Thi.Ja.Ra. ◆ First Edition: November 1958 ◆ Kalachuvadu First Edition: November 2009, Second Edition with Corrections: December 2010, Ninth Edition: December 2023 ◆ Size:Demy 1 x 8 ◆ Paper: 18.6 kg maplitho ◆ Pages: 176

Published by Kalachuvadu Publications Pvt. Ltd., 669 K.P. Road, Nagercoil 629001, India ◆ Phone: 91-4652-278525 ◆ e-mail: publications@kalachuvadu.com ◆ Printed at Clicto Print, Jaleel Towers, 42 KB Dasan Road, Teynampet Chennai 600018

ISBN: 978-81-89359-76-8

12/2023/S.No. 321, kcp. 4903, 18.6 (9) rss

பொருளடக்கம்

முன்னுரை: வேட்டை இலக்கியத்தில் மொழிப்பெயர்ப்பு பிரச்சினைகள் 11

ஆசிரியர் விளக்கம் 15

சம்பாவதி ஆட்கொல்லி 23

ராபின் 58

பொவால்கட் பிரம்மசாரி 73

மோஹன் ஆட்கொல்லி 91

என் ஆசைக்கனவு மீன் 129

கண்டா ஆட்கொல்லி 137

பீபல் பாநீ வேங்கை 153

வேங்கைகளின் சலனப் படம் 166

பின்னிணைப்பு 171

முதற்பதிப்பில் 'குமாவும் புலிகள்'
எனப் பிழையாக இருந்த நூல் தலைப்பு
'குமாயுன் புலிகள்' என இப்பதிப்பில்
திருத்தப்பட்டுள்ளது.

நூலின் முதற்பதிப்பைக் கொடுத்துதவிய
தொ. பரமசிவன் அவர்களுக்கும்
நூலைச் செப்பனிட்டு உதவிய சு. தியடோர் பாஸ்கரன்
அவர்களுக்கும் மொழிபெயர்ப்பு உரிமை பெறுவதில்
உதவிய மினி கிருஷ்ணன் அவர்களுக்கும்
நன்றி.

முன்னுரை

வேட்டை இலக்கியத்தில் மொழிபெயர்ப்பு பிரச்சினைகள்

அறுபதுகளில் வாசகர் வட்டம் பதிப்பித்த 'நடந்தாய் வாழி காவேரி' என்ற நூலைப் படிக்க ஆரம்பித்தபோது தற்காலத் தமிழ் இலக்கியத்தில் புறவுலகைப் பற்றிய பதிவு அரிதாகவே இருக்கின்றது என்று எனக்குத் தோன்றியது. நூலை எழுத முற்பட்ட இரு ஆசிரியர்களும் மாநதியின் கரையிலுள்ள கோவில்களைப் பற்றியே அதிகமும் எழுதி யிருந்தார்கள். காவிரியை உறைவிடமாகக் கொண்ட நீர் வாழ்விகள், மயில்கெண்டை போன்ற அரிய மீன்கள், முதலைகள், எப்போதுமே விளையாட்டில் ஈடுபட்டிருக்கும் நீர்நாய்கள், பாறைகளில் குளிர் காய்ந்துகொண்டிருக்கும் ஆமைகள், அருவிகள், நதியிலுள்ள தீவுகள், ஒரு தீவில் செழித்திருக்கும் பறவைச் சரணாலயம், நதிக்கரை காடுகள், கரையில் நெடிதோங்கியிருக்கும் மருத மரங்கள், மாலை யில் நீரருந்த வரும் யானைநிரை ஆகியனவற்றையும் நதியை நம்பி வாழும் மீன்பிடிப்பவர்கள், பரிசல் ஓட்டிகள் இவர்களையும் கண்டுகொள்ளவேயில்லை.

இந்தப் பாரம்பரியத்தில் வந்த எழுத்தாளர்கள் இயற்கை சார்ந்த ஆங்கிலப் படைப்புகளைத் தமிழில் மொழியாக்கம் செய்யும்போது பல சிரமங்களை எதிர்கொள்கிறார்கள். பிரிட்டிஷ் அரசு காலத்தில் பல ஆங்கிலேயர்கள் வெப்ப நாடான இந்தியாவின் பல்லுயிரிய வளத்தைக் கண்டு வியந்து ஏராளமான புத்தகங்கள் எழுதியிருக்கிறார்கள். இந்தப் படைப்புகளை நம் மொழிபெயர்ப்பாளர்கள் சரிவர எதிர்கொள்ள முடிவதில்லை.

Man-eaters of Kumoan என்ற இந்த நூலின் மொழிபெயர்ப்பை செப்பனிட மூலநூலையும் கையில் வைத்துக்கொண்டேன். (குமாயுன் இன்றைய உத்திராஞ்சல் மாநிலத்தின் வடக்குப் பகுதியில், இமயமலைத்தொடரின் அடிவாரத்தில் உள்ள பகுதி.) ஐம்பதுகளில் பயன்படுத்தப்பட்ட, ஆனால் இன்று வழக்கொழிந்து விட்ட, புஜம், விஸ்தீர்ணம், ஜோடு, உஷ்ணம், ரஸ்தா, ஹேஷ்யம் போன்ற பல சொற்களை மாற்ற வேண்டியிருந்தது. ஆனால் அதுவல்ல முக்கிய பிரச்னை. ஜிம் கார்பெட் எழுதிய காடு, காட்டுயிர், வேட்டை, துப்பாக்கிகள் போன்றவை பற்றி மொழி பெயர்ப்பாளருக்குப் போதிய பரிச்சயம் இல்லை.

இது போல சில ஆங்கிலச் சொற்றொடர்களை வார்த்தைக்கு வார்த்தை மொழியாக்கம் செய்வது அதன் பொருளையே மாற்றி விடும். இந்த நூலில் புலியின் *canine teeth* பற்றி கார்பெட் எழுது கிறார். இதிலொன்று பழுதாகிவிட்டால், இரைவிலங்கை வேட்டை யாட இயலாமல் வேங்கை ஆட்கொல்லியாக மாற வாய்ப்பு உண்டு. *Canine tooth* என்ற இந்தச் சொல் நாய்ப்பல் என்று தமிழாக்கம் செய்யப்பட்டுள்ளது. சரியான சொல் கோரைப்பல். அதே போல *shoulder of the hill* என்பதை மலைச்சரிவு என்பதற்குப் பதிலாக மலையின் தோள்பட்டை என்று மொழிபெயர்த்திருக் கிறார்.

நமது மொழிபெயர்ப்பாளர்களை வருத்தும் மற்றொரு அம்சம் ஆயுதங்கள் எல்லாமே துப்பாக்கியாகி விடும். மோட்டார் வாகனங் களில், வான், கார், ஜீப், டெம்போ எனப் பல ரகம் இருப்பது போல் துப்பாக்கிகளிலும் உண்டு. கைத்துப்பாக்கியிலும் ரிவால்வர், பிஸ்டல் என வேறுபாடு உண்டே. இவற்றுக்குத் தமிழ்ச் சொற்களை ஒரு மொழிபெயர்ப்பாளர் பயன்படுத்தாவிட்டாலும், இந்த வேறு பாட்டை அறிந்திருக்க வேண்டும். *He fired his gun* என்பதைத் ‘துப்பாக்கியால் வேட்டுப் போட்டார்’ என்று எழுதுவது சரியல்ல. வேட்டு கோவில் திருவிழாவில்தான் போடப்படும். தமிழில் ‘துப்பாக்கியால் சுடுவது’ என்ற பதம் வெகு காலமாகப் புழக்கத் தில் உள்ளது. (காண்க, துப்பாக்கிகள் பற்றிய தனிக் குறிப்பு பக்கம் 171)

மொழிபெயர்ப்பில் காட்டுயிர்களின் சரியான தமிழ்ப் பெயர்கள் பயன்படுத்தப்படாததால் அவற்றை இப்பதிப்பில் மாற்ற வேண்டி யிருந்தது. தமிழ்நாட்டில் எளிதாகக் காணக்கூடிய விலங்குகளுக்குக் கூட இன்று மக்களிடையே புழங்கும் பெயர்கள் எழுதப்படவில்லை. *Langur* எனும் குரங்கினத்திற்கு ‘மந்தி’ என்று பெயர். (‘மந்தி யெல்லாம் மாங்கனியைப் பந்தாடி பல்லிளிக்கும்’ பாவை விளக்கு). இதை முதுமலைப் பேருந்து நிற்கும் இடத்தில்கூடப் பார்க்கலாம். காட்டில் புலி, சிறுத்தை போன்ற அடித்துண்ணும் விலங்கைக்

கண்டால் இந்தக் குரங்கு மரத்தின் உச்சாணியிலிருந்து உரத்த எச்சரிக்கைக் குரல் எழுப்பும். இது நாய்க் குரைப்பு போன்று ஒலிப்பதால் இதை *barking* என்பர் வேட்டையாடிகள். ஆகவே இந்த மொழிபெயர்ப்பாளர் இந்த *langur* மந்திக்கு 'நாய்க் குரங்கு' என்று பெயர் சூட்டிவிட்டார். கடம்ப மானை குட்டை மான் எனவும், கேளையாட்டை காட்டாடு எனவும் மொழிபெயர்த் திருக்கிறார். காவிரி போன்ற தமிழ்நாட்டு நதிகளில் எளிதாகக் காணக்கூடிய நீர்நாயை நீர்ப்பல்லி என்று குறிப்பிடுகின்றார். *Crag martin* எனும் பறவைக்கு தமிழில் உழவாரக்குருவி என்ற எழிலான பெயர் உண்டு. அதை விட்டுவிட்டு அதன் ஆங்கிலப் பெயரை மொழிபெயர்த்து பாறைக் குருவி என்றெழுதுகிறார்.

இந்த நூல் 1958இல் மொழியாக்கம் செய்யப்பட்டுள்ளது. 1954இலேயே கலைக்களஞ்சியம் வெளிவந்துவிட்டது. அதில் காட்டுயிர்களின் தமிழ்ப்பெயர்கள் உள்ளன. *King cobra*வைக் கருநாகம் என்பதற்குப் பதிலாகப் பெருநாகம் என்கிறார். உண்ணிப் பூச் செடியை (*Lantana*) காட்டுச் சோளம் என்று குறிப்பிடுகிறார். மக்களிடையே புழக்கத்தில் உள்ள காட்டுயிர் பெயர்களைக்கூடப் பயன்படுத்தாமல் புதிய பெயர்களைச் சூட்டியிருக்கிறார். இவை எல்லாம் இந்தப் பதிப்பில் திருத்தப்பட்டுள்ளன.

கானுயிர் பற்றிய மொழிபெயர்ப்புகளில் தமிழ் மொழிவளம், பாரம்பரியம் சரியாகப் பயன்படுத்தப்படுவதில்லை என்று எனக்குப் படுகின்றது. காட்டுயிரினங்கள் எழுப்பும் ஒலிகளைக் குறிக்க தனித்தமிழ்ச் சொற்கள் உண்டு. மயில் அகவுகின்றது. குயில் கூவுகின்றது என்கிறோம். அது போல நரி ஊளையிடும். யானை பிளிறும். புலி உறுமும். இம்மொழிபெயர்ப்பாளர் புலி ஓலமிடு கின்றது என்கிறார். இன்னொரு இடத்தில் கூச்சலிட்டது என்று குறிப்பிடுகின்றார். அதே போல பூனை அல்லது புலி ஒரு முறை ஈனும் குட்டிகளுக்குக் கூட்டாக 'ஈற்று' என்று பெயர். இதில் குடும்பம் என்கிறார். ஓடையை வாய்க்கால் என்று குறிப்பிடுகின்றார். மனிதரால் உருவாக்கப்படுவது வாய்க்கால் ('வல்லான் வகுத்ததே வாய்க்கால்'). தானாக உருவாகி ஓடுவது ஓடை. இவையும் இந்தப் பதிப்பில் மாற்றப்பட்டுள்ளன.

ஆங்கிலத்தில் – தமிழிலும்தான் – சில சொற்கள் ஒன்றிற்கு மேற்பட்டபொருள் கொண்டதாக இருக்கும். அச்சொல் வரும் இடத்தைப் பொறுத்து அதன் அர்த்தம் அமையும். எடுத்துக்காட்டாக *Game* எனும் சொல். இதற்கு வேட்டை, வேட்டையாடப்படும் விலங்கு என்றும் பொருள் உண்டு. *Game meat* என்பது வேட்டை யாடப்பட்ட விலங்கின் இறைச்சி.

புறவுலகு பற்றிய இத்தகைய உதாசீனம் ஐம்பதுகளில் தான் இருந்தது என்று எண்ண வேண்டாம். சில ஆண்டுகளுக்கு

முன் நேஷனல் புக் ட்ரஸ்ட் வெளியிட்ட *Endangered Animals of India* என்ற நூலை மொழிபெயர்த்த ஒருவர், பல உயிரிகளுக்கும், அவராகப் பெயர்கள் சூட்டி அந்த நூலும் வெளிவந்து விட்டது. தமிழிலிருந்து ஆங்கிலத்திற்கு மொழியாக்கம் செய்யப்படும் நூல்களிலும் இத்தகைய உதாசீனத்தைக் காணலாம். அண்மையில் ஒரு புதினத்தில் கம்பளிப்பூச்சி என்ற சொல்லை *Blanket worm* என்று ஒருவர் மொழிபெயர்த்திருந்தார்!

இயற்கையைப் பேணல் *(conservation)* ஒரு மக்கள் இயக்கமாகத் தமிழ்நாட்டில் உருவாகாததற்கும், இயற்கையிலிருந்து நாம் அன்னியப்பட்டிருப்பதற்கும், நம் மொழிப் பாரம்பரியத்தின் இந்தப் பரிமாணத்தில் அக்கறை காட்டாததும் ஒரு காரணம். மொழிக்கும் சுற்றுச்சூழல் அக்கறைக்கும் நெருங்கியப் பிணைப்பு உண்டு.

சு. தியடோர் பாஸ்கரன்

ஆசிரியர் விளக்கம்

இந்தக் கதைகளில் பெரும்பாலானவை ஆட்கொல்லி வேங்கைகளைப் பற்றியவை. எனவே, மனிதர்களைக் கொன்று தின்னும் பழக்கம் ஏன் இந்த விலங்குகளுக்கு உண்டாகிறது என்பதை விளக்குவது அவசியம்.

வேங்கைக்குத் தன்னால் தவிர்க்க முடியாத சில சந்தர்ப்பங்கள் ஏற்பட்டுவிடுகின்றன. அவற்றின் நிர்பந் தத்தாலேயே, அது ஆட்கொல்லியாக மாறிவிடுகிறது; தன் இயல்புக்குப் புறம்பான ஓர் இரையை (மனிதரை) உண்ணத் தொடங்குகிறது. சந்தர்ப்பங்களின் நிர்பந்தம் என்பது, பத்தில் ஒன்பது வேங்கைகளுக்கு ஏற்படும் காயமும் பத்தாவது வேங்கைக்கு ஏற்படும் முதுமையுமே. காயத்தால் ஒரு வேங்கை ஆட்கொல்லியாக மாறியிருக்க லாம். வேட்டையாடிகள் அதை அஜாக்கிரதையாய்ச் சுட்டிருப்பார்கள்; இதனால் வேங்கைக்கு அந்தக் காயம் ஏற்பட்டிருக்கக்கூடும். அதைப் பின்தொடர்ந்து கொல்லத் தவறியிருப்பார்கள் அல்லது முள்ளம்பன்றியோடு வேங்கை சண்டையிட்டபோது, ஆத்திரத்தோடு தாக்கியதால் அந்தக் காயம் ஏற்பட்டிருக்கலாம். வேங்கைக்கு மனிதர்கள் இயல் பான இரையல்ல. காயத்தாலோ முதுமையாலோ ஆற்ற லற்றுப் போகும்போது, உயிர் வாழ வேண்டுமே; அதற்காக மனிதரை உண்ணும் நிர்பந்தம் அதற்கு உண்டாகிறது.

இரைவிலங்கை, பதுங்கிப் பதுங்கிப் பின்தொடர்ந்தோ, ஒளிந்து தாக்கியோதான் வேங்கை கொல்கிறது. இதற்கு முதலில் வேகம் வேண்டும்; அடுத்தபடியாக, பல்லும் நகமும் நல்ல நிலைமையில் இருக்க வேண்டும். எனவே, ஒரு காயமோ சில காயங்களோ வேங்கைக்கு வேதனை கொடுத்தாலும் சரி; அதன் பல் விழுந்தோ பழுதுற்றோ போய், நகம் தேய்ந்துவிட்டாலும் சரி – தனக்கு இரையாகும் வழக்கமான பிராணிகளை வேங்கையால் பிடிக்க முடியாமல்

போகிறது. இதனால் மனிதரைக் கொல்லும் அவசியம் வேங்கைக்கு ஏற்பட்டுவிடுகிறது. மாக்களை விட்டு மக்களிடம் வேங்கை திரும்பு வது பெரும்பாலும் தற்செயலான நிகழ்ச்சியே என்று நான் நம்புகிறேன். என் கருத்தை விளக்க, முக்திசார் ஆட்கொல்லி வேங்கையின் வரலாற்றை உதாரணமாய்ச் சொல்லலாம். இந்தப் பெட்டை வேங்கை ஓரளவு இளமையானதுதான். இது ஒரு முள்ளம்பன்றியோடு போட்ட சண்டையில் ஒரு கண்ணை இழந்தது; வலது முன்னங்கால் சப்பையிலும் பாதத்தடியிலும் ஒன்று முதல் ஒன்பது அங்குலம் வரையில் வெவ்வேறு நீளமுள்ள ஐம்பது முட்கள் தைத்துக்கொண்டுவிட்டன. இந்த முட்களில் பல, வேங்கை யின் எலும்பில் மோதி வளைந்து U வடிவில் பின்புறம் திரும்பி, முறிந்த முனைகள் மிக நெருங்கியிருந்தன. வேங்கை சில முட்களைத் தன் பல்லால் கடித்து வெளியே எடுக்கப் பார்த் திருக்கிறது. அந்த இடமெல்லாம் புண்ணாகிச் சீப்பிடித்துவிட்டது. பிறகு அது ஓர் அடர்த்தியான புதரில் படுத்திருக்கிறது. பசியால், தன் புண்களையே நக்கிக் கொண்டிருந்திருக்கிறது. இந்தப் புதரடியில் வந்து ஒரு பெண் தன் ஆடுமாடுகளுக்குப் புல்லறுத்திருக் கிறாள். முதலில் இவளை வேங்கை லட்சியமே செய்யவில்லை. இவள் புல் அறுத்துக்கொண்டே, வேங்கை படுத்திருந்த இடம் வரைக்கும் போய்விட்டாள். அப்போது அது இவளை ஓர் அறை அறைந்திருக்கிறது. அந்த ஒரே அறையில் இவளுடைய மூளை சிதறிப்போய்விட்டது. அந்தக் கணத்திலேயே இவள் செத்துவிட்டாள். இது எப்படித் தெரிந்ததென்றால், மறுநாள் போய்ப் பார்த்தபோது, ஒரு கையிலே கருக்கரிவாளைப் பிடித்து மறுகையிலே அடுத்து அறுக்கவிருந்த புல்முடியைப் பிடித்திருந்தாள். இந்த நிலையில் இவளை வேங்கை அறைந்திருக்கிறது. அப்படியே, இவளை விட்டுவிட்டு, வேங்கை நொண்டி நொண்டி ஒரு மைல் தூரம் நடந்து, அங்கே பட்டுக்கிடந்த ஒரு மரப் பொந்தில் புகலடைந் திருக்கிறது. விழுந்துகிடந்த இந்த மரத்தில் விறகு பிளந்து செல் வதற்காக, இரண்டு நாளைக்கெல்லாம் ஓர் ஆள் இங்கே வந்திருக் கிறான். மறுபக்கத்தில் படுத்திருந்த வேங்கை, அவனையும் கொன்றுவிட்டது. மரத்துக்குக் குறுக்காக ஆள் விழுந்தான். தன் மேல்சட்டையையும் உள்சட்டையையும் அவன் கழற்றியிருக் கிறான். அப்போது அது அவனுடைய முதுகை நகத்தால் கிழித்துக் கொன்றிருக்கிறது. அப்படியே மரத் தண்டின் குறுக்கே சாய்ந்து விட்ட அவனுடைய முதுகிலிருந்து ஒழுகிய ரத்தத்தின் வாசனை வேங்கையின் மூக்குக்கு எட்டியிருக்க வேண்டும்; இதைக் கொண்டு தன் பசியைத் தீர்த்துக்கொள்ளலாம் என்ற எண்ணம் அதற்கு உண்டாகியிருக்கலாம். இது எப்படியானாலும் சரி; ஆளை விட்டுச் செல்லுமுன், அது அவனுடைய முதுகில் சிறிது சதையைத் தின்றுவிட்டுப் போயிருக்கிறது. அடுத்த நாளைக்கு மறுநாள் மூன்றாவது ஆளை வேங்கை தானாகத் தாக்கிக் கொன்றது.

அவன் அதை வந்து சீண்டவேயில்லை. இதற்கப்புறம் வேங்கை நிலையான ஓர் ஆட்கொல்லியாக மாறிவிட்டது. கடைசியில் அதைச் சுட்டு ஒழிப்பதற்குள் இருபத்து நாலு பேரை அது கொன்று விட்டது.

தான் கொன்ற இரையைக் காத்துக்கொண்டிருக்கும் வேங்கை, காயமடைந்த வேங்கை, சிறுகுட்டிகளோடு இருக்கும் பெண்வேங்கை இந்த மூன்றும் தங்களிடம் வந்து தொல்லை கொடுக்கும் மனிதர்களை அபூர்வமாகச் சில சமயம் கொல்வதுண்டு. என்னதான் மிகைப்படுத்திப் பார்த்தாலும், இவற்றை ஆட்கொல்லிகள் என்று சொல்லவே முடியாது. ஆயினும் சிலர் இப்படித்தான் சொல்லி விடுகிறார்கள். ஒரு வேங்கை முதல் தடவையாக ஓர் ஆளைக் கொன்றால், அது ஆட்கொல்லியாயிராது என்றுதான் நான் நினைப்பேன்; இரண்டாவது தடவையும் அப்படியே சந்தேகம் கொள்வேன். அப்புறங்கூட, புலிக்குப் பலியான ஆளைச் சாத்திய மானபோதெல்லாம் பிரேத பரிசோதனை செய்யச் சொல்லித்தான், அவனைக் கொன்றது வேங்கையா சிறுத்தையா என்று தீர்மானிப்பேன். வேங்கையோ, சிறுத்தையோ, சமவெளிகளில் ஓநாயோ, கழுதைப்புலியோ கொன்றுவிட்டதாகச் சொல்லும் மனித உடலை இப்படிப் பிரேத பரிசோதனை செய்வது மிகவும் முக்கியமாகும். ஏனென்றால், பல மனிதர்களின் மரணத்துக்குரிய காரணத்தைத் தவறாக இந்த மாதிரி ஊனுண்ணிகள்மீது ஜனங்கள் ஏற்றியிருக்கிறார்கள். இது எனக்குத் தெரியும். அந்த உதாரணங்களை இங்கே நான் குறிப்பிடப் போவதில்லை.

ஆட்கொல்லிப் புலிகள் அத்தனையும் கிழடு தட்டிச் சொறி பிடித்தவை என்று பெரும்பாலோர் நினைத்திருக்கிறார்கள். மனிதர்களின் உடலிலே உப்பு அதிகமாய்ச் சேர்ந்தால் சொறி பிடிக்கிறது. மனிதரின் உடலில் எவ்வளவு உப்பு இருக்க வேண்டும், விலங்கின் உடலில் எவ்வளவு உப்பு இருக்க வேண்டும் என்ற வேற்றுமை விகிதங்களையெல்லாம் கணக்கிட்டு என்னால் கூற முடியாது. ஆயினும், ஒன்று நிச்சயமாய்ச் சொல்வேன்: மனித உடலையே தின்று வாழ்வதால், ஆட்கொல்லிப் புலிகளின் தோலுக்குக் கெடுதி ஏதும் நேரவில்லை. அதற்கு நேர்மாறான பலனே ஏற்பட்டிருக்கிறது. ஏனென்றால், நான் பார்த்த சகல ஆட்கொல்லிகளின் தோலும் மிக நேர்த்தியாயிருந்தன.

அநேகருக்கு இன்னொரு நினைப்பும் உண்டு. ஆட்கொல்லிகளின் குட்டிகளும் தாமாகவே ஆட்கொல்லியாய் மாறிவிடுகின்றன என்று அவர்கள் எண்ணுகிறார்கள். இப்படி அவர்கள் நினைப்பது முற்றும் நியாயந்தான். ஆனால், உண்மையாக நிகழ்வதைக் கவனித்தால், இது ருசுவாகவில்லை. ஆட்கொல்லிப் புலியின் குட்டிகளும் ஆட்கொல்லியாக மாறாததற்கு ஒரு காரணம் இருக்

கிறது. வேங்கைக்கோ சிறுத்தைக்கோ மனிதர் இயற்கையான உணவல்ல. இதுதான் அந்தக் காரணம்.

தாய் எதைக் கொடுக்கிறதோ அதையெல்லாம் புலிக்குட்டி தின்கிறது. மனிதரைக் கொல்லத் தாய்க்கு உதவிய சில வேங்கைக் குட்டிகளையும் நான் கண்டிருக்கிறேன். ஆயினும், தாயின் அரவணைப்பை விட்டுச் சென்ற பின்போ, தாயை யாராவது கொன்றுவிட்ட பிறகோ, மனிதரைக் கொல்லத் தொடங்கிய ஒரு குட்டியைக்கூட நான் கண்டதில்லை.

மனிதரை ஊனுண்ணி விலங்குகள் கொன்றால், கொன்றது வேங்கையா சிறுத்தையா என்ற சந்தேகம் பலருக்கு ஏற்பட்டு விடுகிறது. பட்டப்பகலிலே நடக்கும் சகல கொலைகளையும் வேங்கைகள் புரிகின்றன; இரவின் இருளிலே நடக்கும் சகல கொலைகளையும் சிறுத்தைகளே புரிகின்றன – இது ஒரு பொது விதி. இதற்கு விலக்கையே நான் கண்டதில்லை. இரண்டு விலங்கு களும் காட்டிலே ஓரளவு இரவில் நடமாடும் பிராணிகளே; இரண்டுக் கும் ஒரேவிதப் பழக்கங்கள்தான்; இரண்டும் ஒரே முறைகளைக் கையாண்டே கொல்லுகின்றன; தங்களுக்குப் பலியான மனிதரை இரண்டுமே வெகுதூரம் தூக்கிச் செல்லக் கூடியவை. ஆகவே, இரண்டும் ஒரே நேரத்தில்தான் வேட்டையாடும் என்று நாம் எதிர் பார்ப்பது இயற்கை. ஆனால், அவை அப்படிச் செய்யாததற்குக் காரணம் அவற்றின் தைரியத்தில் வேற்றுமை இருப்பதே. வேங்கை ஆட்கொல்லியாக மாறும்போது, அதற்கு மனிதரைக் குறித்த பயம் எல்லாம் போய்விடுகிறது. இரவைவிடப் பகலிலேதான் மனிதர்கள் அதிக தாராளமாய் நடமாடுவார்கள். எனவே, தன் இரையைப் பட்டப்பகலிலே பிடித்துக்கொள்ள அதற்கு முடிகிறது; இரவிலே மனிதர்களின் குடியிருப்புக்குப் போகவேண்டிய அவசிய மில்லாது போகிறது. இதற்கு மாறாக, சிறுத்தை பல மனிதர்களைக் கொன்ற பிறகுங்கூட, மனிதரிடம் அதற்குள்ள பயம் ஒழிவதில்லை. மனிதர்களைப் பகலிலே எதிர்கொள்ள அதற்கு விருப்பமில்லை. எனவே, இரவிலே அவர்கள் நடமாடும்போது அவர்களைப் பிடித்துக்கொள்ளுகிறது; அல்லது மனிதர்களின் குடியிருப்புக்குள் புகுந்து அவர்களைக் கைப்பற்றுகிறது. இரண்டுக்கும் இந்தக் குண வேற்றுமைகள் இருப்பதால், இரண்டுக்குள்ளும் ஆட்கொல்லி வேங்கையைச் சுடுவதே சுலபமாயிருக்கிறது.

எத்தனை வேங்கைகளுக்கு ஒன்று ஆட்கொல்லியாகிறது என்ற விகிதம் மூன்று அம்சங்களைச் சார்ந்திருக்கிறது : (1) அது நடமாடித் திரியும் பிரதேசத்தில் அதன் இயல்பான இரைகள் இருக்கும் அளவு; (2) அதை ஆட்கொல்லியாக்கிய அதன் குறை பாட்டின் தன்மை; (3) அது ஆணா, குட்டிகளுடன் கூடிய பெட்டையா என்ற விவரம்.

எந்த விஷயம்பற்றியும் நமக்கு நாமே ஓர் அபிப்பிராயத்தை உருவாக்கிக்கொள்ளும் வாய்ப்புக் கிடைக்காதபோது, பிறருடைய அபிப்பிராயங்களை நாம் ஏற்றுக்கொண்டுவிடுகிறோம். மற்ற எந்த விஷயத்தையும்விட வேங்கைகளின் விஷயத்தில் இது மிகத் தெளிவாய்த் தெரிகிறது. இங்கே நான் ஆட்கொல்லிகளைப் பற்றிக் குறிப்பிட்டுப் பேசவில்லை. பொதுவாக, வேங்கைகளைப் பற்றிப் பேசுகிறேன். எவனோ ஒரு கதாசிரியன் தன் கதையில் வரும் துஷ்டனின் தீய குணத்தை வலியுறுத்த 'வேங்கைபோல் குரூரமானவன்' என்றும், 'வேங்கைபோல் ரத்தவெறி கொண்டவன்' என்றும் முதல் முதல் குறிப்பிட்டு விட்டான். அந்தக் கதாசிரியன், தான் பழி சுமத்திய விலங்கைச் சற்றும் அறியாதவன். அவனுடைய அறியாமையில் பிறந்த இந்தப் பதத்தொடர்கள் எப்படியோ சகல மக்களிடமும் பரவிப் புழங்கிவிட்டன. தங்கள் சொந்தத்தில் இந்த விஷயம்பற்றி அபிப்பிராயம் உருவாக்கிக்கொள்ள வாய்ப்புப் பெற்ற மிகச் சிலரைத் தவிர, மற்ற எல்லாருமே வேங்கைகளைப் பற்றித் தவறான அபிப்பிராயங்கொள்ளச் செய்தவை பெரிதும் இந்தப் பதத்தொடர்களே.

'வேங்கைபோல் குரூரமான', 'வேங்கைபோல் ரத்தவெறி கொண்ட' என்ற பதத்தொடர்களை அச்சிலே காணும்போதெல் லாம், எனக்கு ஒரு சிறுவன் ஞாபகம் வருகிறது. பழைய கிட்டிக் கும் துப்பாக்கி ஒன்றை அவன் தோளிலே தாங்கியிருந்தான். அதன் வலது குழல் ஆறங்குல நீளத்துக்கு விரிசல் கண்டிருந்தது. அடிக்கட்டையும் குழல்களும் பிரிந்து போய்விடாதபடி, பித்தளைக் கம்பியை வளைத்துச் சுற்றி அவற்றைச் சேர்த்து இறுக்கிக் கட்டி யிருந்தான். இப்போதுள்ள எண்ணிக்கையைப்போல் பத்துமடங்கு வேங்கைகள் உலாவிய அந்த நாளில், கரம்பை வெளிகளிலும் சதுப்புநிலக் காடுகளிலும் அவன் அலைந்து திரிந்தான். இரவு வரும்போது, நேர்ந்த இடத்திலே படுத்துத் தூங்குவான். குளிர் காயக் கொஞ்சம் தீ மூட்டிக்கொள்வான். அந்தத் தீயே அவன் தோழன். இரவில் சற்றைக்கொரு தரம், தூரத்திலோ மிக அருகிலோ, வேங்கைகள் உறுமி அவனை எழுப்பிவிடும். இன்னொரு குச்சியைத் தீயிலே போட்டுக் கிண்டிவிடுவான்; கலைந்த தூக்கத்தை, கவலை யுமில்லாமல் மீண்டும் தொடங்குவான். வேங்கையை யாராவது சீண்டினாலன்றி, அது யாரையும் துன்புறுத்துவதில்லை. இந்த உண்மையைத் தன்னுடைய சிலநாள் அநுபவத்திலிருந்தே பையன் அறிந்திருந்தான்; தன்னைப் போலவே காட்டில் நாட் களைக் கழித்த பிறரும் இதை அவனுக்குச் சொல்லியிருந்தார்கள். பட்டப் பகலில் வேங்கையைக் கண்டால், அவன் அதன் கண்ணில் படாது விலகுவான். அப்படி விலக முடியாவிட்டால், ஒரே இடத்தில் துளியும் அசையாது நிற்பான்; வேங்கை கடந்த பிறகு தன் வழியே செல்வான். சிலசமயம் ஐந்தாறு காட்டுக் கோழிகளைக்

கண்டு, பதுங்கிப் பதுங்கி ஓர் புதரண்டையிலே போய், மெல்ல நிமிர்ந்து பார்ப்பான். அப்போது புதர் அசையும். அதன் மறுபுறத் தின் வழியாக ஒரு வேங்கை வெளியேறி, இவனைத் திரும்பிப் பார்க்கும். வார்த்தைகளாக உச்சரிக்காததுதான் பாக்கி; "ஹலோ, பையா! இதென்ன இழவு; இங்கே வந்து என்ன செய்கிறாய்?" என்று வேங்கையின் முகத்தோற்றமே கேட்கும். பையனிடமிருந்து ஒரு பதிலும் வராதது கண்டு, வேங்கை மறுபுறம் திரும்பிப் போய்விடும். இந்தப் பையன் நான்தான்; வேறு யாரும் அல்ல. இதெல்லாம் போகட்டும்; காட்டிலே பல்லாயிரக்கணக்கான ஆண், பெண், குழந்தை இவர்களெல்லாம் புல் வெட்டுகிறார்கள்; சுள்ளி பொறுக்குகிறார்கள். அப்படி வேலை செய்யும்போது, ஒவ்வொரு நாளும் வேங்கை படுத்திருக்கும் இடத்தருகே சென்றுவிடுகிறார்கள். என்றாலும் பத்திரமாய் வீடு திரும்புகிறார்கள். 'குரூரமானது', 'ரத்த வெறி கொண்டது' என்றெல்லாம் வர்ணிக்கிறார்களே, அந்த வேங்கை தங்களைக் கவனித்துப் பார்த்திருக்கிறது என்று கூட அவர்களுக்குத் தெரிவதே இல்லை.

புதரிலிருந்து ஒரு வேங்கை வெளியான நாளிலிருந்து, அரை நூற்றாண்டு சென்றுவிட்டது. இந்த அரை நூற்றாண்டில் முப்பத் திரண்டு வருஷகாலமும் அநேகமாக இடைவிடாது ஆட்கொல்லிப் புலிகளைத் தேடுவதிலேயே செலவழித்திருக்கிறேன். கல்லுங் கரையக் கூடிய காட்சிகளைக் கண்டிருக்கிறேன். ஆயினும், வேண்டுமென்றே குரூரமாகவோ ரத்த வெறி கொண்டோ கொலை செய்த ஒரே ஒரு வேங்கையைக்கூட நான் கண்டதில்லை. தன்னை யாராவது வந்து சீண்டாதபோதோ, தன் பசியையும் தன் குட்டி களின் பசியையும் ஆற்றிக்கொள்ளப் போதிய அளவுக்கு மேலோ வேங்கை கொன்றதை நான் கண்டதேயில்லை.

இயற்கையில் ஒரு சமநிலை இருக்கிறது. அதைப் பாதுகாக்க உதவியாகவே வேங்கை தோன்றியிருக்கிறது. மிக அபூர்வமாகச் சில சமயம் வேறு திக்கில்லாமல் அது மனிதனைக் கொன்றுவிடு கிறது; வேங்கையின் இயற்கை உணவான பிராணிகளையெல்லாம் ஈர இரக்கமில்லாமல் மனிதன் கொன்றழித்துவிடுகிறபோது, இரண்டு சதம் ஆடுமாடுகளை அது கொன்றதாகச் சொல்லு கிறார்கள். இவற்றைக் கொண்டே, வேங்கை இனம் முழுவதற்குமே, 'குரூரமானது', 'ரத்தவெறி கொண்டது' என்றெல்லாம் பட்டம் கட்டிவிடுவது நீதியல்ல.

வேட்டையாடிகளெல்லாம் சுலபத்தில் தங்கள் அபிப்பிராயத்தை மாற்றிக்கொள்ளமாட்டார்கள். ஏனென்றால், பல வருஷகால அநுபவத்துக்குப் பின்பே தங்கள் அபிப்பிராயங்களை அவர்கள் உருவாக்கிக்கொள்ளுகிறார்கள். ஒவ்வொருவருக்கும் தனித்தனி நோக்கு உண்டு. எனவே சிறு அம்சங்கள் பற்றி – சில சந்தர்ப்பங்

களில் பெரிய அம்சங்கள் பற்றியுந்தான் – அவர்களுடைய அபிப் பிராயங்கள் மாறுபடுவது முற்றும் இயற்கை. எனவே, என்னுடைய எல்லா அபிப்பிராயங்களையும் எல்லாருமே ஒப்புக்கொண்டுவிடு வார்கள் என்று எண்ணி மகிழ்ந்துவிடவில்லை.

என்றாலும், நான் சொல்லும் ஒரு விஷயத்தை எல்லா வேட்டையாடிகளும் ஒப்புக்கொள்ளுவார்கள் என்று நான் நிச்சய மாய் நம்புகிறேன். மரத்தின்மீது அமர்ந்தோ, யானைமீது சவாரி செய்தோ, தரையில் நின்றோ எப்படி வேட்டையாடுகிறவராயிருந்தா லும் சரியே; இதை ஒப்புக்கொள்ளுவார்கள்: 'வேங்கை பெரிய மனது படைத்த ஒரு கனவான். அது எல்லையற்ற தைரியம் உடையது. பொதுஜன அபிப்பிராயம் திரண்டு அதை ஆதரிக்க வில்லையானால், அது அற்றுப் போய்விடும். அப்படி அற்றுப் போகுமானால், இந்தியா தன்னுடைய விலங்கினங்களிலே மிக உன்னதமான ஒன்றை இழந்துவிடும்.'

சிறுத்தைகளின் விஷயம் வேறு. அவை வேங்கைகளைப் போல் அல்ல. செத்தழுகிய உடல்களைத் தின்று அவை ஓரளவு தோட்டிவேலை புரிகின்றன. அவற்றின் இரை விலங்குகளை மனிதன் கொன்றழித்துவிட்டால், மனித இறைச்சி மீதே அவற்றுக்கு ஒரு ருசி உண்டாகிவிடுகிறது. இதனால் அவை ஆட்கொல்லியாகி விடுகின்றன.

எங்கள் குன்றுகளில் வாழும் மக்களில் பெரும் பகுதியினர் ஹிந்துக்கள். எனவே, இறந்தவர்களின் உடலை அவர்கள் தகனம் செய்கிறார்கள். ஒரு வாய்க்கால் அல்லது ஆற்றங்கரையிலே தகனம் நடக்கிறது. அந்த அஸ்தியைக் கங்கை அடித்துச் சென்று இறுதியிலே கடலில் கொண்டுபோய்க் கலக்கும் என்றே இப்படிச் செய்கிறார்கள். பெரும்பாலான வீடுகள் மிக உயரமான குன்று களின் மேலே இருக்கின்றன. வாய்க்கால்களும் ஆறுகளுமோ அநேகமாய்க் கீழே உள்ள பள்ளத்தாக்கில் பல மைல் தூரத்தில் இருக்கின்றன. மிகவும் சிறிய சமூகத்தினர் ஈமச்சடங்கு நடத்த ஆள் பேர் கிடைப்பது பெரிதும் சிரமமாயிருக்கிறது. பிரேதத்தைத் தூக்கிச் செல்ல ஆள் வேண்டியிருக்கிறது. அதுபோக, தகனத்துக்கு விறகு எடுத்து வர கூலியாட்களை வேறு பிடிக்கவேண்டியிருக் கிறது. சாதாரண காலமாயிருந்தால், ஈமச்சடங்கை நன்றாகவே செய்து முடிக்கிறார்கள். ஆனால், சில சமயம் குன்றுகளில் கொள்ளை நோய் பரவிவிடுகிறது. இவர்கள் ஒரு பிரேதத்தைச் சுட்டெரிப்பதற்குள் பல பிரேதங்கள் விழுந்துவிடுகின்றன. அப்போது சுலபமான ஒரு சடங்கைக் கையாளுகிறார்கள். பிரேதத்தின் வாயில் தணல் கட்டி ஒன்றை வைத்து, அப்படியே குன்றின் முனைக்கு அதைச் சுமந்து சென்று, கீழே உள்ள பள்ளத்தாக்கில் எறிந்து விடுகிறார்கள்.

தனக்கு இயற்கையான இரை அரிதாயிருக்கும் பிரதேசத்தில் வாழும் சிறுத்தை, இந்தப் பிரேதங்களைத் தின்கிறது. இதனால் மனித இறைச்சி மீது ஒரு ருசி விரைவில் அதற்கு ஏற்பட்டுவிடுகிறது. கொள்ளை நோய் மறைந்து சாதாரண நிலைமை ஏற்படும் போது, சிறுத்தையின் இந்த உணவு கிடைக்காமல் தடைப்பட்டுப் போகிறது. அது மனிதரைக் கொல்லத் தொடங்குகிறது.

குமாயுன் பிரதேசத்தில் இரண்டே இரண்டு ஆட்கொல்லிச் சிறுத்தைகள் இருந்தன. அவற்றில் ஒன்று, மிகக்கொடிய காலரா நோய்க்குப் பிறகு தோன்றியது; மற்றது, 1918இல் இந்தியா முழுவதும் பரவி 'யுத்த ஜுரம்' என்று பெயர்பெற்ற மர்மமான நோய்க்குப் பின்னே தோன்றியது. இந்த இரண்டு சிறுத்தைகளும் போட்டி போட்டுக்கொண்டு மொத்தம் ஐந்நூற்று இருபது மனிதர்களைக் கொன்றுவிட்டன.

சம்பாவதி ஆட்கொல்லி

I

மலானி என்னும் இடத்தில் எடி நோல்ஸ் என்ற நண்பருடன் நான் வேட்டையாடிக் கொண்டிருந்தபோது தான், அந்தப் புலியைப் பற்றிக் கேள்விப்பட்டேன். அதற்கு சம்பாவதி புலி என்ற அதிகாரபூர்வமான பெயர் பின்னால் ஏற்பட்டது.

மிகச் சிறந்த வேட்டையாடி என்று எடியை இந்த மாகாணத்தில் வெகுகாலம் நினைவில் வைத்திருப்பார் கள். எடி எண்ணற்ற வேட்டைக் கதைகளைச் சொல்லக் கூடியவர். மிகுந்த அதிருஷ்டசாலிகளுள் ஒருவர். வாழ்க் கையிலே எல்லா நலமும் அமையப் பெற்றவர். துப்பாக்கி யைக் கையாளுவதில் அவர் கில்லாடி. அவருடைய சகோதரருள் ஒருவர், இந்தியாவிலேயே துப்பாக்கிச் சுடுவதில் மிகச் சிறந்தவர்; இன்னொருவர், இந்திய ராணுவத்தில் மிகச் சிறந்த டென்னிஸ் ஆட்டக்காரர். எடியின் மைத்துனர், உலகத்திலேயே மிகச் சிறந்த வேட்டைக்காரர்களில் ஒருவர். சம்பாவதி ஆட்கொல்லிப் புலியைச் சுட்டுத் தீர்க்க, தம் மைத்துனரைத்தான் இந்திய அரசாங்கம் அனுப்பியிருக்கிறது என்று எடி சொன்னார். இதைக் கேட்டதும், அந்த விலங்கின் ஆட்ட பாட்டங் களுக்கு நிச்சயமாய்க் காலக்கெடு வைத்தாயிற்று என்று நான் நினைத்துக்கொண்டேன்.

ஆயினும், என்ன காரணமோ, அந்தப் புலி சாக வில்லை. நான்கு வருஷங்களுக்குப்பின் நான் நைனிதால் பிரதேசத்துக்குச் சென்றேன். அந்தப் புலி அப்போதும் அரசாங்கத்துக்குப் பெரும் கவலை தந்துகொண்டிருந்தது.

புலியை ஒழிப்பவருக்குச் சன்மானங்கள் வழங்குவதாக விளம்பரம் செய்தார்கள்; பிரத்யேகமான வேட்டையாடிகளை அமர்த்தினார்கள்; அல்மோரா ராணுவ டிப்போவிலிருந்து கூர்க்கா வீரர்களை அனுப்பினார்கள். இத்தனை நடவடிக்கை களை எடுத்தும், புலிக்குப் பலியாகும் மக்களின் எண்ணிக்கை வரவரப் பயங்கரமாக அதிகரித்துக்கொண்டே போயிற்று.

அது ஒரு பெட்டைப் புலி. இந்த விஷயம் பின்னால்தான் தெரிய வந்தது. முற்றும் வளர்ந்த ஆட்கொல்லிப் புலியாக நேபாளத்திலிருந்து அது வந்திருந்தது. நேபாளத்தில் அது இருநூறு மக்களைக் கொன்றுவிட்டது. இதனால் நேபாளிகள் கூட்டமாய்க் கூடி ஆயுதம் தாங்கி, அதை அங்கிருந்து விரட்டி யிருக்கிறார்கள். குமாயுன் பிரதேசத்துக்கு வந்தபின், இந்த நான்கு வருஷ காலத்தில் மேலும் இருநூற்று முப்பத்துநான்கு மனிதர்களை அது கொன்று தின்றுவிட்டது.

இந்த நிலைமையில்தான் நைனிதாலுக்கு நான் வந்தேன். வந்த சில நாளைக்கெல்லாம் அந்தச் சமயம் நைனிதாலில் டெபுடி கமிஷனராக இருந்த பெர்த்தூட் என்பவர் என்னை வந்து பார்த்தார். அவரை அறிந்தவர்கள் அவரிடம் அன்பும் மரியாதையும் கொண்டிருந்தார்கள். தம்முடைய மாவட்டத்தில் ஆட்கொல்லிப் புலி மக்களுக்கு இழைத்து வரும் தொல்லையையும் அதனால் தமக்கேற்பட்டிருக்கும் கவலையையும் அவர் எனக்குத் தெரிவித்தார். அடுத்த தடவை ஒரு மனிதனை அது கொன்ற செய்தி எனக்குக் கிட்டியவுடனே அதை வேட்டையாட நான் புறப்பட வேண்டும் என்று சொல்லி, அப்படியே என்னிடம் வாக்குறுதியும் வாங்கிக்கொண்டு அவர் சென்றார். பின்னால் பரிதாபமாய் மரணமுற்ற அவருடைய கல்லறை, ஹல்துவானி என்ற ஊரில் எங்கேயோ ஒரு மூலையில் இருக்கிறது.

ஆயினும், நான் இரண்டு நிபந்தனைகள் விதித்தேன். ஒன்று, அரசாங்கம் அறிவித்திருந்த சன்மானங்களை ரத்துச் செய்து விட வேண்டும்; மற்றது, பிரத்யேகமான வேட்டையாடிகளை யும் அல்மோரா டிப்போவிலிருந்து வந்த துருப்புக்களையும் வாபஸ் செய்துவிட வேண்டும். இந்த நிபந்தனைகளின் காரணங் களை விளக்கத் தேவையில்லை. சன்மானத்துக்காக வேட்டை யாடுகிறவன் என்று பெயர் வாங்க, மற்ற வேட்டையாடிகளைப் போலவே எனக்கும் பிடிக்காது; மற்றவர் சுடும்போது அது தற்செயலாக என்மீது பட்டுச் சாகவும் எனக்கு இஷ்டமில்லை. என் நிபந்தனைகளைப் பெர்த்தூட் ஒப்புக்கொண்டார். ஒரு வாரத்துக்கெல்லாம் ஒரு நாள் அதிகாலையில் என்னிடம் வந்தார். இரவிலே அஞ்சல்காரார்கள் ஒரு செய்தி கொண்டுவந்தார் களாம். தாபிதுரா, துனாகட் ஆகிய இரண்டு ஊர்களுக்கும்

இடையே உள்ள பாலி என்ற கிராமத்தில், ஒரு பெண்ணை ஆட்கொல்லிப் புலி கொன்றுவிட்டது. இதை எனக்குத் தெரிவித்தார்.

கூப்பிட்டவுடனே புறப்பட வேண்டியிருக்கும் என்று எதிர்பார்த்து, என் முகாம் சாமான்களைச் சுமக்க நான் சில ஆட்களை ஏற்கனவே அமர்த்தியிருந்தேன். காலைச் சாப்பாடு முடிந்ததும் நாங்கள் புறப்பட்டோம். முதல் நாள் பதினேழு மைல் தூரம் நடந்து, தாரி என்ற ஊர் போய்ச் சேர்ந்தோம். அடுத்த நாள் காலை உணவை மொர்னாலா என்ற இடத்தில் உண்டோம். இரவைத் தாபிதுரா நகரில் கழித்தோம். மறுநாள் மாலையில் பாலி என்ற ஊருக்குப் போய்ச் சேர்ந்தோம். பெண்ணைப் புலி கொன்ற ஐந்தாவது நாள்.

அந்தக் கிராமத்திலே மொத்தம் ஐம்பது ஆண்களும் அவர்கள் வீட்டுப் பெண்களும் குழந்தைகளும் இருந்தார்கள். அவர்கள் பெருந்திகில் கொண்டிருந்தார்கள். நான் போய்ச் சேர்ந்தபோது, பொழுது விடிந்து வெகுநேரமாயிருந்தது. அப்படியிருந்தும் மக்கள் அத்தனை பேரும் தங்கள் வீடுகளுக்குள்ளே அடைந்து கதவைப் பூட்டிக்கொண்டிருந்தார்கள். வாசலில் என் ஆட்கள் தீ மூட்டினார்கள். நான் கீழே உட்கார்ந்து ஒரு கோப்பை தேநீர் குடித்தேன். அப்போதுதான் இங்கே ஒன்று, அங்கே ஒன்றாகச் சிலர் வீட்டுக் கதவுகளை வெகு ஜாக்கிரதையாய்த் திறந்தார்கள்; திகிலடைந்திருந்த அந்த வீட்டுக்காரர்கள் வெளியே வந்தார்கள்.

ஐந்து நாட்களாய் எவரும் வாசல் படியைத் தாண்டி வெளியே வரவில்லையாம். வாசலில் கிடந்த குப்பையைப் பார்த்தாலே இது தெரிந்தது. உணவெல்லாம் தீர்ந்துவிட்டதாம். புலியைக் கொல்ல வேண்டும் அல்லது துரத்திவிட வேண்டும். இல்லாவிட்டால், ஜனங்கள் பட்டினி கிடந்து சாக வேண்டியது தானாம். இதையெல்லாம் அவர்கள் என்னிடம் தெரிவித்தார்கள்.

புலி இன்னும் இந்த ஊருக்குப் பக்கத்திலேதான் இருக்கிறது என்பது தெளிவு. ஏனென்றால், மூன்று நாள் இரவு வீடுகளுக்குச் சில அடி தூரத்தில் இருந்த பாதையில் அது உறுமியது கேட்டிருக்கிறது. கிராமத்தின் தாழ்ந்த பக்கத்து முனையில் இருந்த விவசாய நிலங்களில் சிலர் கண்ணிலேயே இன்று அது தென்பட்டிருக்கிறது.

கிராமத்துப் பெரிய தனக்காரர் மனமுவந்து ஓர் அறையை என் உபயோகத்துக்குக் கொடுத்தார். ஆனால் நாங்கள் எட்டு பேர் அதில் தங்க வேண்டியிருந்தது; தவிர, அதற்கு இருந்த கதவு, அசுத்தமான முற்றத்தை நோக்கித் திறந்திருந்தது. எனவே, இரவைத் திறந்த வெளியிலேயே கழிப்பது என்று தீர்மானித்தேன்.

ஏதோ கொஞ்சம் உணவு உண்டு இரவுச் சாப்பாடு என்ற கடமையைக் கழித்தோம். என் ஆட்களைப் பத்திரமாக அறைக்குள் படுத்துக் கதவை மூடிக்கொள்ளச் சொன்னேன். நான் போய் பாதையின் ஒரு பக்கத்தில் ஒரு மரத்தின்மீது முதுகைச் சாய்த்துக் கொண்டு உட்கார்ந்தேன். 'புலி இந்த ரோட்டில் நடமாடுவது வழக்கம்' என்று கிராம மக்கள் சொன்னார்கள். பூர்ணச் சந்திரன் நிலவு வீசிக்கொண்டிருந்தது. புலியை நான் முதலில் பார்த்து விட்டால் அதைச் சுட முடியும் என்று எண்ணினேன்.

வேட்டையாடக் கூடிய பிராணிகளை எதிர்பார்த்து எத்தனையோ இரவுகளைக் காடுகளில் கழித்திருக்கிறேன். ஆனால், ஆட்கொல்லிப் புலிக்காக இரவை ஒரு காட்டிலே நான் கழித்தது இதுதான் முதல் தடவை. எதிரே எனக்கு அடுத்தாற்போல் வெகுதூரம் வரைக்கும் நிலவொளியில் பாதை பிரகாசமாய்த் துலங்கியது. ஆனால், அதற்கு வலமும் இடமும் நின்ற மரங்களின் கீழே கறுத்த நிழல்கள் அப்பியிருந்தன. இரவுக் காற்று மரக்கிளைகளை அசைக்கவே, அந்த நிழல்கள் ஆடின. அப்போது பல புலிகள் என்னை நோக்கி வருவதுபோல் எனக்குத் தோன்றியது. 'இந்தப் புலியிடம் வந்து அகப்பட்டுக் கொள்ள ஏன்தான் எனக்குப் புத்தி போயிற்றோ?' என்று நான் வருத்தப்பட்டேன். திரும்பி ஊருக்குள் செல்லத் தைரிய மில்லை. நானாக வந்து சுமத்திக்கொண்ட இந்த வேலையைச் செய்யவே முடியாதபடி எனக்குப் பெருங் கவலையாயிருந்தது. 'நறநற'வென்று பற்கள் கிட்டின. அதற்குப் பயம் ஒரு காரணம்; குளிர் மற்றொரு காரணம். நீண்ட இரவை உட்கார்ந்தபடி கழித்தேன். பனி படிந்த மலைத்தொடரை நோக்கித்தான் நான் உட்கார்ந்திருந்தேன். அதன்மீது விடியற்காலையின் மங்கிய ஒளி வீசியது. குந்தியபடியே முழங்காலின் மீது தலையைச் சாய்த்து அப்படியே தூங்கிவிட்டேன். ஒரு மணி நேரத்துக்குப் பிறகு இந்த நிலையில்தான் என் ஆட்கள் என்னை வந்து கண்டார்கள். புலியை நான் காணவுமில்லை; அதன் குரலைக் கேட்கவுமில்லை.

திரும்பவும் ஊருக்குள் போய்ச் சேர்ந்தேன். நான் உயிரோடு இருப்பதைக் கண்டு கிராமவாசிகளெல்லோரும் ஆச்சரியப் பட்டார்கள். கிராமத்து ஜனங்களை வெவ்வேறு நாளில் புலி எங்கெல்லாம் கொன்றதோ அந்த இடங்களுக்கு என்னை அழைத்துச் செல்ல சில மனிதர்களைக் கூப்பிட்டேன். அவர்கள் சம்மதிக்கவில்லை. புலி பலரைக் கொன்ற இடங்களை வாசலில் இருந்தபடியே அவர்கள் சுட்டிக்காட்டினார்கள். எதனால் நான் இந்தக் கிராமத்துக்கு வந்தேனோ அந்தக் கடைசிக் கொலையை, ஊருக்கு மேற்கே உள்ள குன்றின் சிகரத்துக்கு

அடுத்த பகுதியில்தான் புலி புரிந்தது என்று அவர்கள் சொன்னார்கள். பெரியவரும் சிறியவருமாகச் சுமார் இருபது பெண்கள் வெளியே சென்று, ஆடு மாடுகளுக்குக் கடம்ப இலைகள் சேகரித்துக்கொண்டிருந்திருக்கிறார்கள். அப்போது, அந்தத் துர்ப்பாக்கியசாலியான பெண்ணைப் புலி கொன்றிருக் கிறது. இந்த நிகழ்ச்சியின் விவரங்களை எனக்குச் சொல்ல அந்தப் பெண்கள் ஆவலாயிருந்தார்கள். நடுப்பகலுக்கு இரண்டு மணி நேரம் முன்னதாக இந்தப் பெண்கள் கோஷ்டி புறப்பட் டிருக்கிறது. சுமார் இருபது பேர் இருப்பார்கள். பெண்கள் அரை மைல் தூரம் சென்றதும் மரங்களின் மீது ஏறி, இலை அறுக்கத் தொடங்கியிருக்கிறார்கள். புலிக்குப் பலியானவளும் வேறு இரண்டு பெண்களும் மலைச் சந்து ஓரத்தில் உள்ள ஒரு மரத்தின் மீது ஏறியிருக்கிறார்கள். பின்னர் நான் பார்த்த போது, இந்த மலைச்சந்து நாலடி ஆழமும் பன்னிரண்டு அடி அகலமும் இருக்கக் கண்டேன். பெண் தனக்குத் தேவையான இலையையெல்லாம் அறுத்து முடித்தாள். மரத்திலிருந்து இறங் கினாள். புலி அப்போது கண்ணுக்குப் புலப்படாமல் வந்து, பின்னங்கால்களை ஊன்றி நின்று, அவளுடைய பாதத்தைப் பிடித்துக் கொண்டது. எந்தக் கிளை வழியாக இறங்கி வந்தாளோ அதை அவள் பிடித்த பிடியிலிருந்து பிய்த்திழுத்து, மலைச் சந்துக்குள் கொண்டுபோய், அவளுடைய பாதத்தை விட்டது. அவள் எழுந்திருக்கப் போராடியபோது, அவளுடைய குரல் வளையைப் பிடித்துக்கொண்டது. அவளைக் கொன்று தூக்கிக் கொண்டு, மலைச்சந்தின் பக்கத்தில் பாய்ந்து, அடர்ந்த செடி களுக்குள்ளே புகுந்து மறைந்தது.

மரத்தின் மேல் இருந்த இரண்டு பெண்களுக்கும் சில அடி தூரத்திலேயே இத்தனை காரியமும் நிகழ்ந்திருக்கிறது; அத்தனை பெண்களும் சிறுமிகளும் இதையெல்லாம் பார்த்திருக் கிறார்கள். அவர்கள் பயந்து நடுங்கிப் போனார்கள். புலியும் அதற்குப் பலியான பெண்ணும் கண்ணுக்குத் தெரியாது மறைந்த வுடனே, அவர்களெல்லாம் ஊருக்குள் ஓடினார்கள். ஆண்கள் அப்போதுதான் உச்சிவேளைச் சாப்பாட்டுக்கு வந்திருந்தார்கள். எல்லாரும் ஒன்று கூடினார்கள். பேரிகைகளையும் இரும்புப் பித்தளை வெண்கலப் பாத்திரங்களையும் இன்னும் எது எது சப்தம் கிளப்புமோ அந்தப் பொருள் எல்லாவற்றையுமே ஆயுதங் களாக எடுத்துக்கொண்டார்கள். புலி அடித்த பெண்ணை விடுவிப்பதற்காகப் புறப்பட்டுவிட்டார்கள். ஆண்கள் முன்னே செல்ல பெண்கள் பின்தொடர்ந்தார்கள்.

பெண்ணை புலி கொன்ற இடத்துக்குப் போய்ச் சேர்ந்தா யிற்று. 'அடுத்தபடி என்ன செய்வது?' என்ற முக்கியமான கேள்வி

எழுந்தது. அதைப் பற்றி விவாதம் நடந்துகொண்டேயிருக்கையில், நூறடி தூரத்திலிருந்த புதருக்குள்ளிருந்து புலி பலத்த ஒரு கர்ஜனை கேட்டது. சொல்லிவைத்தாற்போல அத்தனை பேரும் ஆளுக்கொரு பக்கமாய் ஓட்டம் பிடித்து ஊருக்குள் திரும்பி வந்து சேர்ந்தார்கள். ஓடிவந்த ஓட்டத்தின் ஆயாசம் தீர்ந்து மூச்சுவிட முடிந்ததும், "நீதான் முன்னால் ஓடி இப்படி அலங்கோலம் உண்டாக்கினாய்" என்று ஒருவரை ஒருவர் குற்றம்சாட்டினார்கள். பேச்சுத் தடித்தது. அப்போது, யாரோ ஒரு யோசனை சொன்னார்கள்: எவருமே பயப்படாமல் எல்லாருமே தைரியசாலிகளாக இருந்தால், இன்னமும் நேரம் கடத்திக் கொண்டிராமல் எல்லாரும் திரும்பவும் போய் அந்தப் பெண்ணை ஏன் விடுவிக்கக்கூடாது? இந்த யோசனை அங்கீகாரமாயிற்று. ஆண் கூட்டம் மூன்று தடவை அந்த மலைச்சந்துக்கு அருகே போயிற்று. மூன்றாவது தடவை அவர்களில் துப்பாக்கி வைத்திருந்த ஒருவன், ஒருமுறை சுட்டான். இதைக் கேட்டுப் புலி கர்ஜனை புரிந்துகொண்டு புதருக்கு வெளியிலேயே வந்து விட்டது. 'இனி இந்தப் பெண்ணை விடுவிக்கும் முயற்சியே வேண்டாம்' என்று ஆட்கள் புத்திசாலித்தனமாய் முடிவு செய்து, மீட்கும் முயற்சியையே கைவிட்டார்கள். துப்பாக்கிக்காரனை, "ஏன் அப்பா, நீ ஏன் துப்பாக்கியை ஆகாயத்தில் சுட்டாய்? புதரைப் பார்த்து ஏன் சுட்டிருக்கக் கூடாது?" என்று நான் கேட்டேன். "சரிதான், புலிக்கோ ஏற்கனவே பெருங்கோபம் மூண்டிருந்தது. என் குண்டு ஏதாவது தப்பித் தவறி அதன் மீது பட்டிருக்குமானால், அது நிச்சயமாய் வந்து என்னைக் கொன்று போட்டிருக்கும்" என்று அவன் பதில் அளித்தான்.

புலியின் சுவடு எங்கேயாவது தென்படுகிறதா என்று தேடிக்கொண்டே அன்று காலையில் மூன்று மணிநேரம் கிராமத்தைச் சுற்றினேன். புலியை எதிர்கொள்ளலாம் என்று எனக்கு ஓர் ஆசை; அதேசமயம் அதைச் சந்தித்துவிடுவோமோ என்று ஒரு பயமுந்தான். ஓரிடத்தில் இரண்டு மரங்கள் அடர்ந்த மலைச்சந்து ஒன்று இருந்தது. அங்கே சில புதர்களின் ஓரமாக நான் வந்தேன். அப்போது காட்டுக் கோழிகளின் கூட்டம் ஒன்று சிறகடித்துக் கூச்சலிட்டுக்கொண்டு அந்தப் புதர்களிலிருந்து வெளியே பறந்து வந்தது. என் இருதயத்துடிப்பு அடியோடு நின்றே போய்விட்டதாக எனக்குத் தோன்றியது.

நான் உட்கார்ந்து சாப்பிட அக்ரூட் மரத்தடியில் ஓர் இடத்தை என் ஆட்கள் சுத்தம் செய்தார்கள். காலைச் சாப்பாடு முடிந்தது. கோதுமை விளைச்சலை ஊரார் அறுவடை செய்யும் போது, நான் துப்பாக்கி தாங்கிக் காவல் காக்க வேண்டும் என்று பெரிய தனக்காரர் என்னைக் கேட்டுக் கொண்டார். என் முன்னிலையில் அறுவடை செய்தாலொழிய அறுவடையே

நடக்காது போய்விடும் என்று அவர் சொன்னார். ஏனென்றால், ஜனங்கள் வீட்டைவிட்டே வெளியில் வரப் பயப்படுகிறார்கள் என்றார். அரை மணி நேரத்துக்கெல்லாம் கிராம மக்கள் அத்தனை பேரும் மும்முரமாக வேலை செய்தார்கள். என் ஆட்களும் அவர்களுக்கு உதவி புரிந்தார்கள். துப்பாக்கியுடன் நான் காவல் புரிந்துகொண்டு நின்றேன். மாலை நேரத்துக் குள்ளாக ஐந்து பெரிய வயல்களை அறுவடை செய்தாயிற்று. வீடுகளுக்கு அருகே உள்ள இரண்டு சிறிய திட்டுக்கள்தான் பாக்கி. அவற்றைச் சிரமம் இல்லாமல் மறுநாள் அறுவடை செய்துவிடலாம் என்று பெரிய தனக்காரர் சொன்னார்.

ஊரில் இருந்த குப்பையை அகற்றினார்கள். எனக்கென்றே தனியாக இன்னோர் அறையையும் கொடுத்தார்கள். புலி உள்ளே வராதபடி தடுத்து காற்று மட்டும் வரும்வண்ணம் அறை நிலைப்படியில் கெட்டியாக முட்புதர்களை அடைத்து வைத்தேன்; முதல் நாள் தூங்காத தூக்கத்தை இன்று தூங்கினேன்.

ஊரிலே நான் வந்திருப்பது ஜனங்களுக்குத் தைரியம் கொடுக்கத் தொடங்கியது. சற்றுத் தாராளமாக நடமாடினார்கள். ஆயினும், காட்டைச் சுற்றிக் காட்டும்படி அவர்களை நான் மீண்டும் கேட்டுக்கொள்ளும் அளவுக்கு நம்பிக்கை என்னிடம் அவர்களுக்கு உண்டாகவில்லை. அப்படி அவர்கள் சுற்றிக் காட்டுவது ஓரளவு முக்கியம் என்று நான் கருதினேன். சுற்றிலும் பல மைல் தூரத்துக்கு ஒவ்வொர் அடி நிலமும் அந்த ஜனங் களுக்குத் தெரியும். புலியைக் காணும் வாய்ப்புள்ள இடம் எது என்பதை, அவர்கள் விரும்பினால் எனக்குக் காட்ட முடியும். எப்படியானாலும், புலியின் சுவடுகளைக் காணக்கூடிய இடத்தையாவது அவர்கள் காட்ட முடியும். இந்த ஆட்கொல்லி, ஒரு வேங்கை என்பது நிச்சயமாய்த் தெரிந்த விஷயம். ஆனால் இது இளமையானதா, கிழடா? ஆணா? பெட்டையா? இந்தத் தகவலெல்லாம் தெரிந்தால், இதோடு நான் தொடர்புகொள்ள முடியும் என்பது என் நம்பிக்கை. இதன் பாதச் சுவடுகளைப் பார்த்தால்தான் இந்தத் தகவல்களை நான் அறிந்துகொள்ள முடியும்.

அன்று அதிகாலையில் டீ குடித்தாயிற்று. என் ஆட்களுக்கு இறைச்சி வேண்டும் என்று ஊராரிடம் அறிவித்தேன். மலையாடு ஒன்றைக் காட்டும்படி அவர்களைக் கேட்டுக் கொண்டேன். கிழக்கிலும் மேற்கிலும் போகும் நீண்ட மலை முகட்டின் உச்சியில் இந்தக் கிராமம் அமைந்திருந்தது. இரவை நான் கழித்த பாதைக்கு நேர் கீழே குன்று செங்குத்தாய்ச் சாய்ந்திருந்தது. புல் பத்தை அடர்ந்த பல சரிவுகள் அடுத்தடுத்து அதில் இருந்தன. இந்தச் சரிவுகளில் நிறைய மலையாடுகள் இருப்பதாக என்னிடம்

சொன்னார்கள். இந்த இடத்தை வந்து காட்டப் பலர் முன்வந் தார்கள். இப்படி அவர்கள் முன்வந்ததில் எனக்கு உண்டான சந்தோஷத்தை நான் காட்டிக்கொள்ளவில்லை. மூன்று ஆட் களைக் கூட்டிக் கொண்டேன். "நீங்கள் சொன்னபடி மலையாடு கள் ஏராளமாக இருக்குமானால், என் ஆட்களுக்காக ஒன்று சுடுவதுடன் ஊருக்காகவும் இரண்டைச் சுடுகிறேன்" என்று கிராமத் தலைவரிடம் சொல்லிவிட்டுப் புறப்பட்டேன்.

சாலையைத் தாண்டி, செங்குத்தான ஒரு மலை முகட்டி லிருந்து கீழே இறங்கினோம். ஏதாவது தென்படுகிறதா என்று வலமும் இடமும் கூர்மையாகப் பார்த்துக்கொண்டே சென்றோம். ஒன்றையும் காணவில்லை. குன்றின் உச்சியிலிருந்து கீழே அரை மைல் தூரத்தில் பல மலைச் சந்துகள் வந்து ஒன்று கூடின. இங்கிருந்து பார்த்தால், வலது பக்கம் புல் மூடியிருந்த பாறை சரிவு நன்றாய் கண்ணுக்குத் தெரிந்தது. இந்த இடத்தில் ஒரே ஒரு தேவதாரு மரம் வளர்ந்திருந்தது. முதுகை அதன்மீது சார்த்தி உட்கார்ந்துகொண்டு, சில நிமிஷ நேரம் சரிவை ஆராய்ந்து கண்ணோட்டம் விட்டேன். அப்போது மேலே குன்றின் மீது ஏதோ அசைவது தெரிந்தது. மலையாடு ஒன்று காதை ஆட்டிக் கொள்வதுதான் அது என்று கண்டேன். ஆடு புல்லுக்குள் நின்றுகொண்டிருந்தது. அதன் தலை மட்டுமே வெளியே தெரிந்தது. ஆட்கள் அந்த அசைவைப் பார்க்கவில்லை. ஏனென்றால், ஆட்டின் தலை இப்போது அசையாமல் நிலைப்பட்டுவிட்டது. சூழலுடன் அது ஒன்றிப் போய்விட்டது. எனவே, அதை நான் சுட்டிக்காட்ட முடியவில்லை. ஆடு இருக்கிற இடத்தைப் பற்றி அவர்களுக்கு ஒரு குறிப்புக் கொடுத்தேன். அவர்களை உட்காரவைத்து, நான் சுடுவதைப் பார்த்துக்கொண்டிருக்கச் சொன்னேன். என்னிடமிருந்தது ஒரு பழைய மார்ட்டினி ஹென்ரி ரைஃபிள். சுடும்போது, மோசமாய் உதைக்கும்; இருந் தாலும், எவ்வளவு தூரமானாலும் குறி பிசகாது. ஆடு அறுநூறு அடி தூரத்தில் இருந்தது. அதைப்பற்றி கவலையில்லை. படுத்த படி, தேவதாரு மரத்தின் வசதியான வேர் ஒன்றின் மீது ரைஃபிளை வைத்து, ஜாக்கிரதையாய்க் குறி பார்த்துச் சுட்டேன்.

துப்பாக்கி தோட்டாவிலிருந்து எழுந்த மருந்துப் புகை என் கண்ணை மறைத்தது. "ஏதுமே நடக்கவில்லை; வெறும் பாறையையோ, காய்ந்த சருகுக் கொத்தையோதான் சுட்டிருப்பீர் கள்" என்று ஆட்கள் சொன்னார்கள். முன்னிருந்த நிலையிலேயே இருந்துகொண்டு, ரைஃபிளில் மீண்டும் தோட்டாவை நுழைத் தேன். முந்திச் சுட்ட இடத்துக்குச் சற்று கீழே இப்போது ஏதோ இயங்குவது தென்பட்டது; மலையாட்டின் வால் தெரிந்தது. மலையாடு புல்லைவிட்டு முற்றும் வெளியே வந்ததும் உருளத்

தொடங்கியது. வரவர அதிக வேகத்துடன் உருண்டு உருண்டு செங்குத்தான குன்றிலே கீழ் நோக்கி வந்தது. பாதி தூரம் வந்ததும் மிக அடர்ந்த புல்லுக்குள் மறைந்தது. அங்கே படுத்திருந்த இரண்டு ஆடுகள் இதனால் அரண்டன. அபாயக் குரல் கொடுத்துக் கொண்டே, அவை வெளியே பாய்ந்து, குன்றின்மீது துள்ளி ஏறின. சுட வேண்டிய தூரம் இப்போது குறைவாயிருந்தது. குறி பார்க்கும் கருவியைச் சரி செய்துகொண்டு, பெரிய மலையாடு கண்ணில்படும் வரையில் காத்திருந்து, அது தென்பட்டதும் அதன் முதுகிலே ஒரு குண்டைச் செலுத்தினேன். மற்ற ஆடு குன்றின் குறுக்கே திரும்பி ஓடியதால் அதன் தோள்பட்டையில் சுட்டேன்.

அசாத்தியம் என்று தோன்றும் காரியத்தைச் சாதித்து விடும் பேறு சிலசமயம் கிடைக்கிறது. அசௌகரியமான இடத்தில் படுத்துக்கொண்டேன்; மேலே அறுபது டிகிரி கோணத் தில் அறுநூறு அடி தூரத்தில் இருந்த மலையாட்டின் கழுத்திலே தென்பட்ட சிறிய வெள்ளைக் குறியை நோக்கிச் சுட்டேன். இப்படிச் சுடுவது பல லட்சம் தடவையில் ஒரு தடவைதான் பலிக்கும். ஆயினும், வெடிமருந்து உந்த, கனமான துப்பாக்கி ரவை ஒரு மயிரிழையும் திசை மாறாமல் குறியைப் போய்த் தாக்கி, அந்தக் கணத்திலேயே ஆட்டைக் கொன்றுவிட்டது. இது மட்டுமா? சிறு சிறு மலைச் சந்துகளும் பிதுங்கிய பாறை களும் நிறைந்த செங்குத்தான குன்றுப் பகுதியில், அந்த ஆடு நழுவி உருண்டு, மற்ற இரண்டும் படுத்திருந்த இடத்துக்கு நேரே வந்து சேர்ந்தது. அந்தப் புல் திட்டை விட்டு அது வெளியே உருள்வதற்குள், அந்த இரண்டு ஆடுகளும் நழுவிக் கீழ்நோக்கி உருளத் தொடங்கிவிட்டன. இப்படி மூன்று ஆடுகளுமாக உருண்டு, மலைச் சந்தில் எங்கள் முன்னே வந்து விழுந்தன. ஒருபோதும் ரைஃபிள் சுடுவதைக் கண்டிராத அந்த ஆட்களுக்கு ஏற்பட்ட வியப்பையும் ஆனந்தத்தையும் பார்த்தபோது எனக்கு வேடிக்கையாயிருந்தது.

இந்த வேட்டைக்குப் போனது ஒரு வழியில் அல்ல, பல வழியில் பெரிய வெற்றியாயிற்று. எல்லாருக்குமே வேட்டை இறைச்சியில் பங்கு கிடைத்தது. தவிர, கிராம மக்களுக்கு இதனால் என்மீது நம்பிக்கை ஏற்பட்டது. வேட்டைக் கதைகளைத் திரும்பத் திரும்பச் சொல்லுகையில், அவை ஒருபோதும் சுருங்குவதில்லை. இது எல்லாரும் அறிந்த விஷயம். மலையாடுகளை ஜனங்கள் தோலுரித்துக் கூறு போட்டுக்கொண்டிருந்தார்கள். வேட்டைக்கு என்னுடன் துணைவந்த மூன்று ஆட்களும் அப்போது தங்கள் கற்பனைக் குதிரையை ஒரேயடியாய்த் தட்டிவிட்டார்கள். மலையாடுகளை ஒரு மைல் தூரத்திலிருந்து நான் சுட்டதாகவும்

என் மந்திர ரவைகள் அந்த விலங்குகளைக் கொன்றது மட்டுமின்றி அவற்றை 'துரையின் காலடிக்கே' இழுத்துவந்துவிட்டதாகவும் அந்த மூவரும் சொன்னார்கள். கூடியிருந்த ஜனங்கள் இதைக் கேட்டு வியந்து கூச்சலிட்டார்கள். திறந்த வெளியில் உட்கார்ந்து காலை உணவை உண்டுகொண்டிருந்த என் காதில் இந்தக் கூச்சலெல்லாம் விழுந்தது.

மதியச் சாப்பாட்டுக்குப் பிறகு, "நீங்கள் எங்கே போக விரும்புகிறீர்கள்? எத்தனை ஆட்களை உங்களுடன் அழைத்துச் செல்ல விருப்பம்?" என்று கிராமத் தலைவர் என்னைக் கேட்டார். ஆவலோடு கூட்டமாக ஆட்கள் என்னைச் சூழ்ந்து நெருக்கிக்கொண்டிருந்தார்கள். அவர்களிலிருந்து, முன்னே என்னுடன் துணையாக வந்த இரண்டு பேரைத் தேர்ந்தெடுத்துக் கொண்டேன். கடைசியாக புலி விழுந்த இடத்தைப் போய்ப் பார்க்க, அந்த இருவரையும் வழிகாட்டிகளாகக் கொண்டு நான் புறப்பட்டேன்.

அந்த மலைப் பகுதிகளில் உள்ள ஜனங்களெல்லாம் ஹிந்துக்கள். செத்தவர்களை அவர்கள் சுட்டெரிப்பார்கள். அவர்களில் யாராவது ஒருவரை ஆட்கொல்லிப் புலி தூக்கிச் சென்றுவிட்டால், உறவினர்களுக்கு ஒரு கடமை உண்டு. புலிக்கு இரையானவரின் சடலத்தில் ஏதாவது ஒரு பகுதியை – அது சில எலும்புத் துண்டுகளாக இருந்தாலும் போதும் – மீட்டு வந்து தகனக்கிரியை நடத்திவிட வேண்டும். இந்தப் பெண் விஷயத்தில் இன்னும் தகனக்கிரியை நடந்தாகவில்லை. எனவே, பெண்ணின் சடலத்தில் எந்தப் பகுதி அகப்பட்டாலும் அதைக் கொண்டு வந்து தரும்படி பெண்ணின் உறவினர்கள் எங்களை வேண்டிக் கொண்டார்கள்.

காட்டிலே தென்படும் தடயங்களை ஆராய்ந்து புரிந்து கொள்வது சிறுபிராயம் முதல் என்னுடைய பொழுதுபோக்கு. இந்தப் பெண்ணை புலி கொன்றபோது, நேரில் கண்ட சாட்சிகள் சொன்ன விவரம் எனக்குக் கிடைத்திருக்கிறது. என்றாலும், நேரில் கண்டவர் சொன்னதை எப்போதும் நம்ப முடியாது. ஆனால், காட்டில் தென்படும் தடயங்களோ, நிகழ்ந்த நிகழ்ச்சி முழுவதையும் பதித்த உண்மையான சாட்சியமாக இருக்கும். அந்த இடத்தை அடைந்ததும் தரையை ஒரு கண்ணோட்டம் விட்டேன். புலி எவர் கண்ணிலும் படாமல் ஒரே ஒரு பாதையில் தான் மரத்தை நோக்கி வந்திருக்க முடியும் என்று உடனே எனக்குப் புலப்பட்டது. அது மலைச்சந்தின் கீழேயிருந்து மேல் நோக்கி வந்திருக்க வேண்டும். மலைச்சந்தில் மரத்துக்கு நூறடி கீழே புகுந்து, ஆராய்ந்து பார்த்துக்கொண்டே மேலேறி

வந்தேன். இரண்டு பாறைகளுக்கு இடையே மண் அரித்தோடி வந்து மிருதுவாக படிந்திருந்தது. அதில் ஒரு புலியின் பாதச் சுவடுகளைக் கண்டேன். இது இப்போதுதான் இளமையைத் தாண்டிய ஒரு பெட்டைப் புலி என்று இந்தப் பாதச் சுவடுகள் காட்டின. மலைச்சந்துக்குள் இன்னும் சற்று மேலே, மரத்துக்கு நூறடி கீழே, ஒரு பாறைக்குப் பின்னே, புலி படுத்திருந்திருக் கிறது. மரத்திலிருந்து அந்தப் பெண் இறங்கட்டுமென்று காத்துக் கொண்டே இப்படி அது படுத்திருந்திருக்க வேண்டும். பலியான பெண்தான் வேண்டிய தழைகளையெல்லாம் முதலிலே அறுத்து முடித்தவள். பிறகு அவள் இரண்டங்குலம் சுற்றளவுள்ள ஒரு கிளை வழியாகக் கீழே குதிக்கத் தொங்கியிருக்கிறாள். புலி ஊர்ந்து முன்னே வந்து, தன் பின்னங்கால்களை ஊன்றி நின்று, முன்னங்கால்களால் பெண்ணின் காலைப் பிடித்துக்கொண்டு, கீழே மலைச் சந்துக்குள் அவளை இழுத்திருக்கிறது. நம்பிக்கை யெல்லாமிழந்த துணிச்சலுடன் அந்தத் துர்ப்பாக்கியப் பெண் மரக்கிளையை எப்படிக் கெட்டியாய்ப் பிடித்துக்கொண்டிருந் திருக்கிறாள் என்பதை அந்தக் கிளையே காட்டியது. முதலில் கிளையும் அப்புறம் இலைகளும் அவளுடைய பிடியிலிருந்து நழுவியிருக்கின்றன. அந்தக் கடம்ப மரத்தின் முரட்டுப் பட்டை யிலே அவள் பிடி நழுவிய இடத்தில் அவளுடைய உள்ளங்கையி லிருந்தும் விரல்களிலிருந்தும் பிய்ந்த சதைத் துணுக்குகள் இழை இழையாய் ஒட்டிக்கொண்டிருந்தன. பெண்ணைப் புலி கொன்ற இடத்தில் போராட்டக் குறிகளும் காய்ந்த பெரிய ரத்தத் திட்டு ஒன்றும் இருந்தன. இங்கிருந்து ரத்தச் சுவடு ஒன்று மலைச்சந்துக்குக் குறுக்கே போய் எதிர்க்கரையை அடைந் திருந்தது. அது காய்ந்திருந்தும் தெளிவாய்க் கண்ணுக்குத் தெரிந்தது. மலைச்சந்தை விட்டு ரத்தச் சுவடு சென்ற இடத்தைத் தொடர்ந்து போனபோது, ஒரு புதரில் பெண்ணைப் புலி தின்ற இடத்தை அடைந்தோம்.

ஆட்கொல்லிப் புலி, தனக்குப் பலியான மக்களின் தலை, கை, பாதம் இவற்றைத் தின்பதில்லை என்று ஜனங்கள் பொது வாக எண்ணிக் கொண்டிருக்கிறார்கள். இது தவறு. தன்னை யாரும் தொந்தரவு செய்யவில்லை என்றால், ஆட்கொல்லிப் புலி, எல்லாவற்றையும் – ரத்தம் தோய்ந்த துணியையுமே தின்று விடும். அப்படித் துணியைக்கூட அது தின்றதை ஒருசமயம் நான் பார்த்திருக்கிறேன். அது வேறு கதை.

அப்போது அங்கே பெண்ணின் துணிகளையும் சில எலும்புத் துண்டுகளையும் நாங்கள் கண்டுபிடித்தோம். அவற்றை இதற் கென்றே நாங்கள் கொண்டுவந்திருந்த சுத்தமான துணியில்

வைத்துச் சுற்றினோம். பாவம், இவை ரொம்ப அற்பமாய்த் தான் இருந்தன. ஆயினும் இந்த உயர்ஜாதிப் பெண்ணின் அஸ்தி, கங்காதேவியிடம் போய்ச் சேர்வதற்கான தகனக் கிரியை நடத்த இவை போதும்.

தேநீர் அருந்தியதும் மற்றொரு துயர சம்பவம் நடந்த இடத்துக்குச் சென்றேன். கிராமத்தின் தலைமைப் பகுதியிலிருந்து முக்கியமான பொது ரோட்டின் மறுபுறம் சில ஏக்கர் பரப்பு உள்ள பட்டா நிலம் ஒன்று இருந்தது. ரோட்டை ஒட்டி மேலே குன்றின் பக்கமாக, இந்த நிலத்தின் சொந்தக்காரர் ஒரு குடிசை கட்டியிருந்தார். இவருடைய மனைவி, இரண்டு குழந்தைகளின் (ஒரு நான்கு வயதுப் பையன், ஓர் ஆறு வயசுப் பெண்) தாய்; இரண்டு சகோதரிகளுக்குள் இளையவள். குடிசைக்கு மேலே குன்றின் மீது அக்காளும் தங்கையுமாய் ஒரு நாள் புல் அறுத்திருக்கிறார்கள். அப்போது புலி திடீரென்று தோன்றி அக்காளைத் தூக்கிக்கொண்டு போயிருக்கிறது. "என் அக்காளை விடு; அவளுக்குப் பதில் என்னைக் கொண்டு போ" என்று கதறியபடி, கருக்கரிவாளைக் காட்டி 300 அடி தூரம் புலியின் பின்னாலேயே தங்கை சென்றிருக்கிறாள். நம்பமுடியாத இந்த வீரச் செயலை, கிராமத்தின் தலைமைப்பகுதி மக்கள் நேரே கண்டிருக்கிறார்கள். செத்தவளை 300 அடி தூரம் இழுத்துச் சென்றபின், புலி அவளைக் கீழே போட்டுவிட்டு, தன்னைத் துரத்தியவள்மீது திரும்பியது. உறுமலுடன், அந்தப் பெண்ணை நோக்கி அது பாய்ந்தது. அவள் குன்றின் கீழ்ப் பக்கமாகக் குடல் தெறிக்க ஓடிவந்து, சாலையைத் தாண்டி, கிராமத்துக் குள்ளே புகுந்தாள். ஜனங்களிடம் இந்த விவரத்தையெல்லாம் சொல்லத்தான் அவள் எண்ணியிருக்க வேண்டும். நடந்ததை யெல்லாம் கிராமத்து மக்கள் ஏற்கனவே பார்த்துக் கொண்டிருந் திருக்கிறார்கள் என்பது அவளுக்குத் தெரியாது. அவள் என்னவோ உளறிக் கொட்டியிருக்கிறாள். மூச்சுத்திணறிப் பயந்து பரபரப்புற்றதாலேயே இப்படி அவள் உளறியதாகக் கிராமத்து ஆட்கள் அந்தச் சமயம் எண்ணியிருக்கிறார்கள். அக்காளை மீட்க அதி விரைவாய்ச் சில ஆட்கள் ஒரு கோஷ்டி யாகப் புறப்பட்டுச் சென்று, வெற்றியின்றித் திரும்பிவந்தார்கள். பேசும் ஆற்றலையே தங்கை இழந்துவிட்டாள் என்பது அப்புறந்தான் தெரிந்தது. இந்தக் கதையைக் கிராமத்து ஆட்கள் என்னிடம் சொன்னார்கள். இரண்டு அறை உள்ள அந்தக் குடிசைக்குச் செல்லும் பாதையிலே நான் ஏறிச் சென்றேன். அங்கே அவள் துணிமணிகளைத் துவைத்துக்கொண்டிருந்தாள். அப்போது அவள் ஊமையாகிப் பன்னிரண்டு மாதம் ஆகிவிட்டது.

அவளுடைய கண்களிலே மட்டும் ஏதோ ஒரு வெறிப்பு இருந்தது. மற்றபடி முற்றும் இயல்பாகவே இருந்தாள். நான் நின்று அவளிடம் பேசினேன். "உன் அக்காளைக் கொன்ற புலியை, நான் சுடுவதற்காக வந்திருக்கிறேன்" என்று சொன்னேன். அவள் இரண்டு கையையும் கூப்பியபடி குனிந்து என் பாதத்தைத் தொட்டாள். உண்மையில் அப்போது நான் ஒரு வேஷதாரி என்றே எனக்குத் தோன்றியது. ஆட்கொல்லிப் புலியைச் சுடும் நோக்கத்தோடேயே நான் வந்திருக்கிறேன் என்பது உண்மை தான். ஆனால், இந்தப் புலியோ ஓரிடத்தில் இரண்டு முறை கொல்வதில்லை என்ற கீர்த்திபெற்றது. கொன்ற இரை கிடக்கும் இடத்துக்கு மற்ற புலிகள் போல இது திரும்பி வருவதும் இல்லை. பல நூறு சதுரமைல் பரப்பு உள்ள பிரதேசத்தில் இது ஆதிக்கம் செலுத்திக்கொண்டிருக்கிறது. எனவே, என் நோக்கம் நிறைவேறுவதற்கான வாய்ப்பு, வைக்கோல் போரில் ஊசியைத் தேடிக் கண்டுபிடிப்பதுபோல.

நைனிதாலில் இருந்தபோது எத்தனையோ திட்டங்கள் போட்டிருந்தேன். அவற்றில் ஒன்றை ஏற்கனவே முயன்று பார்த்துவிட்டேன். என்னைக் கட்டி அடித்தாலும் இனி அதைக் கைக்கொள்ள மாட்டேன். இப்போது மேற்கொண்டுள்ள மற்ற திட்டங்களும் அவ்வளவு திருப்தியாயில்லை. தவிர, எனக்கு ஆலோசனை சொல்லக் கூடியவர் யாரும் இல்லை. ஏனென்றால், குமாயுன் பிரதேசத்திலேயே முதல்முதலாக அறியப்பட்ட ஆட்கொல்லி இதுதான். இவையெல்லாம் எப்படி யானாலும், ஏதாவது செய்தாக வேண்டும். எனவே, அடுத்த மூன்று நாளும் சூரியோதயம் முதல் அஸ்தமனம் வரையில் காடு மேடெல்லாம் அலைந்து திரிந்தேன். சுற்றிலும் பல மைல் தூரத்துக்குள் எங்கெல்லாம் புலியைக் காணும் வாய்ப்பு எனக்குக் கிட்டக்கூடும் என்று கிராமத்தார் சொன்னார்களோ அந்த இடங்களுக்கெல்லாம் போய்ப் பார்த்தேன்.

இங்கே என் கதையைச் சற்று நிறுத்தி, ஒரு வதந்தியை மறுக்க விரும்புகிறேன். இந்தத் தடவையும் சரி, இதற்கு முந்திப் பல தடவைகளும் சரி; ஆட்கொல்லிப் புலிகளை என்னிடம் ஈர்ப்பதற்கு, நான் ஒரு மலை ஜாதிப் பெண்ணைப்போல் உடை உடுத்திக் காட்டுக்குள்ளே போனேனாம். போய் ஒரு கருக் கரிவாளாலோ கோடரியாலோ புலியைக் கொன்றேனாம். இந்த மலைகள் அனைத்திலும் அந்த வதந்தி உலவியது. உடை மாற்ற விஷயத்தில் சிலசமயம் நான் செய்தது இவ்வளவுதான்: ஒரு சேலையை இரவல் வாங்கி, அறுத்த புல்லோடு அதை என்னைச் சுற்றிலும் தொங்கவிட்டுக் கொள்வேன். அப்படியே

புல் அறுப்பேன்; அல்லது மரங்களின்மீது ஏறி இலைகளைத் தறித்துப் போடுவேன். இந்தத் தந்திரம் ஒருபோதும் பலன் தரவில்லை. ஆயினும் இரண்டு சந்தர்ப்பத்தில் ஆட்கொல்லிப் புலிகள் – எனக்குத் தெரிந்து – நான் இருந்த மரத்தைக் கண்டு எச்சரிக்கையோடு விலகி, ஒருசமயம் ஒரு பாறைக்குப் பின்னா லும் மறுசமயம் ஒரு மரத்துக்குப் பின்னாலும் பதுங்கிப் பார்த்துக் கொண்டிருந்தன; சுடுவதற்கு அவை எனக்கு வாய்ப்பு அளிக்கவே யில்லை.

இனி கதையைத் தொடர்கிறேன். புலி இப்போது இந்த இடத்தை விட்டுப் போய்விட்டதாகத் தோன்றியது. பாலி கிராமத் துக்கு நேர் கிழக்கே பதினைந்து மைல் தூரத்தில் உள்ள சம்பாவதி என்ற ஊரில் போய்த் தங்க நான் தீர்மானித்தேன். பாலி கிராமவாசிகளுக்கு இதில் மிகவும் வருத்தந்தான். அதிகாலை யிலேயே புறப்பட்டுவிட்டேன். துனாகட் என்ற இடத்தில் காலைச் சாப்பாடு. சூரியன் மறையும்போது சம்பாவதி போய்ச் சேர்ந்தேன். இந்தப் பகுதியில் உள்ள சாலைகள் எல்லாம் மிகவும் ஆபத்தானவை என்று மக்கள் நினைத்தார்கள். எனவே, ஆண்கள் மட்டுமே பெருங்கூட்டமாக கிராமத்துக்குக் கிராமமோ, சந்தைக் கடைகளுக்கோ போவார்கள். துனாகட்டை விட்டுப் புறப்பட்ட பின், என் ஆட்களான எட்டுப் பேருடன் சாலையின் அக்கம்பக்கக் கிராமவாசிகள் சிலரும் சேர்ந்துகொண்டார்கள். நாங்கள் சம்பாவதியை அடையும்போது முப்பது பேர் இருந்தோம். என்னோடு சேர்ந்துகொண்ட ஆட்களில் சிலர், இரண்டு மாதத் துக்கு முன் இருபது பேராய்ச் சம்பாவதிக்குச் சென்ற ஒரு கோஷ்டியிலும் இருந்திருக்கிறார்கள். அவர்கள் மிகவும் பரிதாப மான ஒரு கதையை எனக்குச் சொன்னார்கள்.

“சம்பாவதியின் மறு பக்கத்துக் குன்றின் தென் முகத்தில், பள்ளத்தாக்கு மேலே நூற்றைம்பது அடி உயரத்திலும் சமதூரத் திலும் சில மைல்களுக்குச் சாலை செல்லுகிறது. இரண்டு மாதத்துக்கு முன் நாங்கள் இருபது பேர் சம்பாவதிச் சந்தைக்குப் போய்க்கொண்டிருந்தோம். சாலையின் இந்தப் பகுதியில் உச்சிப் பகல் வேளையில் நாங்கள் சென்றுகொண்டிருந்தபோது, கீழே பள்ளத்தாக்கிலிருந்து வேதனையால் கதறும் மனித ஓலம் ஒன்று கேட்டது. நாங்களெல்லாம் சாலையோரத்தில் ஒருவரை யொருவர் இடித்து நெருக்கி நின்றுகொண்டு பயந்து நடுங் கினோம். ஓலம் வரவரக் கிட்ட நெருங்கியது. நிர்வாணமான ஒரு பெண்ணை வாயிலே கௌவிக் கொண்டு கடைசியில் ஒரு புலி தோன்றியது. புலியின் ஒரு பக்கத்தில் பெண்ணின் தலைமயிர் தரையிலே புரண்டது; மறுபக்கம் அவளுடைய பாதங்கள் புரண்டன. பெண்ணின் இடையை முதுகுப் பக்கத்தில்

புலி கௌவிக்கொண்டிருந்தது. அவள் மார்பிலே அடித்துக் கொண்டு, 'ஆண்டவனே, காப்பாற்று', 'மனிதர்களே, காப்பாற்றுங் கள்' என்று மாறி மாறிக் கூவியழைத்தாள். நன்றாய் எங்கள் கண் பார்க்க, எங்களுக்கு நூற்றைம்பது அடி தூரத்தில், தன் சுமையைத் தூக்கிக்கொண்டு புலி எங்களைக் கடந்து சென்றது. பெண்ணின் ஓலம் தூரத்திலே மங்கி மறைந்தது; நாங்கள் எங்கள் வழிநடையைத் தொடர்ந்தோம்."

"நீங்கள் இருபது ஆட்களுமா ஒன்றுமே செய்யவில்லை?"

"இல்லை, சாகேப். நாங்கள் பயந்து போனோம்; ஒன்றும் செய்யவில்லை. கிலி பிடித்த மனிதர்கள் என்ன செய்ய முடியும்? தவிர, புலிக்கு ஆத்திரம் மூட்டி எங்களுக்கே ஆபத்து தேடிக் கொள்ளாமல் பெண்ணை நாங்கள் விடுவிக்க முடிந்திருந்தால் கூட, அதனால் பெண்ணுக்கு ஒரு லாபமும் இல்லை. அவளுடைய உடம்பெல்லாம் ஒரே ரத்தமயமாயிருந்தது; அந்தக் காயத்தா லேயே நிச்சயம் அவள் செத்திருப்பாள்."

சம்பாவதிக்கு அருகே உள்ள ஒரு கிராமத்துப்பெண் அவள் என்று பின்னால் அறிந்துகொண்டேன். காய்ந்த சுள்ளி களை அவள் பொறுக்கிக்கொண்டிருந்திருக்கிறாள். அப்போது அவளைப் புலி பிடித்துச் சென்றுவிட்டது. அவளுடைய தோழிகள் உடனே கிராமத்துக்குள் ஓடிக் கூக்குரல் போட்டிருக்கிறார்கள். பெண்ணை மீட்க ஒரு கூட்டம் ஆட்கள் புறப்படுகிற சமயத்தில், இந்த இருபது ஆட்களும் அங்கே போய்ச் சேர்ந்திருக்கிறார்கள்.

"நாங்கள் ஐம்பது அல்லது அறுபது பேர் இருப்போம். பெண்ணை மீட்கப் புறப்பட்டோம். எங்களில் சிலர் துப்பாக்கி வைத்திருந்தார்கள். பெண்ணைப் புலி தூக்கியபோது அவள் சுள்ளி பொறுக்கிக்கொண்டிருந்த இடத்திலிருந்து ஒரு பர்லாங்கு தூரத்தில், அவளுடைய துணிகள் கிழிந்து கிடக்கக் கண்டோம். அங்கிருந்து தம்பட்டங்களை அடித்துக்கொண்டும் துப்பாக்கி களைச் சுட்டுக்கொண்டும் நடந்தோம். இப்படியே ஒரு மைல் தூரத்துக்குமேல் நடந்து, பள்ளத்தாக்கின் தலைப்பு வரையில் போனோம். அங்கே அந்தப் பெண்ணின் உடலைக் கண்டோம். சின்னஞ் சிறு பிராயத்தைத் தாண்டிய இளம்பெண். பெரும் பாறை ஒன்றின்மீது செத்துக் கிடந்தாள். புலி அவளுடைய உடம்பின்மீது இருந்த ரத்தம் முழுவதையும் சுத்தமாய் நக்கி விட்டுப் போயிருந்தது. இதற்குமேல் அவளை அது ஒன்றும் செய்யவில்லை. ஒன்றிரண்டு பேர் கொடுத்த அரை வேட்டி களை அவளுடைய உடம்பில் சுற்றினோம். அப்படிச் சுற்றுகை யில் அவளைப் பாராமல் எங்கள் முகத்தை வேறு பக்கம் திருப்பிக்கொண்டோம். ஏனென்றால், அவள் மல்லாந்து படுத்

திருந்தது என்னவோ உறங்குகிறவள் மாதிரி இருந்தது; தொட்டால் விழித்தெழுந்து வெட்கப்படுவாள்போல் தோன்றியது."

வருஷத்துக்கு வருஷம் இந்தமாதிரி அநுபவங்களையே திரும்பத் திரும்பச் சொல்லிக்கொண்டு, நீண்ட இரவெல்லாம் கதவை மூடிக் கண் விழித்துக்கொண்டு புலிகள் அலையும் நாட்டில் வாழும் இந்த மக்களின் இயல்பும் மனப்பான்மையும் மாறிவிட்டன. இது ஒன்றும் ஆச்சரியமில்லை. வெளியிலிருந்து வரும் ஒருவனுக்கு, "பயங்கர உலகம் ஒன்றுக்குள் வந்து கால் வைத்திருக்கிறோம்; பல்லும் நகமுமே இங்கே ஆட்சி புரிகின்றன. பல்லாயிரம் ஆண்டுகளுக்கு முன் புலிகளுக்குப் பயந்து குகைகளில் மனிதர் தஞ்சம் புகுந்த காலம் போலிருக்கின்றது" என்ற உணர்ச்சிதான் ஏற்படுகிறது. வெகுகாலத்துக்கு முந்திய இந்தச் சம்பாவதி நாட்களில், நான் இளைஞனாக இருந்தேன். அநுபவம் இல்லாதவன். அப்படியிருந்ததும், புலியின் நிழலிலே வாழ்ந்து உயிரை வைத்துக்கொண்டிருப்பதைவிடப் பயங்கரமானது வேறொன்றில்லை என்ற திடமான ஒரு கருத்து ஏற்பட்டுவிட்டது; இங்கு சிறிது காலம் வசித்ததுமே மேலும் முப்பத்திரண்டு வருஷத்திய அனுபவத்தில், எனக்கு இந்தக் கருத்து மேலும் வலுப்பட்டது.

சம்பாவதி தாசில்தாருக்கு என்னை அறிமுகப்படுத்தும் கடிதங்களை என்னிடம் கொடுத்திருந்தார்கள். நான் தங்கிய டாக் பங்களாவில் அவர் அன்றிரவு வந்து என்னைச் சந்தித்தார். சில மைல் தூரத்தில் உள்ள மற்றொரு பங்களாவுக்கு அருகில்தான் புலி பல மனிதர்களைக் கொன்றதாம். நான் அடுத்த நாள் அந்தப் பங்களாவுக்கு போய்த் தங்க வேண்டும் என்று தாசில்தார் யோசனை சொன்னார்.

மறுநாள் அதிகாலையில் தாசில்தார் துணைவர, அந்தப் பங்களாவுக்குப் புறப்பட்டேன். பங்களாவின் தாழ்வாரத்தில் காலைச் சாப்பாட்டை நான் சாப்பிட்டுக்கொண்டிருக்கும் போது, இரண்டு ஆட்கள் வந்தார்கள். பத்து மைல் தூரத்தில் உள்ள ஒரு கிராமத்தில் பசு ஒன்றை ஒரு புலி கொன்றுவிட்டதாம். "மன்னிக்க வேண்டும். சம்பாவதியில் கொஞ்சம் அவசர ஜோலி இருக்கிறது. நான் போய்க் கவனிக்க வேண்டும். மாலையில் பங்களாவுக்குத் திரும்பி வந்து, இரவில் உங்களோடு தங்குகிறேன்" என்று சொல்லித் தாசில்தார் போய்விட்டார். எனக்கு வழிகாட்ட வந்தவர்கள் நன்றாய் நடக்கக் கூடியவர்கள். பாதை குன்றிலிருந்து கீழே சென்றது. ஆகவே, வெகு சீக்கிரத்தில் பத்து மைல் தூரத்தையும் கடந்துவிட்டோம். கிராமத்துக்குப் போய்ச் சேர்ந்தோம். அங்கே எனக்கு ஒரு மாட்டுக் கொட்டகையைக்

காட்டினார்கள். ஒரு வாரக் கன்றுக்குட்டி ஒன்றை ஒரு சிறுத்தை கொன்று பாதி தின்றுவிட்டுப் போயிருந்தது. சிறுத்தையைச் சுட எனக்கு நேரமும் இல்லை; விருப்பமும் இல்லை. எனக்கு வழிகாட்டிய ஆட்களுக்கு வெகுமதி கொடுத்துவிட்டு, பங்களா வுக்குத் திரும்பினால் தாசில்தார் இன்னும் வந்து சேரவில்லை. அஸ்தமிக்க இன்னும் ஒரு மணி நேரத்துக்குமேல் இருந்தது. ஓர் இடத்தில் ஒரு புலி வந்து எப்போதும் தண்ணீர் குடிப்பதாகப் பங்களாவின் காவலாளி என்னிடம் தெரிவித்தான். அந்த இடத்தைப் போய்ப் பார்க்கப் புறப்பட்டுச் சென்றேன். தோட்டத் துக்குத் தண்ணீர் வழங்கிய ஓர் ஓடை இது. ஓடையைச் சுற்றி மிருதுவான மண்ணில் பல நாளான பாதச் சுவடுகள் இருந்தன. ஆனால் பாலி கிராமத்தில் ஒரு பெண்ணைப் புலி கொன்ற மலைச்சந்தில் நான் பார்த்து ஆராய்ந்த அந்தப் பாதச் சுவடுகள் வேறு; இவை வேறு.

பங்களாவுக்கு நான் திரும்பியபோது, தாசில்தார் வந்திருந்தார். நாங்கள் இருவரும் தாழ்வாரத்தில் உட்கார்ந்தோம். அன்றைய அநுபவங்களை அவரிடம் சொன்னேன். வீணே நான் அவ்வளவு தூரம் போய்வர நேர்ந்ததைக் குறித்து அவர் வருத்தம் தெரிவித் தார். பிறகு, தாம் வெகு தொலைவு போகவேண்டியிருப்பதால், உடனே புறப்பட வேண்டும் என்று சொல்லி எழுந்தார். இப்படி அவர் அறிவித்தது எனக்கு வியப்பூட்டியது. ஏனென்றால், இரவில் என்னொடு தாமும் தங்குவதாக, அன்று இரண்டு தடவை என்னிடம் சொல்லியிருந்தார். அவர் என்னோடு தங்கவில்லையே என்பது பற்றி நான் கவலைப்படவில்லை; அவர் துணிந்து புறப்பட்டதில் உள்ள அபாயத்தைப் பற்றித்தான் கவலைப்பட்டேன். ஆயினும் நான் எவ்வளவுதான் சொல்லியும் அவர் காது கொடுக்கவில்லை. தாழ்வாரத்தைவிட்டு வெளியே இறங்கிவிட்டார். புகைபிடித்த, ஒளிமங்கிய லாந்தர் ஒன்றைத் தூக்கியபடி ஒரே ஓர் ஆள் அவருக்குத் துணை சென்றான். பகலில்கூடத் திரள் திரளாக மட்டுமே மக்கள் பிரயாணம் செய்யும் இந்தப் பிரதேசத்தில் நாலு மைல் தூரம் நடக்க இப்படி அவர் கிளம்பி விட்டார். அவருடைய துணிச்சல் கண்டு நான் தலை வணங்கினேன். கண்ணுக்கெட்டிய தூரத்துக்கு அப்பால் அவர் சென்று மறைந்த பிறகு, நான் திரும்பிப் பங்களாவுக்குள் புகுந்தேன்.

இந்தப் பங்களாவைப் பற்றி ஒரு கதை சொல்ல வேண்டி யிருக்கிறது. ஆனால், அதை நான் இங்கே சொல்லப் போவ தில்லை. ஏனென்றால், இது காட்டுக் கதைகள் அடங்கிய புத்தகம். இயற்கைக்குப் புறம்பான கதைகள், இந்த வகை வரலாறுகளோடு பொருந்தமாட்டா.

II

பரந்த பழத்தோட்டத்தையும் தேயிலைத் தோட்டத்தையும் அடுத்த நாள் காலையில் போய்ப் பார்த்தேன்; நீரோடையில் குளித்தேன். உச்சிப் பகல்போதில் சம்பாவதியிலிருந்து தாசில்தார் பத்திரமாகத் திரும்பிவந்து சேர்ந்தார். எனக்கு இது நிம்மதியைத் தந்தது.

நீண்ட குன்றுச் சரிவின் கீழே பச்சை வயல் சூழ்ந்த ஒரு கிராமத்தைப் பார்த்துக்கொண்டே, அவருடன் பேசிக்கொண் டிருந்தேன். அப்போது ஓர் ஆள் அந்தக் கிராமத்தை விட்டு வெளியே வந்து, நாங்கள் இருந்த திசையை நோக்கிக் குன்றின் மீது ஏறத்தொடங்கியதைக் கண்டேன். அவன் எங்களை நெருங்க நெருங்க, மாறி மாறி ஒரு கணம் ஓட்டமும் மறுகணம் நடையுமாய் வருவதைப் பார்த்தேன். ஏதோ முக்கியமான செய்தி கொண்டு வருகிறான் என்று தெளிவாய்ப் புலப்பட்டது. "இதோ இரண்டு நிமிஷத்தில் வருகிறேன்" என்று தாசில்தாரிடம் சொல்லிவிட்டு, குன்றின் கீழ் நோக்கி நான் ஓடினேன். நான் வருவதைக் கண்டதும், அந்த ஆள் சற்றுக் கீழே உட்கார்ந்து ஆயாசந் தீர மூச்சுவிட்டான். அவன் பேசுவது என் காதில் விழக்கூடிய தூரத்தில் நான் போய்ச் சேர்ந்ததும், "சீக்கிரம் வாருங்கள், சாகேப், ஆட்கொல்லிப் புலி இப்போதுதான் ஒரு சிறு பெண்ணைக் கொன்றுவிட்டது" என்று அழைத்தான். "அசையாமல் உட்கார்ந்திரு" என்று அவனுக்குச் சொல்லி, நான் திரும்பிப் பங்களாவுக்கு ஓடினேன். செய்தியைத் தாசில்தாருக்குச் சொன்னேன். ஒரு ரைஃபிள், சில தோட்டாக்கள் இவற்றை எடுத்துக்கொண்டேன். கீழே உள்ள கிராமத்துக்கு என்னைப் பின்பற்றி வரும்படி அவரிடம் சொன்னேன்.

கிராமத்திலே ஆணும் பெண்ணும் குழந்தைகளுமாய்க் கூடி பரபரப்புடன் எங்களை எதிர்பார்த்துக் காத்துக்கொண் டிருந்தார்கள். இந்த மாதிரி சமயங்களில்தான் ஒரு வழக்கம் உண்டே, அதன்படி எல்லாரும் ஏக காலத்தில் பேசத் தொடங்கி விட்டார்கள். ஒருவர் பேசுவது ஒருவருக்குப் புரியாத இந்தச் சந்தை இரைச்சலை அமைதிப்படுத்த ஓர் ஆள் முயன்றான். அவனுடைய முயற்சி வீணாயிற்று. அந்த ஆளை ஒரு பக்கமாய் நான் அழைத்துச்சென்று, "என்ன நடந்தது, சொல்" என்று கேட்டேன். கிராமத்திலிருந்து சுமார் ஒரு பர்லாங்கு தூரத்தில் குன்று சற்றுச் சரிந்திருந்தது. அங்கொன்றும் இங்கொன்றுமாய்ச் சில கடம்ப மரங்கள் சிதறி நின்ற அந்தச் சரிவை அவன் சுட்டிக் காட்டினான். அங்கே மரங்களுக்குக் கீழே கிடந்த காய்ந்த சுள்ளிகளைப் பத்துப் பன்னிரண்டு பேர் பொறுக்கிக் கொண் டிருந்ததாகவும் அப்போது புலி தோன்றி அவர்களில் ஒருத்தி

யைப் பிடித்துக் கொண்டு போய்விட்டதாகவும் சொன்னான். அந்தப் பெண்ணுக்குப் பதினாறு அல்லது பதினெழு வயது இருக்குமாம். அந்தக் கோஷ்டியில் இருந்த மற்றவர்கள் கிராமத் துக்குத் திரும்பி ஓடி வந்திருக்கிறார்கள். நான் இந்தப் பங்களாவில் வந்து தங்கியிருப்பது அவர்களுக்குத் தெரியும். எனவே, எனக்குத் தகவல் அறிவிப்பதற்காக ஓர் ஆளை அந்தக் கணமே அனுப்பி யிருக்கிறார்கள்.

என்னோடு பேசிய மனிதனின் மனைவியும் சுள்ளி பொறுக் கிய கோஷ்டியில் இருந்திருக்கிறாள். குன்றின் சரிவில் நின்ற ஒரு மரத்தை அவள் இப்போது எனக்குச் சுட்டிக்காட்டி, அதன் கீழேதான் சிறுமியைப் புலி பிடித்துச் சென்றது என்று கூறினாள். தன்னிடம் சிக்கிய பெண்ணைப் புலி சுமந்து எந்தத் திசையில் செல்கிறது என்ற விஷயத்தை அறிய, அந்தக் கோஷ்டி யினரில் யாரும் திரும்பிப் பார்க்கவேயில்லை.

"யாரும் சந்தடி செய்யாதீர்கள்; நான் திரும்பி வருகிற வரைக்கும் எல்லாரும் கிராமத்திலேயே இருங்கள்" என்று கும்பலிடம் சொல்லிவிட்டு, அந்த மரமிருக்கும் திசையை நோக்கிப் புறப்பட்டேன். முற்றும் திறந்த வெளி. புலி அவ்வளவு பெரிய ஒரு விலங்கு, பத்துப் பன்னிரண்டு பேர் கண்ணிலும் படாமல் எப்படி இங்கே வந்தது என்பதைக் கற்பனையே செய்ய முடியவில்லை. அது வந்ததை யாருமே கவனிக்கவில்லை. பெண்ணின் குரலைக் கேட்ட பிறகுதான் புலியை அவர்கள் பார்த்திருக்கிறார்கள்.

புலி பெண்ணைக் கொன்ற இடத்தில் ரத்தம் குளமாய் தேங்கியிருந்தது. செக்கச் செவேல் என்றிருந்த அந்த ரத்தத் திட்டிற்கு அருகே நீல மணிமாலை ஒன்று அறுந்து கிடந்தது; அந்தப் பெண் அணிந்திருந்த மாலை. சுவடு இந்த இடத்திலிருந்து மேலே குன்றின் சரிவைச் சுற்றிச் சென்றது.

புலியின் சுவடு தெளிவாய்ப் பளிச்சென்று தெரிந்தது. அதன் ஒரு பக்கத்தில் பெரிய பெரிய கறைகளாய் ரத்தம் உறைந் திருந்தது. அந்தப் பக்கந்தான் பெண்ணின் தலை தொங்கியிருக் கிறது. மறு பக்கத்தில் அவளுடைய கால் தேய்ந்த அடையாளம் இருந்தது. குன்றின்மேலே அரை மைல் தூரம் சென்றதும், பெண்ணின் தாவணியைக் கண்டேன்; குன்றின் உச்சியில் அவளுடைய பாவாடை கிடந்தது. மறுமுறையும் புலி ஒரு நிர்வாணமான பெண்ணைத் தூக்கிச் சென்றிருக்கிறது. ஆனால், இந்தத் தடவை அது தூக்கிச் சென்ற பெண், ஆண்டவன் கருணையால் செத்த சவமாகிவிட்டாள்.

குமாயுன் புலிகள்

குன்றின் உச்சியில் புருவத்தில் கரிய முட்புதர் ஒன்றினூடே சுவடு சென்றது. பெண்ணின் கருநிறக் கூந்தலின் நீண்ட சுருள்கள் அந்தப் புதரின் முட்களில் சிக்கியிருந்தன. இதற்கு அப்பால் காஞ்சரிச் செடிகளின் பாத்தி ஒன்று இருந்தது. புலி அதன் வழியே சென்றிருந்தது. இந்தத் தடையை எப்படிச் சுற்றிக் கடப்பது என்று நான் வழி தேடிக்கொண்டிருக்கையில், எனக்குப் பின்னால் ஏதோ காலடிச் சப்தத்தைக் கேட்டேன். திரும்பிப் பார்த்தபோது, ரைஃபிள் ஒன்றைத் தாங்கிக்கொண்டு ஓர் ஆள் என்னை நோக்கி வருவதைக் கண்டேன். "கிராமத்தை விட்டு யாரும் வெளிப்படக் கூடாது என்று நான்தான் சொல்லி யிருந்தேனே. அப்படியிருக்க நீ ஏன் என்னைப் பின்தொடர்ந் தாய்?" என்று அவனைக் கேட்டேன். "உங்களுக்குத் துணையாய் வரும்படி தாசில்தார் எனக்குக் கட்டளையிட்டிருக்கிறார். அதை மீற எனக்குப் பயம்" என்றான் அவன். தாசில்தாரின் உத்தர விற்கேற்ப நடக்க அவன் தீர்மானமாயிருப்பதாய்த் தோன்றியது. அவனோடு வாதித்துக்கொண்டிருந்தால், நேரந்தான் வீணாகும். அவன் அணிந்திருந்த கனமான பூட்ஸுகளைக் கழற்றி விடும்படி சொன்னேன். அவன் அவற்றைக் கழற்றி ஒரு புதருக்குள் பதுக்கி வைத்தான். "எனக்கு மிக அருகிலேயே வா; பின்பக்கத்தைக் கூர்மையாய்க் கவனித்துக்கொண்டிரு" என்று அவனுக்குச் சொன்னேன்.

மெல்லிய கால் உறையும் குட்டை நிக்கரும் அடியில் ரப்பர் போட்ட ஜோடும் நான் அணிந்திருந்தேன். முட்செடி களைச் சுற்றிச் செல்ல வழி ஏதும் தென்படவில்லை. எனவே, புலி சென்ற வழியினூடே சென்றேன். இது எனக்குப் பெரிதும் அசௌகரியமாய்த்தான் இருந்தது.

முட்செடிகளுக்கு அப்பால் சுவடு இடது பக்கமாய்த் திரும்பி, மிகவும் செங்குத்தான குன்றில் நேர் கீழே இறங்கியது. அங்கே முட் செடிகளும் மூங்கில்களும் அடர்த்தியாய் வளர்ந்து மூடியிருந்தன. முன்னூறு அடி கீழே, குறுகிய மிகவும் செங்குத்தான வாய்க்காலுக்குள் ரத்தச் சுவடு புகுந்தது. புலி சற்றுக் கஷ்டப் பட்டுத்தான் கீழே சென்றிருக்கிறது. இடம் பெயர்ந்து கிடந்த கற்களும் மண்ணும் இதைப் புலப்படுத்தின. நான் இந்த வாய்க் காலைத் தொடர்ந்து பத்து அல்லது பதினைந்து அடி தூரம் போனேன். நாங்கள் மேற்கொண்டு போகப் போக, என் கூட வந்தவன் மேலும் மேலும் கலவரம் அடைந்தான். ஐந்தாறு தடவை அவன் என் கையைப் பிடித்துக்கொண்டு கண்ணீருடன், 'புலியின் சந்தடி இந்தப் பக்கம் கேட்கிறது', 'அந்தப் பக்கம் கேட்கிறது', 'பின்னால் கேட்கிறது' என்றெல்லாம் முணுமுணுத் தான். குன்றில் கீழ் நோக்கிப் பாதி தூரத்துக்கு நாங்கள் வந்த

போது, அங்கே கோபுரம் போன்ற பெரிய பாறை ஒன்று எதிர்ப்பட்டது. முப்பதடி உயரம் இருக்கும். இந்த ஆளோ புலி வேட்டையில் தன்னால் தாங்க முடிந்த அளவு பங்குபற்றி விட்டான். ஆகவே அவனிடம், "இதோ இந்தப் பாறைமீது ஏறிக்கொள்; நான் திரும்பி வரும் வரைக்கும் இதைவிட்டு அசையாதே" என்றேன். அவனும் வெகு சந்தோஷமாக அதன் மீது ஏறி உச்சிக்குப்போய்க் குதிரை சவாரி மாதிரி காலை விரித்துக் கெட்டியாய் உட்கார்ந்துகொண்டான். "நான் பத்திர மாயிருக்கிறேன்" என்று எனக்குச் சமிக்ஞை செய்தான். நான் வாய்க்காலைத் தொடர்ந்து பின்னும் கீழே சென்றேன். பாறையை வாய்க்கால் சுற்றி வளைந்து ஒதுக்கிவிட்டு, முந்நூறு அடி தூரம் நேர் கீழே சென்றது. அங்கே இடது பக்கமிருந்து மிக ஆழமான மலைச்சந்து ஒன்று கீழே வந்தது. இந்தச் சந்திப்பில் ஒரு சிறிய நீர்க்குட்டை இருந்தது. நீர்க்குட்டையை நான் நெருங்கியபோது, அதற்கு இந்தப் பக்கத்தில் திட்டுத் திட்டாய் ரத்தம் தோய்ந்திருக்கக் கண்டேன்.

பெண்ணைப் புலி நேரே இந்த இடத்துக்குத் தூக்கிக் கொண்டுவந்து தின்னத் தொடங்கியிருக்கிறது. நான் நெருங்கியது அதன் இரைக்குத் தொல்லையாகிவிட்டது. புலியின் ஆழ்ந்த பாதச் சுவடுகளைச் சுற்றிலும் எலும்புத் துணுக்குகள் சிதறிக் கிடந்தன. நிறம் கலங்கிய நீர் மெல்ல மெல்ல அந்தச் சுவடுகளுக் குள் கசிந்து ஊறியது. வாய்க்காலோடு நான் வந்துகொண்டிருந்த போது, நீரோரத்தில் தென்பட்ட ஒரு பொருள் எனக்கு இன்னது என்று புரியாமலிருந்தது. அது ஒரு மனிதக் கால் என்பதை இப்போது கண்டேன். எத்தனையோ வருஷங்கள் பல புலிகளை வேட்டையாடியிருக்கிறேன். அத்தனையிலும் இவ்வளவு பரிதாப மான அழகுமிக்க இளங்காலைப் போன்ற ஒன்றை நான் கண்டதில்லை. ஏதோ ஒரு கோடரியால் துண்டித்தது போல் முழங்காலுக்குச் சிறிது கீழே புலி இதைக் கடித்துப் போட்டிருந் தது. இந்தக் காலிலிருந்து வெதுவெதுப்பான ரத்தம் சொட்டிக் கொண்டிருந்தது.

இந்தக் காலைப் பார்த்துக்கொண்டேயிருந்தபோது, புலியைப் பற்றி அடியோடு மறந்துவிட்டேன். நான் பேரபாயத் தில் இருக்கிறேன் என்று உணர்ந்தேன். உடனே விரைந்து ரைஃபிளின் அடிக்கட்டையைத் தோளில் ஊன்றி, விசை மீது இரண்டு விரல்களை வைத்துக்கொண்டே தலையை நிமிர்த் தினேன். அப்போது, எனக்கு முன்னிருந்த, முப்பதடி உயரக் கரையிலிருந்து சிறிது மண் பெயர்ந்து குன்றின் செங்குத்தான பக்கத்தில் உருண்டோடி வந்து, நீர்க்குட்டையில் 'சளக்' என்று விழுந்தது. ஆட்கொல்லி வேட்டைக்கு நான் புதியவன். இல்லை

யென்றால், புலி தாக்குவதற்கு வசதியாக இப்படிப் பாதுகாப் பின்றி இருந்திருக்க மாட்டேன். என் ரைஃபிளின் முனையைச் சட்டென்று மேல்நோக்கிப் பிடித்ததுதான் அநேகமாய் என்னைக் காப்பாற்றியிருக்க வேண்டும். அதனால் புலி பாயாது நின்றிருக்க லாம்; அல்லது எட்டிச் செல்லத் திரும்பியிருக்கலாம். அப்படிச் செய்தபோதே, கரை மேலிருந்து மண்ணை அது பெயர்த்திருக்க வேண்டும்.

கரை மிகவும் செங்குத்தாக இருந்ததால், தொற்றி ஏற முடியாது. ஒரே பாய்ச்சலாய்ப் பாய்ந்தோடித்தான் மேலே செல்ல வேண்டும். வாய்க்கால் வழியே சற்று மேலே சென்றேன். அங்கேயிருந்து வேகமாய்ச் சிறிது தூரம் கீழே ஓடி வந்தேன். ஓடி வந்து நீர்க்குட்டையைத் தாண்டினேன். மறுபக்கம் இருந்த புதரை அப்படியே கையால் பிடித்துக்கொண்டு, கரையை அடைய மேலே ஏறினேன். காட்டுப்புதர் ஒன்றில், வளைந்த தட்டைகள் மெல்ல மெல்லப் பழைய நிலைக்கு நிமிர்ந்தன. எந்த இடத்தில் எவ்வளவு சமீபத்தில் புலி கடந்து சென்றிருக் கிறது என்பதை இது காட்டியது. புலி என்னைப் பார்க்க வந்தபோது, இதற்கும் சற்று அப்பால் வளைந்து கவிந்த பாறை ஒன்றுக்குக் கீழேதான் அந்தப் பெண்ணை விட்டு வந்திருக்கிறது என்று கண்டேன்.

இப்போது புலி மீண்டும் பெண்ணைச் சுமந்து சென்று கொண்டிருந்தது. அந்தச் சுவடு, பாறைகள் நிறைந்த கரடுமுரடான காட்டுக்குள் புகுந்தது. அது சில ஏக்கர் பரப்பு இருக்கும். அங்கே செல்வது கஷ்டமாயிருந்தது; அபாயமாயும் இருந்தது. பாறை களுக்கு இடையே இருந்த விரிசல்களையும் பிளவுகளையும் பரணிகளும் காட்டுக்கொடிகளும் படர்ந்து மூடியிருந்தன. அங்கே தவறாக ஓர் அடி எடுத்து வைத்தால், இடறிவிழுந்து கால் கை ஒடியலாம். உயிரையே இழக்க நேரிடும். இந்த நிலைமை யில், மிகவும் மெதுவாகவே செல்வது அவசியமாயிற்று. நான் இப்படி மெதுவாகச் சென்றது, புலி தன் உணவை மீண்டும் உண்ணச் சாதகமாகிவிட்டது. பத்துப் பன்னிரண்டு இடங்களில் அது தங்கித் தங்கிச் சென்றிருப்பதைக் கண்டேன். இந்த இடங் களிலெல்லாம் ரத்தச்சுவடு மிகவும் தெளிவாயிருந்தது.

இது இந்தப் புலியின் நானூற்று முப்பத்தாறாவது மனித இரை. அதன் சாப்பாட்டு வேளையில் மீட்புக் கோஷ்டிகள் வந்து கொடுக்கும் தொந்தரவை அநுபவித்து அதற்குப் பழக்கமாகி விட்டது. ஆனால், தன்னை விடாப்பிடியாய் ஒருவன் பின்பற்று வதை முதல்முதலாக இந்தத் தடவைதான் அது கண்டிருக்கும் என்று நான் நினைக்கிறேன். எனவே, தன் ஆத்திரத்தை உறுமலின்

ஜிம் கார்பெட்

மூலம் அது தெரிவித்தது. புலியின் உறுமல் எப்படி இருக்கும் என்பதை ஒருவன் முழுமையாக உணர வேண்டுமானால், அப்போது நான் இருந்த நிலையிலே அவன் இருக்க வேண்டும். சுற்றிலும் பாறை; இடையிடையே அடர்த்தியான புல்; கண்ணுக்குப் புலப்படாத பிளவுகளிலும் குகைகளிலும் தலைகுப் புற விழாது தப்புவதற்காக ஒவ்வோர் அடியையும் அதிஜாக்ரதை யாக எடுத்துவைக்க வேண்டிய அவசியம் – இந்த நிலைமையிலே அவன் இருக்க வேண்டும்.

வீட்டில் வசதியாக உட்கார்ந்து இதைப் படிக்கும் நீங்கள், எனக்கு அந்தச் சமயம் உண்டான உணர்ச்சிகளை அறிந்து பாராட்டுவீர்கள் என்று நான் எதிர்பார்க்கவில்லை. உறுமல் ஒலியும் புலி வந்து என்னை எப்போது தாக்குமோ என்ற பயமும் என்னை நடுநடுங்கச் செய்தன; அதேசமயம் ஒரு நம்பிக்கையையும் தந்தது. புலி பொறுமையிழந்து என்னைத் தாக்கச் சீற்றம் கொள்ளுமானால், நான் வந்த நோக்கத்தைச் சாதித்துக்கொள்ள எனக்கு வாய்ப்புக் கிடைக்கும். அத்துடன், அது இழைத்த துன்பங்களுக்கும் துயரங்களுக்கும் எல்லாம் சரியானபடி நான் கணக்குத் தீர்த்துக்கொள்வேன்.

ஆனால், ஒரு சமிக்ஞையாகவே அது உறுமிப் பார்த்தது. அந்த உறுமல் என்னை எட்டி விரட்டுவதற்குப் பதிலாக, விரை வாய் நான் தொடர்ந்து வரச் செய்ததைப் புலி அறிந்தது. எனவே, அந்த உபாயத்தைக் கைவிட்டுவிட்டது.

புலி தொடர்ந்து செல்லத் தொடங்கி, இப்போது நான்கு மணி நேரத்துக்குமேல் ஆகிவிட்டது. வளர்ந்திருந்த புல் பூண்டு கள் அசைவதைத் திரும்பத் திரும்பக் கண்டேனே தவிர, புலியின் உடம்பிலே உள்ள ஒரு ரோமத்தைக்கூடக் காணவில்லை. எதிர்ப்பக்கக் குன்றில் விழுந்த நிழல் ஏறிக்கொண்டே சென்றதை ஒரு கண்ணோட்டம் விட்டேன். இருட்டும் முன்னே பத்திரமாய் கிராமத்துக்குப் போய்ச் சேர வேண்டுமானால், நான் திரும்பிச் செல்லவேண்டிய நேரம் வந்துவிட்டது என்று அந்த நிழல் என்னை எச்சரித்தது.

துண்டித்த காலின் சொந்தக்காரியான அந்த இறந்துபோன பெண், ஒரு ஹிந்து. தகனக் கிரியைக்கு அவளுடைய உடம்பிலே ஏதாவது ஒரு பகுதி தேவை. எனவே, நான் அந்த நீர்க் குட்டை யைக் கடந்தபோது, அதன் கரையிலே ஒரு குழிதோண்டி, அதில் அந்தக் காலைப் புதைத்து வைத்தேன். அது புலிக்கு அகப்படாது பத்திரமாயிருக்கும்படியும் தேவையானபோது நான் கண்டுபிடிக்கக்கூடிய விதமுமே அதை அப்படிப் புதைத்தேன்.

குமாயுன் புலிகள்

என் கூட வந்தவன் பாறை மீதிருந்து கவலைப்பட்டுக் கொண்டிருந்திருக்கிறான். என்னைக் கண்ட பிறகுதான் அவனுக்கு நிம்மதி. வெகு நேரமாய்க் காணாததாலும் புலியின் உறுமல் அவன் காதில் விழுந்ததாலும், 'புலி இன்னோர் ஆளைத் தீர்த்துக்கட்டிவிட்டது' என்று அவன் நிச்சயித்துவிட்டான். அவனுடைய கவலை இனித் தன்னந்தனியே எப்படிக் கிராமத் துக்குத் திரும்பிப் போய்ச் சேர்வது என்பதே. இதை ஒளிக்காமல் என்னிடம் சொன்னான்.

வாய்க்கால் வழியாக நாங்கள் கீழே இறங்கியபோது, எனக்கு ஒரு எண்ணம் எழுந்தது: தோட்டா நிரம்பிய துப்பாக்கி ஒன்றைத் தாங்கிக்கொண்டு கிலியுற்று வெலவெலத்துப் போன ஒரு மனிதன் பின்னே வர, அவனுக்கு முன்னே நடப்பதைவிடப் பெரிய அபாயம் வேறில்லை. ஆனால், அவனுக்குப் பின்னே நான் நடந்தபோது ஒருமுறை அவன் தடுக்கி விழுந்து விட்டான். அந்தச் சமயம், அவனுடைய துப்பாக்கியின் குழல் எந்தப் பக்கம் நீட்டிக்கொண்டிருக்கிறது என்று பார்த்தேன். நான் முதலில் கொண்டிருந்த அபிப்பிராயம் இப்போது மாறிவிட்டது. அந்த நாள் முதல், ஒரு விதியை மிகவும் கண்டிப்பாகக் கைக் கொண்டேன்: புலி வேட்டைக்குப் போகும்போதெல்லாம் தன்னந்தனியேதான் போவேன். ஆனால் இபட்ஸன் என்பவர் எனக்குச் சில தடவை துணை வந்தது உண்டு. அவரை மட்டும் இந்த விதிக்கு விலக்காகக் கொண்டேன். இந்த விதி ஏன் என்றால், ஆயுதமில்லாத ஒரு துணைவன் வந்தால், அவனைப் பாதுகாப்பது கஷ்டம்; அவன் ஆயுதம் தாங்கி வந்தாலோ நம்மை பாதுகாத்துக் கொள்வது அதை விடப் பெரிய சிரமம்.

குன்றின் உச்சியில் அவன் தன் பூட்ஸுகளைப் பதுக்கி வைத்திருந்த இடத்துக்கு வந்து சேர்ந்தோம். அங்கே சற்று உட்கார்ந்து புகைத்தபடி, நான் நாளைய திட்டங்களைப் பற்றி யோசித்தேன்.

தான் கொன்ற பெண்ணின் உடம்பில் எஞ்சியிருக்கும் பகுதியையும் இரவிலே புலி தின்று தீர்த்துவிடும். பிறகு, பக்கத்துக் குன்றுகளுக்கு இடையிலேயே அது நிச்சயம் படுத்துக்கிடக்கும்.

இப்போது புலி இருந்த இடத்தில், ஓசைப்படாமல் அதைப் பின்தொடர முடியாது. அதைச் சுடாமல் அதற்குத் தொந்தரவு கொடுத்துவிட்டேனானால், அது அநேகமாய் இந்தப் பிரதேசத்தை விட்டே ஓடிப் போய்விடும்; அதன் தொடர்பே எனக்கு இல்லாமல் போய்விடும். அப்புறம் எனக்கு ஒரே வழிதான் உண்டு; போதிய ஆட்களைத் திரட்ட முடிந்தால், தாரை தம் பட்டங்களை முழக்கிச் சப்தம் எழுப்பவேண்டியதுதான்.

பிரம்மாண்டமான அரை வட்டமாய்க் குன்றுகள் வளைந்து சூழ்ந்திருக்கும் வெளியில், தென் கோடி ஓரத்திலே நான் உட்கார்ந்திருந்தேன். கண்ணுக்கெட்டிய மட்டும் குடியிருப்பு வீடுகளே தென்படவில்லை. மேற்கேயிருந்து வந்து புகுந்த ஒரு சிற்றாறு, கீழ் நோக்கி பாய்ந்தோடியிருந்தது. அது இந்தக் குன்றுகள் வளைத்த அரை வட்டத்தின் குறுக்கே ஆழமான பள்ளத் தாக்கு ஒன்றைப் பறித்திருந்தது. அந்தச் சிற்றாறு பிறகு கிழக்கே போய்க் கடினமான பாறை ஒன்றில் மோதி வடக்கே திரும்பி, குறுகலான மலையிடுக்கு ஒன்றின் வழியே இந்த அரைவட்ட வெளியை விட்டு வெளியேறிற்று.

என்முன் இருந்த புல் போர்த்திய குன்று சுமார் இரண்டாயிரம் அடி உயரம் இருக்கும். இடையிடையே இங்கொன்று அங்கொன்றாகச் சில தேவதாரு மரங்கள். கிழக்கேயிருந்த குன்று மிகச் செங்குத்தாயிருந்தது. மலையாடு மட்டுமே அதில் ஏற முடியும்; வேறு எதுவும் ஏற முடியாது. சிற்றாற்றிலிருந்து செங்குத்தான குன்று வரைக்கும் உள்ள நீளம் முழுவதற்கும் மலை முகட்டில் நிரப்பப் போதிய ஆட்களை நான் திரட்ட முடியுமானால், அவர்களைக் கொண்டு புலியைக் கலவரப் படுத்திக் கிளப்பிவிட முடியும். அப்போது அது பின்வாங்கிச் செல்லக் கூடிய ஒரே வழி அந்தக் குறுகலான மலை இடுக்குத் தான்.

தாரை தம்பட்டம் முழங்குவது மிகவும் சிரமமான வேலை. ஏனென்றால், நான் புலியை விட்டு வந்தேனே அந்த வடக்கு நோக்கிய செங்குத்தான குன்றுப்பகுதி, முக்கால் மைல் நீளமும் அரை மைல் அகலமும் இருந்தது; காடு மண்டிக்கிடந்தது. தாரை தம்பட்டம் முழங்குகிறவர்கள் மட்டும் என் கட்டளைகளை நிறைவேற்றுவார்களானால், புலியைச் சுட எனக்கு வாய்ப்புக் கிடைக்கும்.

கிராமத்தில் தாசில்தார் எனக்காகக் காத்துக் கொண்டிருந்தார். நிலைமையை அவருக்கு விளக்கினேன். "எத்தனை ஆட்களைத் திரட்ட முடியுமோ அத்தனை ஆட்களையும் உடனே திரட்டுங்கள். பெண்ணைப் புலி எந்த மரத்தடியில் கொன்றதோ அந்த மரத்தடியில் நாளைக் காலையில் பத்து மணிக்குச் சந்தியுங்கள்" என்று அவரைக் கேட்டுக் கொண்டேன். தம்மால் முடிந்த மட்டும் முயல்வதாகச் சொல்லி, அவர் சம்பாவதிக்குப் புறப்பட்டார். நான் குன்றின் மீதேறிப் பங்களாவுக்கு வந்து சேர்ந்தேன்.

அடுத்த நாள் காலையில் விடியும்போதே எழுந்துவிட்டேன். நன்றாகச் சாப்பிட்டேன். மூட்டை முடிச்சுக்களைக் கட்டிக்

கொண்டு சம்பாவதிக்குப் போய் எனக்காகக் காத்திருக்கும் படி என் வேலையாட்களுக்குச் சொன்னேன். தாரை தம்பட்டம் முழங்க உத்தேசித்த பூமியை மீண்டும் ஒரு முறை பார்ப்பதற்காக, நான் கீழே சென்றேன். அப்படிப் போய்ப் பார்த்தபோது, என் திட்டங்களில் ஒரு தவறும் இருப்பதாக எனக்குத் தெரிய வில்லை. எனவே, என்னைச் சந்திக்கும்படி தாசில்தாரிடம் சொன்ன இடத்துக்கு, நான் குறித்த நேரத்துக்கு அரைமணி முன்னதாகவே போய்ச் சேர்ந்துவிட்டேன்.

ஆட்களைத் திரட்ட அவர் பெரும்பாடு பட்டிருப்பார் என்பதில் சந்தேகம் இல்லை. ஏனென்றால் நாட்டுப்புறத்தில் புலியைப் பற்றிய கிலி ஆழமாக ஊறியிருந்தது. அவரவர் வீடுகளிலே அடைத்துக் கிடக்கும் ஆட்களைக் கொஞ்சம் அதட்டி மிரட்டித்தான் கிளப்பவேண்டியிருந்திருக்கும். பத்து மணிக்குத் தாசில்தாரும் ஒரே ஓர் ஆளும் வந்து சேர்ந்தார்கள். அப்புறம் இரண்டிரண்டு பேராகவும் மும்மூன்று பேராகவும் பத்துப் பத்துப் பேராகவும் உச்சிப்பகல் நேரம் வரையில் வந்துகொண்டே யிருந்தார்கள். கடைசியாக மொத்தம் இருநூற்றுத் தொண்ணூற் றெட்டுப் பேர் சேர்ந்தார்கள். “லைசென்ஸ் இல்லாத துப்பாக்கி களைக் கொண்டு வரலாம். அதை எல்லாம் நான் கண்டுகொள் ளாததுபோல் நடந்து கொள்கிறேன். தவிர, வேண்டிய வெடிமருந் தும் தருகிறேன்” என்று தாசில்தார் சொல்லி, இதை எல்லாருக் கும் தெரிவிக்கச் செய்தார். அன்றைய தினம் வந்து சேர்ந்த ஆயுதங்களையெல்லாம் வைத்தால், ஒரு கண்காட்சிச் சாலை நிரம்பிப் போயிருக்கும்.

ஆட்கள் கூடித் தங்களுக்குத் தேவையான அளவு வெடிமருந் தையும் வாங்கிக்கொண்டார்கள். பிறகு அவர்களை, குன்றில் பெண்ணின் பாவாடை எங்கே கிடந்ததோ அந்தப் பகுதிக்கு நான் அழைத்துச் சென்றேன். எதிரே உள்ள குன்றில் இடி விழுந்து பட்டை உரிந்து நின்ற ஒரு தேவதாரு மரத்தை அவர் களுக்குச் சுட்டிக் காட்டினேன். “மலை முகட்டிலே நீங்கள் எல்லாரும் வரிசையாய் நில்லுங்கள். அதோ அந்தத் தேவதாரு மரத்தின் கீழிருந்து என் கைக்குட்டையை அலைத்து நான் சமிக்ஞை செய்வேன். உடனே உங்களில் யார் யாரிடம் துப்பாக்கி இருக்கிறதோ அவர்களெல்லாம் வானை நோக்கிச் சுடுங்கள். மற்றவர் தம்பட்டம் அடியுங்கள்; கூச்சல் போடுங்கள்; பாறைக் கற்களைக் கீழே உருட்டிவிடுங்கள். ஆனால், நான் திரும்பிவந்து உங்களையெல்லாம் அழைத்துச் செல்கிறவரைக்கும் எவரும் மலை முகட்டை விட்டு எக்காரணத்தைக் கொண்டும் நகரக் கூடாது” என்று சொன்னேன். நான் பணித்ததை எல்லாரும் கேட்டுக்கொண்டார்களா என்று விசாரித்து உறுதி செய்து

கொண்டேன். "இந்தத் தம்பட்டக்காரர்களுடன் இருப்பதை விட உங்களோடு வருவதுதான் எனக்குப் பத்திரமாயிருக்கும். இவர்களுடைய துப்பாக்கிகளிலிருந்து கிளம்பும் வேட்டு அநேக மாய்ப் பல பேரைத் தீர்த்துக்கட்டி விடப்போகிறது" என்றார் தாசில்தார். எனவே, அவரையும் அழைத்துக்கொண்டு நான் புறப்பட்டேன்.

வெகுதூரம் சுற்றி வளைத்துக்கொண்டு, பள்ளத்தாக்கின் மேல்கோடியைக் கடந்து, எதிர்ப்பக்கக் குன்றை அடைந்து, அந்த இடிவிழுந்த தேவதாரு மரத்தை அடைந்தேன். இங்கேயிருந்து குன்று செங்குத்தாய்க் கீழே போகிறது. தாசில்தார் மெல்லிசான தோல் ஷூ போட்டுக்கொண்டிருந்தார். தம்மால் இனி நடக்க முடியாது என்று அவர் சொன்னார். அவருக்குக் காலெல்லாம் கொப்பளித்துப் போய்விட்டது. அந்த வலியைத் தணித்துக் கொள்வதற்காக, ஷூவை அவர் கழற்றத் தொடங்கினார். இந்தச் சமயம் பார்த்து, மலை முகட்டு ஆட்கள் தங்கள் துப்பாக்கி களைச் சுட்டுப் பெருங்கூச்சல் போடத் தொடங்கினார்கள். முன்னாடியே சொல்லிய ஏற்பாட்டின்படி சமிக்ஞை செய்ய நான் மறந்து போனதாக அவர்கள் எண்ணிக் கொண்டுவிட்டார் கள். அந்தக் குறுகலான மலையிடுக்குக்கு இன்னும் ஐநூறு அடி தூரத்தில் நான் இருந்தேன். இந்தத் தூரத்தைக் கடக்க நான் ஓடிய ஓட்டத்தில் பத்துப் பன்னிரண்டு தடவையாவது என் மென்னியை முறித்துக்கொண்டிருப்பேன். அப்படி ஏன் அது முறிபடவில்லையென்றால், நான் குன்றுகளிலேயே வளர்ந்தது தான் காரணம். அந்தப் பழக்கத்தால், என் கால் அடி சறுக்காமல் ஒரு ஆடுபோல் ஓடப் பயின்றிருந்தது.

குன்றின் கீழே நான் ஓடியபோது, மலையிடுக்கின் அருகே பச்சைப் புல் பற்றை ஒன்று என் கண்ணில்பட்டது. அதைவிடச் சிறந்த இடம் வேறு ஏதாவது இருக்கிறதா என்று சுற்றிலும் கவனித்துப் பார்க்க நேரமில்லாததால், அந்தப் புல்லுக்குள்ளே உட்கார்ந்து கொண்டேன். நான் இறங்கி வந்த அந்தக் குன்று எனக்கு பின்புறமிருந்தது. புல் சுமார் இரண்டடி உயரம் வளர்ந் திருந்தது. என்னுடைய பாதி உடம்பை அது மறைத்துக்கொண்டது. நான் சற்றும் அசையாது உட்கார்ந்திருப்பேனானால், புலியின் கண்ணுக்குப் புலப்படமாட்டேன். ஆட்கள் தம்பட்ட மடித்து எந்தக் குன்றைக் கலக்கிக் கொண்டிருந்தார்களோ அது எனக்கு எதிரேயிருந்தது. எதன் வழியே புலி வெளியேறும் என்று நான் நம்பினேனோ அந்த மலையிடுக்கு எனது இடது தோள்பட்டைக் குப் பின்னால் இருந்தது.

மலை முகட்டிலே ஒரே கலாட்டாவாயிருந்தது. சரமாரி யாகத் துப்பாக்கிகள் சுட்டன. ஆவேசமாய்த் தம்பட்டங்கள்

முழங்கின; நூற்றுக்கணக்கான ஆட்கள் கூச்சலிட்டார்கள். இந்த ஆரவாரம் தாங்க முடியாத அளவுக்குப் போனபோது, எனக்குச் சுமார் ஆயிரம் அடி தூரத்தில் என் முன்புறம் வலது பக்கமாக இருந்த இரண்டு மலைச் சந்துகளுக்கு இடையே புல் அடர்ந்த சரிவு ஒன்றில் புலி பாய்ந்தோடியதைக் கண்டேன். அது சிறிது தூரம் போயிருந்தது. இந்தச் சமயம் தாசில்தார் தம் இடத்தில் இருந்தபடியே தம்முடைய இரட்டைத் தோட்டாத் துப்பாக்கியின் இரண்டு குழல்களையும் வெடித்தார். இந்தச் சப்தத்தைக் கேட்ட புலி, விறுக்கென்று ஒரு சுழல் சுழன்றது; தான் வந்த வழியிலேயே திரும்பிச் சென்று மிக அடர்த்தியான ஒரு புதருக்குள் மறைந்தது. நான் என் ரைஃபிளைத் தூக்கி அரை மனதுடன் ஒரு குண்டைப் புலியின் பின்புறம் சுட்டேன்.

மலை முகட்டிலிருந்த ஆட்கள் இந்த மூன்று வேட்டுக் களையும் கேட்டதும், புலி செத்தது என்று தீர்மானித்துக்கொண் டார்கள். இது இயல்பே. அவர்கள் தங்கள் துப்பாக்கிகளை யெல்லாம் காலி செய்து, கடைசி முறையாக ஒரு கூச்சல் போட்டார்கள். மலை முகட்டுக்குப் புலி வருமானால், அது வீரிடும் ஓசை கேட்கும். மூச்சை அடக்கிக்கொண்டேன்; அப்படிப் புலியின் ஒலி ஏதாவது கேட்கிறதா என்று கவனமாய்க் கேட்டேன். திடீரென்று என் முன்புறம் வலது பக்கத்தில் புலி வெளிப்பட்டது. ஒரே பாய்ச்சலில் சிற்றாறைத் தாண்டி, நேரே மலையிடுக்குக்கு வந்தது. என். *500* ரைஃபிளை கொண்டு சுட்டேன். புலி அப்படியே சவம் போல் நின்றுவிட்டதைக் கண்டு, குண்டு அதன் முதுகைத் தடவிக்கொண்டு போய்விட்டதாகவும் தன் வழி தடைப் பட்டதால்தான் அது இப்படி நின்றிருக்கிறது என்றும் எண்ணினேன். நான் அதைச் சுட்டதென்னவோ சரிதான்; ஆனால், மிகவும் பின்னாலே என் குண்டு பாய்ந்திருந்தது. புலியின் தலை தொங்கி, என்னை நோக்கிப் பாதி திரும்பியது, நூறு அடிக்கும் குறைவான தூரத்தில் புலியின் தோள்பட்டை யைப் பார்த்துச் சுட ஜோரான வாய்ப்பு இப்போது கிடைத்தது. இந்த இரண்டாவது குண்டு பட்டதும், புலி கொஞ்சம் தயங்கியது. ஆயினும் உறுதியை விடாமல் காதுகளை அகல விரித்து ‘ஆ’ என்று பல்லைக் காட்டிக்கொண்டு முன்னேறி வந்தது. ரைஃபி ளைத் தோளிலே சார்த்திக்கொண்டு உட்கார்ந்து, நான் சிந்திக்கத் தொடங்கினேன். புலி என்மீது பாய வரும்போது என்ன செய்வது என்று யோசித்தேன். என் ரைஃபிள் காலியாகி விட்டது; இனி என்னிடம் தோட்டாக்கள் இல்லை. மூன்றே மூன்று தோட்டாக்களைத்தான் நான் கொண்டு வந்திருந்தேன். இரண்டு தடவைக்குமேல் சுட எனக்கு வாய்ப்பிருக்கும் என்று நான் எண்ணவே இல்லை. அவசர நெருக்கடி ஏற்பட்டால் இருக்கட்டும் என்பதற்காகவே மூன்றாவது தோட்டா.

அடிபட்ட புலி நல்ல வேளையாக என்ன காரணத்தாலோ என் மீது பாய வேண்டாம் என்று முடிவு செய்தது. மிகவும் மெதுவாகத் திரும்பியது; தன் வலப் பக்கத்தில் சிற்றாற்றைக் கடந்தது; அங்கே விழுந்து கிடந்த சில பாறைகள்மீது தொற்றி ஏறியது. அப்பால் செங்குத்தான குன்று முகட்டின் குறுக்கே குறுகிய பாறை முடி ஒன்றைக் கண்டது. அங்கிருந்து தட்டை யான பெரும் பாறை ஒன்று வெளியே நீட்டிக் கொண்டிருந்தது. துருத்திய பாறை குன்றுடன் இணைந்த இடத்தில் ஒரு சிறிய புதர் வேர்விட்டிருந்தது. புலி அங்கே போய், புதரின் கிளைகளை முறிக்கத் தொடங்கியது. நான் என் எச்சரிக்கையையெல்லாம் காற்றில் பறக்க விட்டேன்; தாசில்தாரை நோக்கி, "உங்கள் துப்பாக்கியைக் கொண்டு வாருங்கள்" என்று கத்தினேன். அவரும் பதிலுக்கு என்னவோ கத்தினார். நீண்ட பதில்தான். ஆனால், 'கால்' என்ற ஒரு வார்த்தை மட்டுமே என் காதில் விழுந்தது. என் ரைஃபிளைக் கீழே வைத்தேன். குன்றின் மீது ஒரே ஓட்ட மாய் ஓடினேன். தாசில்தாரின் கையிலிருந்து துப்பாக்கியைப் பிடுங்கிக்கொண்டு திரும்ப ஓடிவந்தேன். சிற்றாற்றை நான் நெருங்கியபோது, புலி புதரைவிட்டு அகன்றுவிட்டது; துருத்திய பாறை மீது ஏறி என்னை நோக்கி வந்துகொண்டிருந்தது. எனக்கு இருபது அடி தூரத்தில் புலி வந்ததும், நான் துப்பாக்கியை உயர்த்தினேன். அப்போது நான் கவனித்தது என்னைத் திடுக்கிடச் செய்தது. துப்பாக்கிக் குழல் பின்னே தோட்டா நுழைக்க உள்ள இடத்தில் காலேயரைக்கால் அங்குல இடைவெளி இருந்தது. முன்னே தாசில்தார் சுட்டபோது, துப்பாக்கி வெடிக்கவேயில்லை. இப்போதும் அது வெடிக்காமலே போகலாம். வெடித்துப் பின்னால் புகையை விசிறியடித்து கண்ணைப் பொட்டை யாக்கக் கூடிய அபாயம் வேறு இருந்தது. என்றாலும், துணிந்து சுடத்தான் வேண்டும். புலியின் திறந்த வாயில் பெரிய மணி போல் தோன்றிய சதை உருண்டையைக் குறி பார்த்து நான் சுட்டேன். நான்தான் அசைந்துவிட்டேனோ அல்லது துப்பாக் கிக்குத்தான் ஆற்றல் இல்லையோ, தெரியவில்லை. எப்படி யானாலும், புலியின் வாயில் குண்டு பாயத் தவறிவிட்டது. அதன் வலது பாதத்தில் போய்ப் பாய்ந்திருக்கிறது. பின்னர் அங்கிருந்தே என் விரல் நகத்தால் அதை எடுத்தேன். அதிருஷ்ட வசமாக, புலி கடைசி மூச்சை விட்டது. பாதத்தைக் குண்டு போய்த் தட்டியதுமே, அது முன்புறம் சுருண்டு விழுந்தது: பாறையின் ஓரத்தில் தலையைத் துருத்திக்கொண்டு அசையாது கிடந்தது.

மலையிடுக்கு வழியாக வெளியேறுவதற்காகத் தன் மறை விடத்தை விட்டுப் புலி வெளியே கிளம்பிய கணத்திலிருந்து இதுவரைக்கும் தம்பட்டக்காரர்களை நான் மறந்தே போனேன்.

திடீரென்று ஒரு கூச்சலைக் கேட்டதுந்தான் அவர்கள் நினைவு வந்தது. குன்றின் மேலே சிறிது தூரத்திலிருந்து ஒரு குரல், "அதோ பாறையின்மீது கிடக்கிறது! அதைக் கீழே இழுத்துத் தள்ளு; துண்டு துண்டாய் நறுக்கிப் போடு!" என்று எழுந்தது. 'துண்டு துண்டாய் நறுக்கிப் போடுவோம்' என்ற சொற்களைக் கேட்டபோது, என் காதையே என்னால் நம்ப முடியவில்லை. ஆனால், காது சரியாய்த்தான் கேட்டிருக்கிறது. ஏனென்றால், புலியை மற்றவர்களும் இப்போது பார்த்திருக்கிறார்கள்; குன்றெங்குமிருந்து அதே கூச்சல் திரும்பத் திரும்பக் கிளம்பியது.

எதன் வழியாகத் துருத்திய பாறைக்குப் புலி வந்ததோ அந்தப் பாறை, நல்ல வேளையாகத் தம்பட்டக்காரர்களுக்கு எதிர்ப்பக்கம் இருந்தது. போதிய அளவு அகலமாகவும் இருந்தது. இதனால் பாறையின் பக்கவாட்டிலே தள்ளாடித் தள்ளாடி நான் நடந்தேன். துருத்திய பாறைக்குப் போய்ச் சேர்ந்து, புலியின்மேல் காலை வைத்தேன். கடவுளருளால் புலி செத்திருக்கும் என்று நம்பியே அப்படிச் செய்தேன். ஏனென்றால், கல்லை விட்டெறிந்து புலியைச் சோதித்துப் பார்ப்பது ஒரு வழக்கம். அந்தச் சோதனையை நடத்த எனக்கு நேரம் இல்லை. காட்டிலிருந்து ஆட்கள் வெளியேறி, துப்பாக்கி, கோடரி, துருப்பிடித்த வாள், ஈட்டி இவற்றையெல்லாம் ஆவேசமாய் ஆட்டிக்கொண்டு, திறந்த வெளியிலே ஓடிவந்தார்கள்.

துருத்திய பாறை சுமார் பன்னிரண்டு அல்லது பதினாலு அடி உயரம் இருந்தது. அங்கே வந்ததும் ஆட்களால் முன்னேற முடியவில்லை. ஏனென்றால், அதன் வெளிமுகத்தைச் சிற்றாற்றின் வெள்ளம் அரித்து அரித்து மழமழப்பாக்கியிருந்தது. இதனால் ஆட்கள் தங்கள் வெறுங்கால் விரல்களைக்கூட அதில் பதித்து நடக்க முடியவில்லை. தங்கள் பயங்கர எதிரியைக் கண்டதும் ஆட்களுக்குப் பேராத்திரம் உண்டாயிற்று. இது இயற்கை. ஏனென்றால், புலி இழைத்த துன்பத்துக்கு ஆளாகாத ஒருவன் கூட அவர்களில் இல்லை. பேய் பிடித்தவன்போல் தோன்றிய ஓர் ஆள், அவர்களுக்கெல்லாம் தலைமை வகித்து, வாளைப் பிடித்து வெறியாட்டம் ஆடி, "இந்தச் சைத்தான்தான் என் பெண்டாட்டியைக் கொன்றது; என்னுடைய இரண்டு பிள்ளைகளைக் கொன்றது!" என்று திரும்பத் திரும்பக் கத்தினான். எந்தக் கூட்டத்திலுமே, திடீரென்று ஏற்படும் பரபரப்பு, அதே போல் திடீரென்றே அடங்கிவிடுவது வழக்கம். இந்தக் கூட்டத்தின் பரபரப்பும் அப்படியே அடங்கியது. பெண்டாட்டியையும் இரண்டு பிள்ளைகளையும் பறிகொடுத்த அந்த ஆள்தான் முதல்முதல் தன் ஆயுதத்தைக் கீழே வைத்தான். இதற்கு அவனைப் பாராட்டத்தான் வேண்டும். பாறைக்கு அருகே அவன் வந்தான்;

"எங்கள் சத்துருவைக் கண்டதும் எங்களுக்குப் பித்துப் பிடித்து விட்டது, சாகேப். நீங்களும் தாசில்தார் சாகேபும் எங்களை மன்னிக்க வேண்டும்" என்று வேண்டிக்கொண்டான். தோட்டாவை வெளியே எடுத்துவிட்டு, துப்பாக்கியைப் புலிக்குக் குறுக்கே வைத்தேன். பாறையைக் கைகளால் பிடித்துக்கொண்டு தொங்கினேன். ஆட்கள் கைகொடுத்து இறக்கிவிட்டார்கள். நான் எப்படிப் பாறைமீது ஏறினேன் என்பதை ஆட்களுக்கு விளக்கிக்கொண்டிருந்தபோது, சில ஆட்கள் புலியை மெதுவாகக் கீழே இறக்கினார்கள். கூட்டத்தில் இருந்த எல்லாரும் பார்க்கும் படி ஓர் திறந்த இடத்தில் அதைக் கொண்டுபோய் வைத்தார்கள்.

பாறையின் மீது நின்று புலி என்னைப் பார்த்தபோது, அதன் வாயில் ஏதோ கோளாறு இருப்பதைக் கவனித்தேன். எனவே, இப்போது அதைப் பரிசீலனை செய்ததில் அதன் வலது பக்கக் கோரைப்பல் இரண்டும் உடைந்துபோயிருக்கக் கண்டேன். மேல் பல் பாதி உடைந்திருந்தது; கீழ்ப்பல் அடி எலும்பு வரையில் முழுவதும் உடைந்திருந்தது. யாரோ துப்பாக்கியால் சுட்டதில் அதன் பல்லுக்கு இப்படி நிரந்தரமான கேடு ஏற்பட்டிருக்கிறது. இதனால் புலி தன் இயல்பான இரைகளைக் கொல்ல முடியாமல் போயிருக்கிறது. எனவேதான் ஆட் கொல்லிப் புலியாக அது மாறிவிட்டது.

இங்கேயே தோல் உரிக்க வேண்டாம் என்று ஆட்கள் என்னை வேண்டிக்கொண்டார்கள். "இரவு வருகிற வரையில் எங்கள் கிராமங்களில் ஊர்வலமாய் இதைத் தூக்கிச் செல்ல அனுமதி கொடுங்கள். எங்கள் பெண்டுகளும் பிள்ளைகுட்டி களும் புலியைத் தங்கள் கண்ணால் பார்க்க வேண்டும். இல்லா விட்டால் இந்தப் பயங்கர சத்துரு மாண்டதாக அவர்கள் நம்ப மாட்டார்கள்" என்றார்கள்.

அப்புறம் இரண்டு மரப் போத்துக்களை அவர்கள் வெட்டினார்கள். இரண்டையும் பக்கத்துக்கு ஒன்றாகப் புலியின் இரண்டு பக்கங்களிலும் வைத்தார்கள். முண்டாசுத் துணி, மேல் துண்டு, அரை வேட்டி இவற்றைக் கொண்டு, ஜாக் கிரதையாக நன்றாய் இறுக்கிப் புலியை அவற்றில் கட்டினார் கள். எல்லாம் தயாரானபின், போத்துக்களை ஆட்கள் தூக்கிக் கொண்டார்கள். அவர்களுடைய கிராமங்கள் குன்றின் மறுபக்கம் இருந்ததால், புலியைத் தூக்கிக்கொண்டு குன்றின் மேலே – தாங்கள் எந்தக் குன்றைத் தம்பட்டமடித்துக் கலக்கினார்களோ, அந்தக் காடு மண்டிய குன்றின் மேலே – ஏறிச் செல்ல அவர்கள் விரும்பினார்கள். வரிசையாக முன்புறம் இருந்தவனின் இடைக் கச்சையோ வேறு துணியையோ பின்புறம் இருப்பவன் பிடித்துக்

கொள்ள நீண்ட மனிதத் தேர் வடங்கள் இரண்டு தயாராயின. 'இந்தத் தேர் வடங்கள் போதிய அளவு நீண்டுவிட்டன; எவ்வளவு சிரமத்தையும் தாங்கும்' என்று கண்டபின், போத்துக்களில் தங்களை இணைத்துக் கொண்டார்கள். இந்தத் தேர்வடக்காரர் களின் இரண்டு பக்கங்களிலும் மற்ற ஆட்கள் நின்று, அவர் களுடைய பாதங்களைப் பாதுகாப்பாய்ப் பதியவைத்துக் கொண்டு வந்தார்கள். இப்படியாக ஊர்வலம் அந்தக் குன்றின் மேலே ஏறியது. பெரு வண்டு ஒன்றைச் சிற்றெறும்புச் சேனை ஒன்று ஒரு சுவர்மீது இழுத்துச் செல்வதுபோல், உலகத்தோ ரெல்லாம் காணத்தக்க விநோதக் காட்சியாக இருந்தது இது. இந்தப் பிரதம சேனைக்குப் பின்னாலே, மற்றொரு சிறிய சேனை வந்தது: தாசில்தாரை அது தூக்கிக்கொண்டு வந்தது. ஆயிரம் அடி தூரம் இப்படி ஏற வேண்டியிருந்தது. எந்தக் கட்டத்திலாவது அந்த மனிதத் தேர் வடங்கள் முறிந்து போயிருக்குமானால், பயங்கரமான உயிர்ச்சேதம் ஏற்பட்டிருக்கும். ஆனால், அந்த வடங்கள் அறவில்லை. குன்றின் சிகரத்தை அடைந்து பாடிக் கொண்டு கிழக்கு நோக்கித் தங்கள் வெற்றி ஊர்வலத்தைத் தொடங்கினார்கள். தாசில்தாரும் நானும் மேற்கே திரும்பிச் சம்பாவதி செல்லப் புறப்பட்டோம்.

மலைமுகட்டின் மீதே சென்றது எங்கள் வழி. பெண்ணின் நீண்ட கூந்தல் சுருள்கள் சிக்கியிருந்த அதே கரிய முட்புதரின் இடையிலே மீண்டும் நான் வந்து நின்றேன். சற்று நேரத்துக்கு முன் எங்கள் வீர நாடகம் நடந்த குன்றுகள் சூழ்ந்த அரைவட்ட அரங்கைக் கடைசி முறையாகக் கீழே குனிந்து பார்த்தேன்.

மலையிடுக்கின் வாயிலிருந்து சன்னமான தூண் போல் ஒரு புகை நேர் மேலே எழுந்து அமைதியான காற்றிலே கலந்த தை இப்போது கண்டேன். குன்றின் வழியே கீழே செல்லும் போது, தம்பட்டக்காரர்களுக்கு அந்தத் துர்ப்பாக்கியப் பெண்ணின் தலை கிடைத்திருக்கிறது. சம்பாவதி ஆட்கொல்லிப் புலிக்குக் கடைசியாய்ப் பலியான பெண்ணின் ஈமச் சடங்கு அதே புலி சுடப்பட்டு மடிந்த இடத்திலேயே நடக்கிறது என்பதை அந்தப் புகை புலப்படுத்தியது.

இரவுச் சாப்பாடு முடிந்ததும் தாசில்தாரின் கச்சேரி வாசலில் நான் நின்றுகொண்டிருந்தேன். தேவதாருக் குச்சி களைத் தீப்பந்தங்களாய்ப் பிடித்துக்கொண்டு நீண்ட ஊர்வலம் ஒன்று எதிர்ப்பக்கக் குன்றிலிருந்து வளைந்து வளைந்து கீழே இறங்கி வருவதை அப்போது கண்டேன். சிறிது நேரத்துக் கெல்லாம், பெருந்திரளான ஆட்கள் கூட்டம் ஒன்று ஒரு மலைநாட்டுப் பாட்டைப் பாடுவது இரவின் அமைதியான

காற்றிலே மிதந்து வந்தது. ஒரு மணி நேரம் சென்றதும், புலியை என் காலடியிலே கிராமவாசிகள் கொண்டுவந்து போட்டார்கள்.

சுற்றிலும் இவ்வளவு ஜனங்கள் கூடிக் கவிந்திருக்கும் போது, புலியின் தோலை உரிப்பது சிரமமாயிருந்தது. வேலையைச் சுளுவாக முடித்துவிடுவதற்காக, புலியின் தலையையும் பாதங் களையும் பின்னால் தோலுரிக்கலாமென்று எண்ணி, அவற்றை வெட்டி எடுத்து, உடல் தோலிலே ஒட்ட வைத்தேன். சில போலீஸ்காரர் வந்து புலியின் சவத்தைக் காவல் புரிந்தார்கள். கிராமத்து மக்களெல்லாம் வந்து கூடினார்கள். புலியின் உடல், கால்கள், வால் இவற்றைச் சிறு சிறு துண்டுகளாக நறுக்கி ஜனங்களுக்கு விநியோகம் நடந்தது. மலைநாட்டுக் குழந்தை களுக்கு இந்தச் சதைத் துண்டையும் எலும்புத் துண்டையும் ஒரு தாயத்தில் பதித்துக் கழுத்தில் அணிந்துவிடுவார்கள். வேறு ரட்சைகளோடு புலித்துண்டு ஒன்றையும் அணிந்தால், அணிந்தவனுக்கு அது நல்ல தைரியம் கொடுக்குமாம்; அவனைக் காட்டு மிருகங்கள் தாக்காதபடி காக்குமாம். பெண்ணின் விரல்களை முழுசாகப் புலி விழுங்கியிருக்கிறது. அவற்றை எடுத்து 'ஸ்பிரிட்'டில் போட்டு, தாசில்தார் எனக்கு அனுப்பி னார். நந்ததேவி கோயில்களுக்கு அருகே நைனிதால் ஏரியில் அவற்றை நான் புதைத்தேன்.

புலியை நான் தோலுரித்துக்கொண்டிருந்தபோது, தாசில் தாரும் அவருடைய சிப்பந்திகளும், கிராமத் தலைவர், அக்கம் பக்கக் கிராமங்களின் கிழவர்கள், சம்பாவதிக் கடைவீதியின் வியாபாரிகள் இவர்களின் உதவியுடன் மும்முரமாய் ஒரு திட்டம் தயாரித்தார்கள். மறுநாள் ஒரு பெரிய விருந்து நடத்தி நாட்டியமாடுவது என்றும் அந்தக் கொண்டாட்டத்துக்கு நான் தலைமை வகிக்க வேண்டும் என்றும் அவர்கள் திட்டமிட் டார்கள். நடுராத்திரி வேளையில், அந்தப் பொருந்திரளான கூட்டம் சிறிது சிறிதாய்க் கலைந்து மறைந்தது. ஆட்கொல்லிப் புலி வந்ததால் வருஷக்கணக்காய் மூடிக் கிடந்த சாலைகளையும் நாட்டுப்புறப் பாதைகளையும் இனி உபயோகிக்கலாம் என்று ஆனந்தக் கூச்சலிட்டுக்கொண்டே அவர்கள் போனார்கள். தாசில்தாருடன் கடைசி முறையாக நான் சிறிது புகைபிடித்தேன். இனி நான் சற்றும் தாமதிக்க முடியாதென்றும், வெற்றிக் கொண்டாட்டங்களில் என் ஸ்தானத்தை அவரே வகிக்கும் படியும் அவரிடம் கூறினேன். என் ஆட்களும் நானுமாக எங்கள் எழுபத்தைந்து மைல் தூரப் பிரயாணத்தை உடனே தொடங்கினோம். அதைச் செய்து முடிக்க எனக்கு இரண்டே நாட்கள் இருந்தன.

பொழுது விடிந்ததும், புலித்தோலை என் குதிரையின் சேணத்தில் கட்டினேன். தாபிதுரா கிராமத்தில் போய்ச் சில மணி நேரத்தில் தோலைச் சுத்தம் செய்யலாம் என்றெண்ணி ஆட்களை விட்டுத் தனியே குதிரைமீது சவாரி செய்துகொண்டு நான் முந்திச் சென்றேன். இரவைத் தாபிதுரா கிராமத்தில் கழிக்க உத்தேசம். பாலி கிராமத்துக் குன்றில் இருந்த குடிசையைக் கடந்தபோது எனக்கு ஒரு யோசனை தோன்றியது. அந்த ஊமைப் பெண்ணின் அக்காளைக் கொன்ற புலியைப் பழிக்குப் பழி வாங்கியாயிற்று என்று அவளிடம் போய்ச் சொன்னால், அவள் சிறிது திருப்தி அடைவாள் என்று எண்ணினேன். குதிரையைவிட்டு இறங்கி, அதை அங்கேயே மேயவிட்டேன். எந்நேரமும் பனி பெய்துகொண்டிருக்கும் பிரதேசத்துக்கு அருகே வளர்ந்தது அந்தக் குதிரை. எனவே, தேவதாருத் தழை தொடங்கிக் காஞ்சரி இலை வரைக்கும் எதை வேண்டுமானாலும் அது தின்னும். நான் குன்றின் மீதேறிக் குடிசைக்குச் சென்றேன். கதவுக்கு எதிரேயிருந்த ஒரு கல்மீது புலித்தோலைப் பரப்பித் தலையையும் ஒட்டவைத்தேன். கண்களை அகல விழித்துக் கொண்டு, என்னுடைய இந்த நடவடிக்கைகளையெல்லாம் வீட்டுக் குழந்தைகள் கவனித்துக்கொண்டிருந்தார்கள். அவர்களுடன் நான் பேசியது, உள்ளே சமைத்துக்கொண்டிருந்த தாயின் காதில் விழுந்திருக்கிறது. கதவடிக்கு அவள் வந்தாள்.

'ஒருவருக்கு ஓர் அதிர்ச்சி ஏற்பட்டுப் பிறகு பதில் அதிர்ச்சி ஒன்றும் ஏற்பட்டால், இன்ன பலன் விளையும்' என்றெல்லாம் மனத்தத்துவ சித்தாந்தங்களை நான் இங்கே வகுக்கப்போவதில்லை. ஏனென்றால், அவை பற்றி எனக்கு ஒன்றும் தெரியாது. எனக்குத் தெரிந்ததெல்லாம் ஒன்றுதான்: பன்னிரண்டு மாத காலம் ஊமையாயிருந்ததாகச் சொன்னார்களே அந்தப் பெண் – நான்கு நாளைக்கு முன் என் கேள்விகளுக்கு ஒரு பதிலும் சொல்ல முடியாத அவள் – இதோ இப்போது குடிசையை விட்டு வெளியே சென்று அங்கும் இங்கும் ஓடி ஓடித் தன் கணவனையும் கிராமத்து மக்களையும் கூவியழைத்து, "சீக்கிரம் வாருங்கள், சீக்கிரம் வாருங்கள்! என்ன கொண்டு வந்திருக்கிறார் சாகேப் என்று பாருங்கள்!" என்று கூச்சலிட்டாள். தாய் திடீரென்று பேசத் தொடங்கியதைக் கண்ட குழந்தைகளுக்கு ஒன்றுமே புரியவில்லை. வைத்த கண் வாங்காமல் தங்கள் தாயின் முகத்தையே அவர்கள் பார்த்துக்கொண்டிருந்தார்கள்.

எனக்கு டீ தயாராகிக்கொண்டிருந்தது. அதுவரைக்கும் நான் அந்தக் கிராமத்திலே சற்றுத் தங்கி இளைப்பாறினேன். என்னைச் சூழ்ந்துகொண்ட கிராம மக்களுக்கு, புலியை எப்படிக்

கொன்றேன் என்பதைத் தெரிவித்தேன். அரை மணி நேரத்துக் கெல்லாம் என் பிரயாணத்தைத் தொடர்ந்தேன். நான் அரை மைல் தூரம் செல்கிறவரையில், கிராம மக்கள் என்னை வாழ்த்திய கோஷங்கள் என் காதில் விழுந்துகொண்டேயிருந்தன.

அடுத்த நாள் காலையில் ஒரு சிறுத்தைப் புலிக்கும் எனக்கும் மிகவும் உத்வேகமான ஒரு போராட்டம் நடந்தது. இதை எதற்காகச் சொல்கிறேன் என்றால், தாபிதுராவிலிருந்து என் புறப்பாடு இதனால் தாமதப்பட்டுவிட்டது; என் சிறு குதிரைக்கும் எனக்கும் அதிகப்படியாக ஒரு சிரமத்தை இது தந்தது. அதிருஷ்டவசமாக, முரட்டு வயிற்றை மட்டுமல்ல, பலமான காலையும் பெற்றிருந்தது அந்த மட்டக் குதிரை. குன்றுகளின் மேல் ஏறும்போது அதன் வாலைப் பிடித்துக்கொண்டு நடந்தும், சமதரையான பாதையில் அதன்மீது சவாரி செய்தும், கீழ் நோக்கிய சரிவுகளில் அதன் பின்னாலேயே ஓடியும், காலை ஒன்பது மணியிலிருந்து மாலை ஆறு மணிக்குள் நாற்பத்தைந்து மைல் தூரத்தைக் கடந்து நைனிதால் போய்ச் சேர்ந்தேன்.

சில மாத காலம் கழித்து, ஐக்கிய மாகாண லெஃப்டினன்ட் கவர்னர் ஸர் ஜான் ஹ்யூவெட் நைனிதாலில் ஒரு தர்பார் நடத்தினார்; சம்பாவதி தாசில்தாருக்கு ஒரு துப்பாக்கியையும் புலி அடித்த பெண்ணை நான் தேடிப் போனபோது எனக்குத் துணைவந்த ஆளுக்கு அழகான ஒரு வேட்டைக் கத்தியையும் பரிசளித்தார். இரண்டு ஆயுதங்களிலும் பொருத்தமான வாசகங்கள் பொறிக்கப்பட்டிருந்தன. இவை அந்தக் குடும்பங்களில் பரம்பரைச் சொத்தாக விளங்கிவரும்.

ராபின்

நான் அதன் பெற்றோரைக் கண்டதில்லை. காணவே யில்லை. அதை யாரிடமிருந்து நான் வாங்கினேனோ அந்தத் 'துடைப்பம் தாங்கித் துரை', "அது ஒரு சடை நாய்" என்று சொன்னார். அதன் பெயர் பிஞ்சா என்றும் அதன் தந்தை ஒரு வேட்டை நாய் என்றும் கூறினார். அதன் வம்சாவளியைப் பற்றி நான் உங்களுக்குச் சொல்லக் கூடியதெல்லாம் இவ்வளவுதான்.

நாய்க்குட்டி வேண்டும் என்று நான் ஒன்றும் ஆசைப் படவில்லை. ஒரு நண்பருடன் இருக்கையில், ஒருவன் வந்து ஒரு கூடையைக் கவிழ்த்து, ஏழு நாய்க் குட்டிகளை வெளியே கொட்டி, எங்களைப் பார்க்கச் சொன்னான். ஏழு குட்டிகளிலும் பிஞ்சாதான் சிறுத்து மெலிந்திருந்தது. வாழ்க்கைப் போராட்டத்தில் கடைசிக் கட்டத்தை அது எட்டிவிட்டது என்று தெள்ளத்தெளியப் புலப்பட்டது. தன்னளவு துன்பத்துக்கு ஆளாகாத தன்னுடைய சகோதர சகோதரிகளை விட்டுவிட்டு, பிஞ்சா என்னை வந்து சுற்றியது. பிறகு வாலைச் சுருட்டிக்கொண்டு என் காலடி யிலே படுத்துவிட்டது. அதைக் கையிலே தூக்கி, என் மேல்சட்டைக்குள்ளே அணைத்துக்கொண்டேன். ஏனென் றால், அன்று அந்தக் காலை நேரம் கடுங்குளிராயிருந்தது. பிஞ்சா என் முகத்தை நக்கித் தன் நன்றியைக் காட்ட முயன்றது; அதன் துர்நாற்றத்தை கண்டுகொள்ளாதது போலிருந்தேன்.

அப்போது அது மூன்று மாதக் குட்டி. பதினைந்து ரூபாய்க்கு வாங்கினேன். இப்போது அதற்குப் பதின் மூன்று வயசு; இந்தியாவிலுள்ள அவ்வளவு தங்கத்தையும் கொடுத்தாலும் இன்று அதை யாரும் என்னிடமிருந்து வாங்க முடியாது.

ஜிம் கார்பெட்

அதை என் வீட்டுக்கு நான் எடுத்துச் சென்றபோதுதான், வயிறு நிறைய உணவையும் வெதுவெதுப்பான தண்ணீரையும் சோப்பையும் அது கண்டது. பிஞ்சா என்ற அதன் பெயரை அழித்துவிட்டு, ராபின் என்ற புதுப்பெயர் சூட்டினோம். எனக்கு ஆறு வயசாயிருந்தபோது என்னையும் அப்போது நாலு வயசாயிருந்த என் தம்பியையும் ஆத்திரம் கொண்ட ஒரு பெட்டைக் கரடி தாக்க வந்தது. அந்தச் சமயம் அதனிடமிருந்து எங்களைக் காப்பாற்றிய, விசுவாசமுள்ள நாய் ஒன்றின் ஞாபகார்த்தமாகவே இதற்கு இந்தப் பெயரை இட்டோம்.

வேளைக்கு வேளை கிடைத்த உணவை, மழையைக் கண்ட வறண்ட பூமி போல, ஆவலுடன் ராபின் தின்றது. அது எங்களிடம் வந்து சில வார காலம் சென்றது. பையனுக்கும் நாய்க்குட்டிக்கும் எவ்வளவு சீக்கிரமாகப் பயிற்சி தொடங்குகிறோமோ அவ்வளவு நல்லது. இந்தக் கொள்கையைப் பின்பற்றி, ராபினை ஒரு நாள் காலையில் வெளியே கூட்டிச் சென்றேன். ஒன்றிரண்டு தடவை துப்பாக்கி சுட்டு அதைத் துப்பாக்கிச் சத்தத்திற்குப் பழக்கலாம் என்றும் உத்தேசித்தேன். எங்கள் வீட்டைச் சேர்ந்த நிலப் பரப்பின் கீழ்க் கோடியிலே அடர்த்தியான முட்புதர்கள் உண்டு. நான் அவற்றின் ஓரமாய்ச் சென்றபோது, ஒரு மயில் மேலே கிளம்பியது. அருகே என் காலடியைத் தொடர்ந்து வந்துகொண்டிருக்கும் ராபினை நான் மறந்தே போனேன். அந்தப் பறவையைச் சிறகடித்துக்கொண்டு கீழே சாயும்படி சுட்டு வீழ்த்தினேன். அது முட்புதர்களில் போய் விழுந்தது. உடனே ராபின் பாய்ந்தோடியது. புதர்கள் மிகவும் அடர்த்தியாய் முள் நிறைந்திருந்ததால், என்னால் அவற்றுக்குள் புக முடியவில்லை. எனவே, அவற்றைச் சுற்றிக்கொண்டு எதிர்ப் பக்கத்துத் திறந்தவெளிக்குச் சென்றேன். அந்தப் பக்கமாகத்தான் அப்பாலுள்ள மரமும் புல்லும் மிகுந்த காட்டுக்கு அந்தக் காய முற்ற மயில் ஓடும் என்று எனக்குத் தெரியும். திறந்த வெளியில் காலைச் சூரியனின் ஒளி வெள்ளம் பாய்ந்துகொண்டிருந்தது. என்னிடம் மட்டும் அப்போது ஒரு சினிமா காமிரா இருந்திருந்தால் அபூர்வமான ஒரு காட்சியை படம் பிடித்திருப்பேன். அந்த மயில் ஒரு கிழட்டுப் பெட்டை. அதன் கழுத்து இறகுகள் சிலிர்த்திருந்தன; ஓர் இறக்கை முறிந்திருந்தது. இந்த நிலையில் காட்டுக்கு அது ஓடிக்கொண்டிருந்தது. அதன் வாலை விடாமல் பிடித்துத் தொங்கிக்கொண்டு, ராபின் இழுபட்டுக் கொண்டிருந்தது. நான் முன்னே ஓடி மிகவும் முட்டாள்த்தனமாக மயிலின் கழுத்தைப் பிடித்துத் தூக்கினேன். இப்படித் தூக்கினேனோ இல்லையோ, ‘விண்’ணென்று இரண்டு காலாலும் ராபினுக்கு மயில் ஓர் உதை விட்டது. ராபின் குட்டிக்கரணம்

போட்டுக்கொண்டு கீழே உருண்டது. ஆயினும், அடுத்த கணத்திலேயே எழுந்துவிட்டது. செத்த பறவையை கீழே நான் வைத்ததும், ராபின் சுற்றிச் சுற்றி வந்து துள்ளி ஆடிக்கொண்டு, வாலையும் தலையையும் மாறி மாறி மோதிவிட்டுப் போயிற்று. அன்று காலைப் பாடம் முடிந்தது. ராபினுடன் வீடு திரும்பினேன். அப்போது யாருக்கு அதிகப் பெருமை – தன் முதல் பட்சியை வீட்டுக்குக் கொண்டு வந்தது பற்றி ராபினுக்கா, அசுத்தமான ஒரு கூடையிலிருந்து நல்ல ஒரு குட்டியைத் தேர்ந்தெடுத்த எனக்கா – என்று சொல்ல முடியாது. வேட்டைக் குரிய காலம் இப்போது முடிவடைந்து கொண்டிருந்தது. அடுத்த சில நாட்களில் காடை, புறா, அபூர்வமாக ஒரு கௌதாரி இப்படிப்பட்ட பறவைகளைத் தவிர வேறு பெரிய பட்சி எதையும் ராபின் தூக்கி வரத் தேவையில்லாது போயிற்று.

கோடைக்காலத்தை மலையில் நாங்கள் கழித்தோம். நவம்பரில் வருஷந்தோறும் அடிவாரத்துக்கு வந்து தங்குவது வழக்கம். இந்தத் தடவை அப்படி எங்கள் பதினைந்து மைல் தூரப் பிரயாணத்தைச் செய்துகொண்டிருக்கும்போது, சடார் என்று திரும்பும் ஒரு மூலை வந்தது. அங்கே ஒரு பெரிய வானரப்படையிலிருந்து ஒரு மந்தி, குன்றுப் பக்கமிருந்து தாவி, ராபினின் மூக்குக்கு முன்னே சில அங்குல தூரத்தில் ரஸ்தாவின் குறுக்கே ஓடியது. நான் சீழ்க்கை அடித்ததைச் சட்டை செய்யாமல் ராபினும் குரங்கின் வால் பக்கம் துரத்திக்கொண்டு கீழே பாய்ந்தது. குரங்கு சட்டென்று ஒரு மரத்தின்மேல் பத்திரமாய் ஏறிக்கொண்டது. தரை திறப்பாயிருந்தது. இங்கொன்று அங்கொன்றாக இரண்டொரு மரங்கள் மட்டும் அதில் நின்றன. செங்குத்தாக இருபது அல்லது நூறு அடி தூரம் கீழே சென்ற பின் சில அடிகள் அளவுக்குத் தட்டையாயிருந்தது, அப்புறம் சட்டென்று கீழே உள்ள ஆழமான பள்ளத்தாக்கை நோக்கி ஒரேயடியாய்ச் சாய்ந்தது. இடையில் உள்ள தட்டைத் தரையின் வலதுபக்கத்தில் சில புதர்கள் இருந்தன. மழை நீர் அறுத்தோடிய ஆழமான ஒரு வாய்க்கால் அந்தப் புதர்களினூடே சென்றது. இந்தப் புதர்களுக்குள்ளே புகுந்த ராபின், அடுத்த கணத்திலேயே வெளிப்பட்டது; காதுகளைப் பின்னே நெரித்துக்கொண்டு வாலைச் சுருட்டிக்கொண்டு, 'செத்தேன், பிழைத்தேன்' என்று ஓட்டமாய் ஓடிவந்தது. அதற்குப் பின்னாலே பிரம்மாண்டமான ஒரு சிறுத்தைப்புலி தாவித் தாவி வந்தது; தாவிய ஒவ்வொரு தடவையும் நாயைப் புலி நெருங்கிக்கொண்டேயிருந்தது. என் கையிலோ ஆயுதம் இல்லை. என் முழுத்தொண்டையையும் பாய்ச்சி, 'ஹாய்' – 'ஹோய்' என்று கத்தியதுதான் நான் செய்ய முடிந்த உதவியெல்லாம். என் நண்பரின் சிவிகையைத் தாங்கி

வந்த ஆட்களும் என்னோடு சேர்ந்து பெருங்கூச்சல் போட்டார் கள். இந்த ஆரவாரம் உச்ச நிலையை எட்டியபோது, நூற்றுக்கு மேற்பட்ட மந்திகளும் பல ஸ்வர பேதங்களோடு அலறத் தொடங்கின. ஒன்றுக்கொன்று சமமில்லாத நாய்க்கும் புலிக்கும் நடந்த அந்தப் பயங்கரப் பந்தய ஓட்டம் எண்பது அல்லது நூறு அடி தூரம் வரை நடந்து, சிறுத்தைக்கு ராபின் கைக்கெட்டும் தறுவாயில் இருந்தது. அந்தச் சமயத்தில் சிறுத்தை ஏனோ வழியைவிட்டு விலகிப் பள்ளத்தாக்குக்குள் புகுந்து மறைந்து விட்டது; ராபினோ குன்றின் சரிவை ஒரு சுற்றுச் சுற்றி சாலையில் எங்களோடு மீண்டும் வந்து சேர்ந்துகொண்டது. மயிரிழையில் உயிர் தப்பிய இந்த நிகழ்ச்சியிலிருந்து, மிகப் பயனுள்ள இரண்டு பாடங்களை ராபின் கற்றுக் கொண்டது; அவற்றைப் பின்னால் ஒருபோதும் அது மறக்கவில்லை. இவைதான் அந்தப் பாடங்கள்: முதலாவது, மந்திகளைத் துரத்துவது ஆபத்து; இரண்டாவது, மந்தி அபாயக்குரல் கொடுத்தால், பக்கத்திலே சிறுத்தை இருக் கிறது என்று அர்த்தம்.

பயிற்சி எந்த இடத்திலே நின்றதோ அந்த இடத்திலே யிருந்து, வசந்த காலத்தில் மீண்டும் ராபின் பயிலத் தொடங்கியது. ஆனால், சிறுகுட்டியாயிருந்தபோது கவனிப்பாரற்றுப் பசியும் பட்டினியுமாயிருந்ததால், அதன் இருதயம் வலிவு குன்றிப் போயிருந்திருக்கிறது. அந்தப் பலவீனம் வெகு சீக்கிரத்திலே புலப்படலாயிற்று. ராபின் இப்போது சிறிது சிரமப்பட்டு வேலை செய்தாலும் மூர்ச்சை போட்டுவிடும்.

துப்பாக்கி வேட்டைக்குப் பழகிய நாயை வீட்டிலே விட்டு விட்டு எஜமான் மட்டும் தனித்து வெளியே போனால், அந்த நாய்க்கு அதைவிடப் பெரிய ஏமாற்றம் வேறில்லை. ராபினை இப்போது பட்சி வேட்டைக்குக் கூட்டிச் செல்வதில்லை. நான் பெரிய வேட்டைக்காக வெளியே போகும்போதெல்லாம் அதை அழைத்துச் செல்லத் தொடங்கினேன். நீரிலே வாத்து எவ்வளவு எளிதாய் நீந்துமோ அப்படி இந்த வேட்டையில் ராபின் கலந்துகொண்டது. அதுமுதல் நான் எப்போது ரைஃபிளை எடுத்துக்கொண்டு கிளம்பினாலும் ராபினும் கூட வந்தது.

ராபினும் நானும் கடைப்பிடித்த வழி இதுதான்: அதிகாலை யிலே எழுந்திருப்போம்; எங்கேயாவது ஒரு வேங்கை அல்லது சிறுத்தையின் சுவட்டைக் கண்டுபிடிப்போம்; பிறகு அதைத் தொடர்ந்து செல்லுவோம். பாதச்சுவடு தெரிகிற இடமெல்லாம் நான் பார்த்துச் செல்வேன். நாங்கள் தேடுகிற விலங்கு ஏதாவது காட்டுக்குள்ளே புகுந்திருக்குமானால், சுவட்டை ராபின் தொடரும். சிலசமயம் இந்த விதமாகவே பல மைல் தூரம்

நாங்கள் தொடர்ந்து சென்ற பிறகு, விலங்கைக் கண்டுபிடித் திருக்கிறோம்.

ஒரு விலங்கை உடனேயே கொல்ல வேண்டுமானால், உயர்ந்த பரண்மீது இருந்தபடியோ யானைமீது சவாரி செய்த படியோ சுடுவதைவிட, நடந்து சென்று அதைச் சுடுவதுதான் எளிது. தரையில் அடிபட்ட விலங்கொன்றைப் பின்தொடர் கிறவன், 'பலித்தாலும் சரி, பலிக்காவிட்டாலும் சரி' என்று சுட்டுவிடமாட்டான். இன்னொரு விஷயம், மேலேயிருந்து கீழ்நோக்கிச் சுடும்போது எட்டுவதைவிட, விலங்கு இருக்கும் அதே மட்டத்திலிருந்து அதை நாம் சுடும்போது, அதன் உயிர் நிலையான உறுப்புக்கள் நம் குறிக்கு அதிகமாய் எட்டும். ஆயினும், நான் சுடுவதற்கு முன் எவ்வளவு எச்சரிக்கை எடுத்துக் கொண்டுங்கூடச் சிலசமயம் சிறுத்தைகளையும் வேங்கை களையும் காயப்படுத்தத்தான் என்னால் முடிந்தது. பிறகு இரண்டாம் முறையோ மூன்றாம் முறையோ சுட்டு அவற்றை ஒய்ந்து போகச் செய்கிறவரையில் அக்கம் பக்கமெல்லாம் அவை ஒரே நாசம் செய்துவிடும். ராபினும் நானும் சேர்ந்து எத்தனையோ வருஷம் வேட்டையாடினோம். அத்தனை வருஷங் களிலும் ஒரே ஒரு தடவைதான் நெருக்கடியான நிலைமையில் அது என்னைக் கைவிட்டோடியது. அன்று சிறிது நேரம் விலகிப்போயிருந்த ராபின் மீண்டும் என்னைச் சந்தித்து என்னோடு சேர்ந்துகொண்டபின், 'நடந்ததை மறந்துவிட வேண்டியது; அதை இனி ஒருபோதும் குறிப்பிடுவதேயில்லை' என்று ராபினும் நானும் முடிவு செய்தோம். இப்போது எங்களுக்கு வயசாகிவிட்டது; அவ்வளவு உணர்ச்சியும் இல்லை. அது எப்படியானாலும் சரி; எழுபது வயசுத் தொண்டு கிழம் என்று மனிதருக்கு எதைக் குறிப்பிடுவார்களோ அதற்கிணையாக நாய்களுக்கு உள்ள முதுமைப் பிராயத்தை ராபின் எட்டி விட்டது. நான் இதை எழுதும்போது, இதோ! என் காலடியிலே அது படுத்திருக்கிறது. இந்த இடத்தைவிட்டு ராபின் இனி எழுந்து செல்லப் போவதேயில்லை. இந்த நிலையில், அறிவுள்ள தன் பழுப்புப் புருவங்களைச் சிமிட்டிப் புன்முறுவல் பூத்து, சின்னஞ்சிறு கட்டை வாலை ஆட்டி, இனி அந்தக் கதையை உங்களிடம் சொல்லலாம் என்று எனக்கு ராபின் அனுமதி கொடுத்துவிட்டது.

அடர்ந்த புதரை விட்டுச் சிறுத்தை வெளியே கிளம்பிச் சென்று சற்று நின்று இடது தோள்பக்கம் தலையைத் திருப்பி எங்களைப் பார்க்கிறவரையில், அதை நாங்கள் காணவில்லை. அது அளவுக்கு மேல் பெரிதாய் வளர்ந்த ஆண் சிறுத்தை.

கறுத்துப் 'பளபள'வென்று அழகாயிருந்தது அதன் மேனி. சிறுத்தை யின் தோல்மீதிருந்த கருவட்டங்கள், ஏதோ சிறந்ததொரு வெல்வெட்மீது திட்டமிட்டுத் தெளிவாய் வரைந்த பூக்கோலங்கள் மாதிரி தோன்றின. மிகவும் கிட்ட – ஐம்பது அடி தூரத்தில் – நான் நின்றுகொண்டு, ரைஃபிளைப் பிடித்து, வெகு நிதானமாகச் சிறுத்தையின் வலது தோளைக் குறிவைத்துச் சுட்டேன். என் குண்டு அதன் இருதயத்தில் படாது சற்றே விலகிப் போய்விட்டது. சொல்லி என்ன பயன்? அப்பாலே நூற்றைம்பது அடி தூரத்தில் மண்ணைக் கிளப்பிவிட்டுச் சென்றது என் குண்டு; அதே சமயம் சிறுத்தை ஒரு துள்ளுத் துள்ளி ஆகாயத்திலே எழும்பி ஒரு குட்டிக்கரணம் போட்டு, அப்படியே அந்தப் புதரில் போய் விழுந்தது – ஒரு கணத்துக்குமுன் அது விட்டு வெளி வந்ததே அந்தப் புதரில். ஐம்பது, நூறு, நூற்றைம்பது அடி தூரம் வரையில் புதருக்குள்ளே அது பாய்ந்தோடும் சப்தம் எங்களுக்குக் கேட்டுக் கொண்டேயிருந்தது. ஆரம்பித்த மாதிரியே சப்தம் பிறகு திடீரென்று நின்றுவிட்டது. சப்தம் இப்படித் திடீரென்று நின்றதற்கு இரண்டே காரணங்கள்தான் இருக்க முடியும்: ஒன்று, போகும் வழியிலேயே சிறுத்தை செத்திருக்க வேண்டும்; அல்லது, நூற்றைம்பது அடி தூரத்துக்கு அப்பால் திறந்த வெளியை அது அடைந்திருக்க வேண்டும்.

நாங்கள் அன்று வெகு தூரம் நடந்திருந்தோம். சூரியனோ மலைவாயில் விழும் சமயத்தில் இருந்தது. எங்கள் வீடு இன்னும் நாலு மைல் தூரத்தில் இருந்தது. இந்த இடத்தை நான் அடை யாளம் செய்து வைக்கத் தேவையில்லை. ஏனென்றால், சுமார் ஐம்பது ஆண்டுகளாக இந்தக் காடுகளினூடே பகலில் – பல தடவை இரவிலுங்கூடத்தான் – நான் நடந்திருக்கிறேன். கண்ணைக் கட்டியபடியேகூட இதில் எந்தப் பகுதியைக் கண்டுபிடிக்கச் சொன்னாலும் கண்டுபிடித்துவிடுவேன்.

அடுத்த நாள் போது விடிந்தது. முதல் நாள் இரவில் ராபின் எங்களுடன் இல்லை. இப்போது அதை அழைத்துக் கொண்டேன். நேற்றுச் சுட்ட இடத்துக்குப் போய்ச் சேர்ந்தேன். ராபின்தான் வழிகாட்டிக்கொண்டு சென்றது. சிறுத்தை நின்று கொண்டிருந்த இடத்தை வெகுஜாக்கிரதையாக ராபின் மோந்து பார்த்தது. பிறகு தலையை நிமிர்த்திக் காற்றை மோந்தபடி புதரோரம் வரைக்கும் முன்னேறிச் சென்றது. அங்கே சிறுத்தை விழுந்தபோது, பெரும் பெரும் திட்டாய் ரத்தம் சொரிந்திருந்தது. சிறுத்தைக்குக் காயம் எங்கே பட்டிருக்க வேண்டும் என்பதை நிச்சயிப்பதற்காக ரத்தத்தை நான் பரிசீலனை செய்யத் தேவை யில்லை. நான் மிகக் கிட்ட இருந்து சுட்டேன். சிறுத்தையைக்

குண்டு தாக்கியதைக் கண்டேன். எதிர்த் திசையிலே அது மண்ணில் போய் விழுந்து புழுதி கிளம்பியது. சிறுத்தையின் உடம்புக்குள்ளே நேரே ஊடுருவிச் சென்றிருக்கிறது என் குண்டு என்பதற்கு இதுவே ருசு.

ரத்தச் சுவட்டைப் பின்னால் தொடர வேண்டியது அவசிய மாயிருக்கலாம். ஆனால், நான்கு மைல் தூரம் நடந்து வந்திருக் கும் நாங்கள் இப்போது சற்று ஓய்வெடுத்துக்கொள்ளுவதால் தீங்கொன்றும் இல்லை; இதற்கு மாறாக, அந்த ஓய்வு எங்களுக்குப் பெரிய உதவியாகவே இருக்கும். சூரியன் உதிக்கப் போகிற சமயம். அந்த அதிகாலை நேரத்தில் காட்டு உயிரினங்கள் எல்லாம் சுறுசுறுப்பாய் இயங்கத் தொடங்கும். நாங்கள் மேலும் செல்வதற்கு முன், காயமுற்ற விலங்கைப் பற்றி அந்தப் பிராணி கள் என்ன தெரிவிக்கின்றன என்பதை அறிவது நலம்.

சமீபத்தில் நின்ற ஒரு மரத்தடியில் காய்ந்த இடம் ஒன்றைக் கண்டேன். அதற்குள் பனி புகுந்து ஈரமாக்கவில்லை. நான் அங்கே போய் உட்கார்ந்தேன். ராபின் என் காலடியில் படுத்தது. ஒரு சிகரெட்டைப் பற்றவைத்து நான் புகைத்து முடிக்கப் போகிற சமயம். எங்களுக்கு முன்பக்கம் வலதுபுறமாகச் சுமார் நூற்று எண்பது அடி தூரத்தில் ஒரு புள்ளிமான் கத்தியது; அடுத்தாற்போல் இன்னொன்று, அப்புறம் மற்றொன்று. இப்படி மூன்று புள்ளிமான்கள் கத்தின. ராபின் நிமிர்ந்து உட்கார்ந்து, மெல்லத் தலையைத் திருப்பி, என்னைப் பார்த்தது. தன்னை நான் கவனிக்கிறேன் என்று அறிந்ததும், முன்போலவே மெது வாகத் திரும்பி அந்தப் புள்ளிமான்களின் திசையைச் சுட்டிக் காட்டியது. முதல் முதல் குரங்கின் எச்சரிக்கைக் குரலை கேட்ட நாளிலிருந்து, அநுபவப் பாதையில் ராபின் வெகுதூரம் முன்னேறியிருந்தது. அருகிலே புலி இருக்கிறது என்பதைத்தான் காட்டுப் பிராணிகளுக்குப் புள்ளிமான்கள் எச்சரித்தன என்பதை ராபின் அறிந்துகொண்டது; கேட்கும் தூரத்தில் இருந்த சகல பறவைகளும் விலங்குகளுமேதான் இதை அறிந்துகொண்டிருக்கும்.

புள்ளிமான்களின் கண்ணுக்கு நன்கு தெரிகிற நிலையில் சிறுத்தை இருந்தது. அவை கத்திய விதத்திலிருந்து இது புலப் பட்டது. ராபினும் நானும் இன்னும் சற்று நேரம் பொறுமை யாயிருக்க வேண்டும். சிறுத்தை உயிரோடு இருக்கிறதா என்பதைப் புள்ளிமான்கள் அப்போது எங்களுக்குத் தெரிவித்துவிடும். அவை ஐந்து நிமிஷ நேரம் தனித்தனியாகக் கத்திவிட்டு, பிறகு திடீரென்று எல்லாமாய்ச் சேர்ந்து ஒரே கோஷமாய்த் திரும்பத் திரும்ப அலறின. பிறகு அமர்ந்து, முன்போல் ஒழுங்காய்க் கத்தத் தொடங்கின. சிறுத்தை உயிரோடிருக்கிறது; நகர்ந்து

விட்டது. இதோ மீண்டும் நிசப்தம் நிலவியது. சிறுத்தை எந்தத் திசையில் இருக்கிறது என்பதுதான் இப்போது எங்களுக்குத் தெரிய வேண்டும். ஓசைப்படாமல் புள்ளிமான்களை நாங்கள் பின்பற்றினால் அந்தத் தகவலைத் தெரிந்து கொள்ளலாம்.

காற்றுப் போகிற திசையில் நூற்றைம்பது அடி தூரம் சென்று, அடர்த்தியான செடி கொடிகளுக்குள்ளே புகுந்தோம். ஓசைப்படாமல் புள்ளிமான்களைப் பின்தொடரலானோம். இது ஒன்றும் அப்படிச் சிரமமான காரியம் அல்ல. எந்தக் காட்டிலும் சற்றும் சந்தடியில்லாது பூனை மாதிரி பதுங்கிச் செல்ல ராபினுக்குத் தெரியும்; என் காலை எங்கே எடுத்து வைப்பது என்பதை நீண்டகாலப் பயிற்சியால் நானும் கற்றிருக் கிறேன். புள்ளிமான்களுக்குச் சில அடி தூரத்துக்குள் நாங்கள் போய்ச் சேர்கிற வரைக்கும் அவை எங்கள் கண்ணுக்குப் புலப்படவில்லை. புள்ளிமான்கள் ஒரு திறந்த வெளியிலே நின்றுகொண்டு, வடக்கே பார்த்துக்கொண்டிருந்தன. என் ஊகம் சரியானால், அவை பார்த்துக் கொண்டிருந்த அதே திசையில்தான் முந்தின நாள் மாலையில் சிறுத்தை பாய்ந்த சப்தம் போய் நின்றது.

இந்தக் கட்டம் வரைக்கும், புள்ளிமான்கள் எங்களுக்குப் பேருதவியாயிருந்தன. 'திறந்த வெளியிலே' சிறுத்தை படுத்திருக் கிறது; அது உயிரோடு இருக்கிறது' என்று அவை எங்களுக்குத் தெரிவித்தன. அது இருக்கும் திசையையும் இப்போது காட்டி விட்டன. இந்தத் தகவலை அறிந்துகொள்ள எங்களுக்கு ஒரு மணி நேரம் பிடித்தது. இப்போது புள்ளிமான்கள் எங்களைப் பார்த்துவிட்டால், நாங்கள் வந்திருப்பதைக் காட்டுப் பிராணி களுக்கு அறிவித்துவிடும்; இவ்வளவு நேரமும் தாங்கள் புரிந்த நல்ல காரியத்தையெல்லாம் கெடுத்துவிடும். 'நாங்கள் பின்வாங்கி, கத்தும் மான்களுக்குப் பின்னாலே போய் நின்று சிறுத்தையைச் சுட முயலலாமா? அல்லது, ஒரு சிறுத்தையைப் போல நானே குரலெழுப்பி, மான்களை எங்கள் அக்கம்பக்கத்திலிருந்து விரட்டி விடலாமா? எது நல்லது?' என்று எனக்குள்ளே நான் யோசனை செய்துகொண்டிருந்தேன். இந்தச் சமயம் ஒரு பெண்மான் என்னவோ தன் தலையைத் திருப்பி நேரே என் முகத்தைப் பார்த்தது. அடுத்த கணமே "மனிதன் – உஷார்" என்று அது ஒரு குரல் கொடுத்தது. அத்தனை மான்களும் தலை தெறிக்க ஓட்டம் பிடித்துவிட்டன. திறந்த வெளிக்கு நான் போய்ச் சேர பத்தே பத்து அடி தூரம்தான் இன்னும் இருந்தது. அதிவேக மாய்த்தான் ஓடினேன்; சிறுத்தை என்னையும்விட அதிவேக மாய் ஓடிவிட்டது. நான் அதைப் பார்ப்பதற்கும் அது ஒரு புதருக்குள் நுழைவதற்கும் சரியாக இருந்தது. அப்போது அதன்

பின்னங்கால் பகுதியையும் வாலையுந்தான் நான் காண முடிந்தது. சுட எனக்குக் கிடைத்த வாய்ப்பைப் புள்ளிமான்கள் கெடுத்துவிட்டன. மீண்டும் அடியிலிருந்து தொடங்கிச் சிறுத்தை இருக்குமிடத்தை ஊகித்து அடையாளமாய்க் கவனித்துக்கொண் டிருக்க வேண்டும். இந்தத் தடவை ராபின்தான் இந்த வேலையை யெல்லாம் செய்ய வேண்டும்.

திறந்த வெளியிலே சில நிமிஷ நேரம் நான் நின்றேன். 'சிறுத்தை ஓரிடத்தில் போய் இருக்கட்டும், அது போகும் வழியிலிருந்து கிளம்பும் நெடி எங்கள் பக்கம் வீசட்டும்' என்று தான் இப்படி நின்றேன். காற்று வடக்கேயிருந்து வீசியது. காற்று வரும் பாதைக்குக் குறுக்காக ராபினை நேர் மேற்கே இட்டுச் சென்றேன். நாங்கள் நூற்றைம்பது அல்லது இருநூறு அடி தூரம் சென்றிருப்போம். முன்னால் போய்க்கொண்டிருந்த ராபின் சட்டென்று நின்று, காற்றுக்கு எதிரே முகத்தைத் திருப்பியது. காட்டிலே ராபின் ஊமைபோலவேயிருக்கும்; தன் நரம்புகளை அற்புதமாய் அடக்கியாளும். ஆயினும், அதன் முதுகு வழியாகச் சென்று பின்னங்கால்களில் கீழ்நோக்கி ஓடும் ஒரே ஒரு நரம்பை மட்டும், அது ஒரு சிறுத்தையைக் காணும் போதோ, அதன் மூக்கில் ஒரு சிறுத்தையின் நெடி வெதுவெதுப்பாய் வலுவாய் வீசும்போதோ, அதனால் அடக்கி யாள முடியாது. இந்த நரம்பு இப்போது நெளிந்தது; ராபினின் பின்னங்கால் துடை மீதிருந்த நீண்ட ரோமங்கள் கிளர்ச்சியுற்றன.

முந்திய கோடையில், காட்டின் இந்தப் பகுதியில் மிகக் கடுமையான புயல்காற்று ஒன்று வீசி, பல மரங்களை வேரோடு பெயர்த்துத் தள்ளியிருந்தது. நாங்கள் நின்ற இடத்திலிருந்து நூறடி தூரத்தில் அப்படிப் பெயர்ந்த ஒரு மரம் விழுந்து கிடந்தது. இந்தக் கணத்தில் அதைத்தான் ராபின் பார்த்துக் கொண்டிருந்தது. அதன் கிளைகள் எங்களை நோக்கிக் கவிழ்ந் திருந்தன. அடிமரத்தின் இருபுறமும் லேசான சில புதர்களும் அங்குமிங்கும் சிறிய சில குட்டைப்புல் பற்றைகளும் இருந்தன.

வேறு ஒரு சமயமாயிருந்தால், ராபினும் நானும் நாங்கள் தொடரும் விலங்கினிடம் நேரே போயிருப்போம். இந்தச் சமயம் சிறிது அதிகப்படியான எச்சரிக்கை கொள்வது அவசிய மாயிருந்தது. நாங்கள் தொடர்ந்திருக்கும் இந்த விலங்கு, காயமுற்ற போது பயத்தை உதறிவிடக்கூடியது. அதுமட்டும் அல்ல. இந்த நிலையில் இந்தச் சிறுத்தை பதினைந்து மணி நேரமாயிருந்து வருகிறது. இவ்வளவு நேரமும் மனிதன்மீது இதன் சினம் வளர்ந்திருக்கும்; சண்டையிட இதற்குள்ள இயற்கை உணர்ச்சி யெல்லாம் முற்றும் எழுந்திருக்கும்.

அன்று காலை வீட்டை விட்டு வரும்போது, .275 ரைஃபிளை எடுத்துக்கொண்டு வந்தேன். முதல் நாள் மாலை உபயோகித்த அதே ரைஃபிள்தான். பல மைல் தூரம் தாங்கிச்செல்ல வசதியான ரைஃபிள்; ஆனால், காயமுற்ற சிறுத்தை ஒன்றைத் தொடரும் ஒருவன் கைக்கொள்ள ஏற்றதல்ல. எனவே, நேரே அதை நெருங்காமல் வேறு வழியைத் தேர்ந்து கொண்டேன். விழுந்து கிடந்த மரத்துக்குப் பதினைந்து கஜம் அப்பால் சமதூரக் கோட்டிலே செல்ல எண்ணினேன். ராபின் முன்னே செல்ல, இந்தக் கோட்டோடு ஒவ்வோர் அடியாக எடுத்து வைத்துக் கொண்டு நான் நடந்தேன். கிளைகளைக் கடந்தேன்: அடிமரத் துக்கு எதிரே போய்ச் சேர்ந்தேன். ராபின் நின்றுவிட்டது. அது சுட்டிய திசையைப் பார்த்தேன். ராபினின் கவனத்தை இழுத்த சங்கதி என்ன என்பதை இதோ கண்டுகொண்டேன். சிறுத்தை யின் வால் மெல்ல மெல்ல எழுந்தது; பிறகு மெல்ல இறங்கியது. சிறுத்தை பாய்வதற்கு முன்னே எப்போதும் இந்த எச்சரிக்கை யைச் செய்யும். வலது பக்கம் குதிகால்மீது குந்தி உட்கார்ந்து கொண்டேன். ரைஃபிளைத் தோளிலே சாய்த்துப் பிடித்தேன்.

சிறுத்தை அந்தக் கணமே இடையில் உள்ள புதர்களைத் தாண்டி எங்களை நோக்கிப் பாய்ந்தது. நான் சுட்டேன். என் குண்டு அதைக் கொல்லும் என்று நான் நம்பவில்லை. அதன்மீது படும் என்றுகூட நம்பவில்லை. சிறுத்தையை வழிவிலகிச் செல்லும் படி செய்யவேண்டும் என்ற நோக்கத்தோடேயே சுட்டேன். நான் சுட்ட குண்டு, சிறுத்தையின் அடிவயிற்றுக்குக் கீழாகச் சென்று, அதன் இடது துடைச் சதையைத் தொளைத்துக் கொண்டு போயிற்று. அந்தக் காயத்தைவிட ரைஃபிள் வெடித்த சப்தமே சிறுத்தையை வழிவிலகச் செய்தது. என்னைத் தொடாமலே என் வலது தோள் பக்கமாக அது கடந்து சென்றது. இன்னொரு தடவை நான் சுடுவதற்குள், அந்தப் பக்கத்துப் புதருக்குள்ளே சிறுத்தை புகுந்து மறைந்துவிட்டது.

ராபின் என் காலடியை விட்டு நகரவில்லை. சிறுத்தை கடந்த இடத்தை இப்போது ராபினும் நானும் ஆராய்ந்தோம். ரத்தம் ஏராளமாய்ப் பெருகியிருந்ததைக் கண்டோம். ஆனால், சிறுத்தை முரட்டுத்தனமாய் உடலைச் சிரமப்படுத்திக்கொண்டு பாய்ந்ததால் பழைய காயமே பெருக்கிய ரத்தமா? அல்லது நான் புதிதாய்ச் சுட்டதில் பெருகிய ரத்தமா? எது என்று சொல்ல முடியவில்லை. அது எதுவானால் என்ன? ராபினுக்கு இரண்டும் ஒன்றுதான். அது ஒரு கணங்கூடத் தயங்காமல், சுவட்டைத் தொடர்ந்தது. மிக அடர்ந்த சில புதர்களைக் கடந்தோம். அப்பால் முழங்காலளவு வளர்ந்த செடிகளுக் கிடையே சுமார் முந்நூறு அடி தூரம் நடந்தோம். அங்கே

எங்கள் முன்னே சிறுத்தை எழுந்திருக்கக் கண்டேன். என் ரைஃபிளை எடுத்து அதைக் குறிபார்ப்பதற்குள், காட்டுச் சோளப் புதர் ஒன்றுக்கடியில் அது மறைந்துவிட்டது. புதரின் தட்டைகள் தரையில் பதிந்து, ஒரு பெரிய குடிசைக் கூடாரம் போல் இருந்தது. சிறுத்தை ஒளிந்திருக்க மிகவும் வசதியானது; அதோடு அடுத்த முறை எங்களைத் தாக்க அதற்குச் சகல சௌகரியமும் உள்ள இடம்.

ராபினும் நானும் இன்று காலை எங்கள் படையெடுப்பை வெகு திறமையாய்ச் செய்துவிட்டோம். நான் என்னதான் ஆயுதம் தாங்கியிருந்தாலும், சிறுத்தையை இப்போது தொடர்வது முட்டாள்த்தனமாகும். எனவே, இதற்குமேல் தாமதியாமல் திரும்பி வீடு போய்ச் சேர்ந்தோம்.

அடுத்த நாள் காலையில் நாங்கள் மீண்டும் அந்தப் புலத்துக்குப் போய்ச் சேர்ந்தோம். அதிகாலையிலிருந்தே ராபின் புறப்படத் துடித்துக்கொண்டிருந்தது. காலை நேரத்தில் காட்டிலே பல இனிய மணங்கள் கமழ்ந்தன. அவற்றையெல்லாம் அது அலட்சியம் செய்துவிட்டது. முடிந்தால் அந்த நாலு மைல்களையும் நான் ஓட்டமாய் நான் கடக்க வேண்டுமென்று ராபின் விரும்பியது.

நான் *450/400* ரைஃபிளை வைத்திருந்தேன். இந்த ஆயுதத்தைத் தாங்கியதால், முந்திய நாளைவிட எனக்கு அதிக திருப்தியாயிருந்தது. அந்த உண்ணிப் பூப் புதருக்குச் சில நூறு அடி தூரத்தில் நாங்கள் போய்ச் சேர்ந்தபோது, ராபினைச் சற்று மெதுப்படுத்தி எச்சரிக்கையோடு முன்னேறச் செய்தேன். ஏனென்றால், காயமுற்ற ஒரு விலங்கைப் பல மணி நேரத்துக்கு முன்விட்ட இடத்திலேயே மீண்டும் காணலாம் என்று நினைப்பது ஒருபோதும் பத்திரம் அல்ல. பின்னால் வரும் நிகழ்ச்சியே இதற்கு ருசுவாகும்.

வேட்டைக்கார நண்பர் ஒருவர் ஒரு பிற்பகலில் ஒரு வேங்கையைச் சுட்டுக் காயப்படுத்திவிட்டார். பிறகு, பல மைல் தூரம் ஒரு பள்ளத்தாக்கில் அதன் ரத்தச் சுவட்டைத் தொடர்ந்து சென்று வந்திருக்கிறார். முதல் நாள் விட்ட இடத்தில் சுவட்டைத் தொடர்வதற்காக அடுத்த நாள் சில ஆட்கள் புடைசூழப் புறப்பட்டிருக்கிறார். ஆட்களில் ஒருவன் தோட்டா இல்லாத ரைஃபிள் ஒன்றைத் தாங்கிக்கொண்டு, எல்லாருக்கும் முன்னே சென்றிருக்கிறான். அவன்தான் அந்த ஊர் வேட்டைக்காரன். முந்திய நாளின் ரத்தச் சுவட்டைத் தொடர்ந்துதான் அவன் போய்க்கொண்டிருந்தான். வேங்கை

யைச் சுட்ட இடத்துக்கு இன்னும் ஒரு மைல் இருக்கும் போதே, காயமுற்ற புலிக்கு வெகு அருகே போய்விட்டான்; அது அவனைக் கொன்றுவிட்டது. கோஷ்டியில் இருந்த மற்றவர்கள் உயிர் தப்பினார்கள் – சிலர் மரத்தின்மீது ஏறிக்கொண்டார்கள்; மீதிப் பேர் ஓட்டம் பிடித்துவிட்டார்கள்.

உண்ணிப்பூப் புதர் இருக்குமிடத்தைக் கணக்காக அடையாளம் செய்து வைத்திருந்தேன். எனவே, அந்தப் புதர் வழியாகக் காற்று வீசும் பக்கத்தில் புதருக்குச் சில அடி தூரத்துக்கு அப்பால் ஒரு கோட்டிலே, ராபினை இப்போது இட்டுச் சென்றேன். காற்றின் குறுக்கே சென்று மோப்பத்தின் மூலம் ஒரு விலங்கின் இடத்தை அறியும் இந்த முறையெல்லாம் ராபினுக்கு நன்றாய்த் தெரியும். நாங்கள் சிறிது தூரந்தான் போயிருப்போம். புதருக்கு நேரே செல்ல இன்னும் முந்நூறு அடி தூரம் இருக்கும். சட்டென்று ராபின் நின்றது. காற்று வரும் திசையில் முகத்தைத் திருப்பியது; சிறுத்தையின் மோப்பம் தனக்கு எட்டுவதாக எனக்கு அறிவித்தது. முந்திய நாளைப் போலவே, அது நோக்கிய திசையில் ஒரு மரம் விழுந்து கிடந்தது. அடர்த்தியாய்ச் செடி கொடிகள் முளைத்து வளர்ந்திருந்த இடத்தின் ஓரத்திலே அதற்குச் சமதூரத்திலே அந்த மரம் கிடந்தது. நேற்று நாங்கள் சிறுத்தையைத் தொடர்ந்து புகுந்து வந்தோமே அந்தச் செடி கொடிகளே அவை.

நேற்று இந்த வழியாக உண்ணிப்பூப் புதரை நாங்கள் அடைந்தபோதுதான் சிறுத்தை எங்களைத் தாக்கியது. விழுந்து கிடந்த மரத்துக்கு இப்பால் எங்கள் பக்கம் திறப்பான தரையாக இருந்தது. மரத்துக்கு அந்தப் பக்கமோ அடர்த்தியாக மார்பளவு வளர்ந்த புதர்கள் இருந்தன. எங்கள் முந்தைய பாதையிலேயே தொடர்ந்து செல்லும்படி ராபினுக்குச் சமிக்ஞை செய்தேன். உண்ணிப்பூப் புதரைக் கடந்தோம். அதில் ஒன்றும் எங்களுக்குச் சிரத்தை இல்லை. மழைநீர் ஓடிச் சுத்தமாயிருந்த ஒரு ஓடைக்குப் போய்ச் சேர்ந்தோம். இங்கே என் சட்டையைக் கழற்றினேன் – எத்தனை கற்களை அதன் தையல் தாங்குமோ அத்தனை கற்களை அதில் நிறைத்துக்கொண்டேன். இந்தச் சமயோசிதச் 'சாக்கு மூட்டை'யைத் தோளிலே போட்டுக்கொண்டேன். விழுந்து கிடந்த அந்த மரத்துக்கு எதிரேயிருந்த திறந்த வெளிக்குத் திரும்பவும் வந்து சேர்ந்தேன்.

கல்லைக் கொட்டிக் குவித்துவிட்டு, சட்டையை மீண்டும் அணிந்துகொண்டேன். மரத்துக்குப் ஐம்பது அடி தூரத்தில் இடம் பிடித்தேன். எந்த நிமிஷமும் சுடுவதற்குத் தயாராக ரைஃபிளைத் தோளில் வைத்துக்கொண்டேன். கல்லை எறியத்

தொடங்கினேன். முதலில், மரத்தின்மீது எறிந்தேன். பிறகு, மரத்துக்கும் அப்பாலிருந்த புதர்களுக்குள் எறிந்தேன். சிறுத்தை இன்னும் உயிரோடுதான் இருக்கும் என்று நான் நினைத்ததால், 'அது என்மீது பாயத் திறந்தவெளிக்கு வரட்டும்' என்றே இப்படிக் கல் எறிந்தேன். திறந்த வெளியில் அதை நான் சமாளிக்க முடியும். கையில் இருந்த கல்லெல்லாம் காலியாகி விட்டன. பிறகு, கையைக் கொட்டினேன்; கூச்சல் போட்டேன். என்னுடைய இந்தக் 'குண்டு வீச்சின்' போதோ பிறகோ சிறுத்தை அசையவும் இல்லை; தான் உயிரோடிருப்பதாகக் குறிக்கும் சப்தம் எதுவும் எழுப்பவும் இல்லை.

இப்போது நான் நேரே மரத்தடிக்குப் போய், அதன் மறு பக்கத்தைக் கவனிப்பது சரியாகயிருக்கும். ஆயினும், காடுகளில் ஒரு பழமொழி நெடுங்காலமாய் வழங்குகிறது: 'சிறுத்தையின் தோலை உரிக்கும் வரைக்கும் அது செத்ததாய் நம்ப முடியாது.' இந்தப் பழமொழியை நினைவுபடுத்திக்கொண்டேன். மரத்தை வட்டமாய்ச் சுற்றிச் சுற்றி வரப் புறப்பட்டேன். அதன் கிளை களுக்குக் கீழேயும் அடிக்கட்டை முழுவதையும் நன்றாகப் பார்க்கிற வரையில் வட்டத்தைச் சுருக்கிக்கொண்டே போவது என்று உத்தேசித்துக்கொண்டேன். எழுபத்தைந்து அடி தூரத் துடன் முதல் வட்டத்தைத் தொடங்கினேன். மூன்றில் இரண்டு பகுதி வட்டம் போயிருப்பேன். அப்போது ராபின் நின்றுவிட்டது. அதன் கவனத்தை இழுத்தது என்ன என்று காண்பதற்காக நான் கீழே பார்த்தேன். ஆழ்ந்த குரலில் ஆத்திரங்கொண்ட உறுமல் தொடர்ந்து வந்தது. சிறுத்தை நேரே எங்களை நோக்கி வந்துகொண்டிருந்தது. நான் கண்டதெல்லாம் செடிகொடிகள் மிகப் பலமாய் நேரே எங்களை நோக்கி ஒரு கூடு போல அசைந்ததுதான். சட்டென்று வலது பக்கம் பாதி திரும்பி, ரைஃபிளைத் தோளில் வைக்க மட்டுமே எனக்கு நேரமிருந்தது. அதற்குள்ளே சிறுத்தையின் தலையும் தோளும் சில அடி தூரத்தில் புதரை விட்டு வெளிப்பட்டுவிட்டன.

சிறுத்தை பாய்ந்ததும் நான் சுட்டதும் ஏக காலத்தில் நிகழ்ந்தன. பிறகு, இடது பக்கமாய்ச் சற்றுத் துள்ளி விலகி, என்னால் முடிந்த மட்டும் பின்னால் சாய்ந்துகொண்டேன். சிறுத்தை என்னைக் கடந்து சென்றபோது, ரைஃபிளை இடுப்பிலே முட்டுக் கொடுத்துக்கொண்டு, சிறுத்தையின் வயிற்றிலே ஒரு பக்கத்தில் இரண்டாவது குண்டைச் செலுத்தினேன்.

காயம்பட்ட ஒரு விலங்கு, சிறுத்தையாயிருந்தாலும் சரி, வேங்கையாயிருந்தாலும் சரி, நேரே வந்து பாய்ந்து, தன் பாய்ச்சல் பலிக்காவிட்டால், அப்படியே போய்க்கொண்டே

தான் இருக்கும்; மீண்டும் தன்னை யாரும் தொந்தரவு செய்யாத வரையில், அது திரும்பி வந்து தாக்குவதே இல்லை.

ராபினை நசுக்கிவிடாதிருப்பதற்காகவே இடது பக்கமாக முன்பு நான் துள்ளி விலகினேன். ஆனால், இப்போது ராபினை எங்குமே காணவில்லை. ராபினும் நானும் சேர்ந்து வேட்டை யாடிய இத்தனை வருஷ காலத்தில், நெருக்கடியான சமயம் ஒன்றில், முதல்முதலாகப் பிரிந்ததும் இப்போதுதான். ஒரு வேளை அது வீட்டைத் தேடிப் போய்க் கொண்டிருக்கலாம். காட்டிலே அந்த நாலு மைல் தூர இடைவெளியில் நேரக் கூடிய எத்தனையோ அபாயங்களுக்கு அது தப்பிக்கொள்வது வெகு கடினம். வீட்டிலிருந்து இவ்வளவு தூரம் இருப்பதால், இந்தக் காட்டைப் பற்றி ராபினுக்கு அவ்வளவு நன்றாய்த் தெரியாது. இதனாலேயே அதற்குப் பல அபாயங்கள் நேரும். அதுவும் போக, அதன் இருதயம் வேறு பலவீனமான நிலையில் இருந்தது. எனவே, ராபினைத் தேடலாமென்று நான் திரும்பி னேன். ஆனால் எனக்கு நம்பிக்கையேயில்லை. ஆயினும் முந்நூறு அடி தூரத்தில் ஒரு மரத்தடியிலிருந்து ராபினின் தலை நீட்டிக் கொண்டிருக்கக் கண்டேன். என் கையைத் தூக்கி அதற்குச் சமிக்ஞை செய்தேன். உடனே அது செடிகொடிகளுக்குள்ளேயே புகுந்து மறைந்தது. என்றாலும், சிறிது நேரத்துக்கெல்லாம் கவிழ்ந்த கண்ணும் தொங்கிய காதுமாய் அது நடந்துவந்து என் காலடியை அடைந்தது. ரைஃபிளைக் கீழே வைத்தேன். ராபினின் ஆயுளி லேயே இரண்டாவது தடவையாக, என் புஜங்களிலே அதைத் தூக்கி அணைத்துக்கொண்டேன். அதுவும் என் முகத்தை நக்கியது. அப்படியே தொண்டையிலிருந்து சிறு சப்தங்கள் செய்தது; எனக்கு ஒரு தீங்கும் நேராதது கண்டு தான் அடைந்த சந்தோஷத்தையும் என்னை விட்டுப் பிரிந்து ஓடியதிலே தனக்குற்ற அளவிட முடியாத வெட்கத்தையுந்தான் அந்தச் சப்தங்களின் மூலம் ராபின் எனக்குத் தெரிவித்தது.

எதிர்பாராத ஆபத்து திடீரென்று வந்தபோது, நாங்கள் நடந்துகொண்ட விதம் குறிப்பிடத்தக்கது. அபாயம் கண்ணுக்குத் தெரியாமலே செவியில் மட்டும் படும்போது, அந்த நெருக்கடி வேளையில் 'ஒரு நாய் எப்படி நடந்துகொள்ளும், மனிதன் எப்படி நடந்துகொள்ளுவான்' என்பதைத்தான் இது காட்டு கிறது. மௌனமாய் அதிவேகமாய்ப் பின்வாங்கிப் பத்திரமான ஓரிடத்தை அடைய வேண்டும் என்ற தூண்டுதல் ராபினுக்கு ஏற்பட்டது. எனக்கோ கால் கீழே வேரூன்றிவிட்டது; வேகமாக வோ மெல்லவோ பின்வாங்குவது சாத்தியமில்லாது போயிற்று.

சற்று நேரம் இப்படிப் பிரிய நேர்ந்ததில் ராபின்மீது குற்றமில்லை என்று, அதை நான் சமாதானப்படுத்தினேன்.

அதன் சிறிய உடம்பில் இருந்த நடுக்கம் நின்றது. அதைக் கீழே விட்டேன். அவ்வளவு தீரமாய்ச் சண்டை போட்டுக் கடைசித் தடவையில் அநேகமாய் ஜயித்தும்விட்டதென்றே சொல்லக் கூடிய அந்தச் சிறுத்தை செத்துக் கிடந்த இடத்துக்கு, ராபினும் நானும் சேர்ந்தே சென்றோம்.

கதையை உங்களுக்குச் சொல்லிவிட்டேன். நான் இதைச் சொல்லிக்கொண்டேயிருக்கும்போது, ராபின் – விசாலமான இருதயம் படைத்த, எந்தக் காலத்திலுமே மனிதனுக்குக் கிடைத்தற்கரிய விசுவாசமுள்ளவனான ராபின் – மோட்சத்திற்கு போய்ச் சேர்ந்துவிட்டது; அங்கே அது எனக்காகக் காத்துக்கொண்டிருக்கும் என்று எனக்கு நிச்சயமாய்த் தெரியும்.

பொவால்கட் பிரம்மசாரி

எங்கள் குளிர்கால இருப்பிடத்துக்கு மூன்று மைல் தூரத்தில் காட்டின் நடுவில் திறப்பான வெட்டவெளி ஒன்று இருக்கிறது. அதன் நீளம் ஆயிரத்து இருநூறு அடி; அகலம் அதில் பாதி. மரகதப் பச்சைப் புல் வளர்ந்திருக்கும். சுற்றிலும் பெரிய மரங்கள் சூழ்ந்திருக்கும். ஜரிகைக் கோடிட்டதுபோலக் குறுக்கே பிரப்பங்கொடிகள் படர்ந்திருக்கும். இந்த வெட்டவெளியின் அழகுக்கு இணை வேறில்லை. 'பொவால்கட் பிரம்மசாரி' என்று ஐக்கிய மாகாணமெங்கும் பிரசித்தியான வேங்கையை, முதல் முதலாக இந்த வெட்டவெளியில்தான் நான் பார்த்தேன். வேட்டையிலே பெரிய வெற்றிச் சின்னம் சம்பாதிக்க, 1920 முதல் 1930 வரைக்கும் இதையே எல்லாரும் தேடினார்கள்.

ஒரு நாள் காலை நேரம். சூரியன் அப்போதுதான் உதித்திருந்தது. இந்த வெட்டவெளியை நோக்கிய உயர்ந்த மேடு ஒன்றின் உச்சிமீது நான் ஏறிக்கொண்டேன். இந்த வெளியில் என் பக்கத்துக்கு எதிரான மறுபக்கக் கோடியில் ஸ்படிகம் போன்ற நீர்க்கால் ஒன்று ஓடிக்கொண்டிருந்தது. அதையொட்டிய கரையில் காய்ந்து கிடந்த இலைச் சருகுகளை இருபது முப்பது காட்டுக் கோழிகள் கிளறிக் கொண்டிருந்தன. பனி முத்துக்கள் பளபளத்துக்கொண் டிருந்த மரகதப் பச்சைப் புல் மீது அங்குமிங்கும் சிதறி நின்றுகொண்டு ஐம்பது அறுபது புள்ளிமான்கள் மேய்ந்தன. வெட்டி மிஞ்சிய மரம் ஒன்றின் அடிக்கட்டை மீது உட்கார்ந்து சிகரெட் பிடித்தபடி இந்தக் காட்சியை நான் பார்த்துக்கொண்டிருந்தேன். அப்போது எனக்கு மிக அருகே இருந்த புள்ளிமான், நான் இருந்த திசையில் தலையை நிமிர்த்தி, குரல் கொடுத்தது. கண நேரத்துக் கெல்லாம், எனக்குக் கீழே அடர்த்தியான புதர்

களிலிருந்து பிரம்மசாரி வெளிப்பட்டு, வெட்டவெளிக்கு வந்தது. முற்ற முற்ற ஒரு நிமிஷ நேரம் கம்பீரமாய்த் தலையை நிமிர்த்தி அந்தக் காட்சியை ஒரு கண்ணோட்டம் விட்டது. பிறகு, மெதுவாய், அவசரமேதும் இல்லாமல் அடியெடுத்து வெட்டவெளியைக் கடக்கப் புறப்பட்டது. உதய சூரியனின் ஒளியில் பிரம்மசாரியின் குளிர்காலத்துப் புறத்தோல் கண்கொள்ளாக் காட்சியாயிருந்தது. மான்கள் வழி விலகிக் கொடுக்க இடையிலே விரிந்தகன்ற சந்து வழியாக, வலமும் இடமும் தலையைத் திருப்பித் திருப்பிப் பார்த்துக்கொண்டே பிரம்மசாரி நடந்தது. நீர்க் காலில் படுத்து நீர்பருகி விடாய் தீர்த்துக்கொண்டது. அப்புறம் அதை ஒரே பாய்ச்சலில் தாண்டியது. அப்பாலிருந்த அடர்த்தியான மரக் காட்டுக்குள் புகுந்தபோது, காட்டுப் பிராணிகளெல்லாம் தனக்குச் செலுத்திய வணக்கங்களை அங்கீகரிப்பதுபோல் மும்முறை உறுமியது. ஏனென்றால், வெட்ட வெளியில் பிரவேசித்தது முதல், ஒவ்வொரு புள்ளி மானும் குரலெழுப்பியது; ஒவ்வொரு காட்டுக் கோழியும் கூவியது; மரங்களில் பெரும் படையாயிருந்த குரங்குகள் ஒவ்வொன்றும் கீச்சிட்டது.

அன்று காலையில் பிரம்மசாரி வெகுதூரம் வந்துவிட்டது. ஏனென்றால், அதன் இருப்பிடம் ஆறு மைலுக்கப்பாலிருந்த ஒரு மலைச் சந்து. இந்தப் பிரதேசத்திலே யானைகளின் உதவி கொண்டு பெரும்பாலான புலிகளைச் சுட்டு வந்தார்கள். எனவே, தன் இருப்பிடத்தை மிகவும் புத்திசாலித்தனமாகப் பிரம்மசாரி தேர்ந்துகொண்டது. அதன் மலைச் சந்து, குன்றுகளின் அடிவாரம் வரையில் ஓடுகிறது. மலைச் சந்தின் அகலம் அரை மைல். அதன் இரண்டு பக்கங்களிலும் செங்குத்தான குன்றுகள் ஆயிரம் அடி உயரம் எழும்பியிருந்தன. மலைச்சந்தின் மேல் முனையில் ஒரு நீர்வீழ்ச்சி இருந்தது; அது இருபதடி ஆழம் விழுந்தது. மலைச் சந்தின் கீழ்முனையில் செங்களிமண்ணை நீர் அரித்துச் சென்றது; இங்கே அது குறுகி நாலடி அகலமே இருந்தது. எனவே, பிரம்மசாரியுடன் அதன் இருப்பிடத்திலேயே போய்ப் போராடி இரண்டிலொன்று பார்த்துவிட வேண்டும் என்று விரும்புகிற எந்த வேட்டையாடியும் நடந்தே செல்வது அவசியமாயிற்று. இருப்பிடமோ இவ்வளவு பாதுகாப்பானது; சர்க்காரோ இரவிலே துப்பாக்கி சுடக் கூடாது என்று தடுத்திருந்தது. எல்லாரும் விரும்பித் தேடிவந்த தன் தோலை இந்தக் காரணங்களால்தான் பிரம்மசாரி இழக்காமல் தன் வசமே வைத்துக்கொண்டிருக்க முடிந்தது.

எருமையைக் கட்டி ஆசை காட்டி, பிரம்மசாரியைச் சுட்டு வீழ்த்த எத்தனையோ பேர் முயன்றுவிட்டார்கள். அதைச் சுட முடியவேயில்லை. நானறிந்தவரையில் இரண்டு முறை

மட்டும், மயிரிழையில் பிரம்மசாரி உயிர் தப்பியது. முதல் தடவை, தம்பட்டமடித்து வேங்கையை வெளிக் கிளப்பினார்கள். கயிற்றில் கட்டித் தொங்கவிட்டிருந்த பரணில் ஃப்ரெட் ஆண்டர்ஸன் இருந்தார்; சரியான சமயத்தில், அவருடைய ரைஃபிள் அந்தக் கயிற்றில் சிக்கிக்கொண்டது. இரண்டாவது தடவை, பரணில் ஹுவிஷ் எடி இருந்தார்; வேங்கையைக் கிளப்புவதற்காகத் தம்பட்டம் அடிக்குமுன் அவர் கொஞ்சம் புகைபிடிக்கத் தம் சுங்கானில் புகையிலைத்தூள் அடைத்துக் கொண்டிருந்தார்; தம்பட்டத்துக்குக் காத்திராமல் இந்தச் சமயத் திலேயே புலி அவருக்குமுன் வந்து சென்றுவிட்டது. இந்த இரண்டு சந்தர்ப்பங்களிலும், வேங்கையைச் சில அடி தூரத்திலே மிகவும் கிட்ட இருந்தே அவர்கள் இருவரும் பார்த்திருக்கிறார் கள். ‘அது ஷெட்லண்ட் மட்டக் குதிரை அளவு பெரியது’ என்று ஆண்டர்ஸன் வர்ணித்தார். ‘அது ஒரு கழுதை அளவு பெரியது’ என்றார் எடி.

இந்த முயற்சிகளும் வேறு பல முயற்சிகளும் பலிக்காது போனபின், அந்த வருஷம் மாரிக் காலம் வந்தது. எங்கள் கமிஷனரான விண்டம் என்பவரை அழைத்துக்கொண்டு நான் புறப்பட்டேன். இந்தியாவிலேயே வேங்கைகளைப் பற்றி வேறு எவரையும்விட மிக அதிகமாய் அறிந்தவர் அவர். தீப்பிடித்து எரிந்திருந்த தடம் ஒன்றுக்கு அவரை நான் கூட்டிச் சென்றேன். பிரம்மசாரி வசித்த மலைச்சந்தின் மேல்முனையைச் சுற்றிக் கொண்டு அந்தத் தடம் சென்றது. அதில் அன்று காலையில் புலியின் புதிய பாதச் சுவடுகளை நான் கண்டேன். அவற்றைக் கமிஷனருக்குக் காட்டத்தான் அவரை இப்படி அழைத்துப் போனேன். விண்டம் தம்முடைய வேட்டையாடிகளில் மிகவும் அனுபவம் வாய்ந்த இருவரைத் தம்மோடு அழைத்து வந்தார். மூன்று பேரும் புலியின் பாதச் சுவடுகளைப் பரிசீலனை செய்தார்கள். முளையடித்து அளந்தால் புலியின் நீளம் பத்தடி இருக்கும் என்றார் விண்டம். அதன் வளைவோடு அளந்தால் 10 அடி 5 அங்குல நீளம் இருக்கும் என்றார் ஒருவர். 10 அடி 6 அங்குலமோ அதற்கு மேலோ இருக்கும் என்றார் இன்னொரு வேட்டையாடி. ஆனால் எல்லாரும் இதைவிடப் பெரிய புலியின் சுவடுகளைக் கண்டதில்லை என்று ஒப்புக்கொண் டார்கள்.

பிரம்மசாரியின் இருப்பிடத்தைச் சுற்றிய நிலப்பரப்பில் மிக ஏராளமான மரங்களை 1930இல் காட்டிலாகாவினர் வெட்டித் தள்ளத் தொடங்கினார்கள். இந்தத் தொந்தரவு சகிக்காமல், பிரம்மசாரி தன் இருப்பிடத்தை மாற்றிக்கொண்டது. அந்த வேங்கையைச் சுடும் நோக்கத்துடன், வேட்டையாட அனுமதி வாங்கிய இரண்டு வேட்டைக்காரர்கள் இந்த விவரத்தை

எனக்குச் சொன்னார்கள். ஒவ்வொரு மாசமும் பதினைந்து நாள் மட்டுமே இங்கே வேட்டை அனுமதி வழங்கினார்கள். இந்தக் குளிர் காலம் முழுவதும் ஒன்றுக்குப் பின் ஒன்றாகப் பல வேட்டைக் குழுக்கள் வந்து முயன்றும் வேங்கையைக் கண்டுபிடிக்கவில்லை.

குளிர்காலம் முடியப் போகிற தருணம். தபால் எடுத்துச் செல்லும் அஞ்சல்காரக் கிழவன் ஒருவன் ஒரு நாள் மாலை என்னிடம் வந்தான். இவன் தினந்தோறும் காட்டிலே ஏழு மைல் தூரம் ஓடிக் குன்றுக் கிராமம் ஒன்றுக்குச் சென்று வரும்போது, காலையிலும் மலையிலும் எங்கள் வீட்டு வாயிலைக் கடப்பான். அன்றைய தினம் காலையில் கிராமத்துக்குப் போகும் போது, வழியிலே மிகப்பெரிய புலியின் பாதச் சுவடுகளைக் கண்டதாக எனக்கு அறிவித்தான். முப்பது வருஷ காலமாய் அவன் இந்த ஊழியம் புரிந்து வருகிறேன். தான் இந்த முப்பது வருஷ காலத்திலும் இவ்வளவு பெரிய புலியின் பாதச் சுவட்டைக் கண்டதேயில்லை என்றான். வேங்கை மேற்கேயிருந்து வந்து, ரஸ்தாவிலேயே அறுநூறு அடி தூரம் நடந்து, பிறகு கிழக்கே போய்விட்டதாம். அது சென்ற பாதை ஒரு வாதுமை மரத்தருகே தொடங்கியதாம். எங்கள் வீட்டிலிருந்து இரண்டு மைல் தூரத்தில் இந்த வாதுமை மரம் நின்றது. ரஸ்தாவிலே பிரயாணிகளுக்குப் பிரசித்தமான ஓர் அடையாளமாக இது விளங்கியது. வேங்கை சென்ற பாதை மிகவும் அடர்த்தியாய் மண்டிக்கிடந்த ஒரு காட்டுக்குள் அரை மைல் தூரம் போயிற்று. அப்புறம் ஓர் அகலமான வாய்க்காலைக் கடந்தது. ஆடு மாடுகள் செல்லும் ஒரு தடத்தில் பின்பு போய்ச் சேர்ந்தது. அந்தத் தடம் குன்றின் அடிவாரத்தைச் சிறிது சுற்றிச் சென்று, அப்புறம் ஆழமான மரங்கள் அடர்ந்த ஒரு பள்ளத்தாக்கில் பிரவேசிக்கிறது. வேங்கை கள் மிக்க ஆசையோடு வந்து வட்டமிடும் ஓர் இடம் இது.

பாதையை ஆராய்வதற்காக, அடுத்த நாள் காலையில், ராபின் பின்தொடர, நான் புறப்பட்டேன். கால்நடைத் தடம் பள்ளத்தாக்கில் எங்கே பிரவேசிக்கிறதோ அந்த இடத்தைப் போய்ப் பார்ப்பதே என் நோக்கம். ஏனென்றால், பள்ளத் தாக்குக்குள் நுழைகிற அல்லது அதிலிருந்து வெளிவருகிற சகல பிராணிகளின் அடிச் சுவடுகளும் இங்கே தென்படும். நாங்கள் ஏதோ விசேஷ ஜோலியாகப் போகிறோம் என்பதைப் புறப்பட்ட கணத்திலிருந்தே ராபின் தெரிந்துகொண்டுவிட்டது. எனவே, எங்களைக் கண்டு கலவரம் அடைந்த காட்டுக் கோழி களையோ, வழியிலே எங்களுக்கு மிக அருகே கவலையற்று நின்ற கேளையாடுகளையோ, எங்களைப் பார்த்ததும் நின்று கத்திய இரண்டு கடம்ப மான்களையோ ராபின் சட்டை

செய்யவில்லை. கால்நடைத் தடம் பள்ளத்தாக்கில் புகுந்த இடம் கடினமாகவும் கற்கள் நிறைந்தும் இருந்தது. இங்கே நாங்கள் போய்ச் சேர்ந்ததும், ராபின் தன் தலையைக் கீழே பதித்து, இந்தக் கற்களை மிகவும் ஜாக்கிரதையாக மோந்து பார்த்துக்கொண்டது. பிறகு, மேலே தொடரும்படி நான் சமிக்ஞை செய்தவுடன், அது திரும்பித் தடத்தில் கீழ் நோக்கி இறங்கத் தொடங்கியது. எனக்கு முன்னாலே மூன்றடி தூரத்தில் ராபின் நடந்தது. அது நடந்துகொண்ட விதத்திலிருந்து, மோப்பத்தால் ஒரு வேங்கையின் சுவட்டைத் தொடர்ந்து செல்கிறது என்றும் அந்தச் சுவடு புத்தம் புதியது என்றும் நான் அறிந்து கொண்டேன். தடம் முந்நூறு அடி தூரம் கீழே சென்றதும், தட்டையாகி, குன்றின் அடிவாரத்தை ஒட்டிப் போயிற்று, அங்கே தரை மிருதுவாயிருந்தது. அந்த இடத்தில் ஒரு வேங்கையின் பாதச் சுவடுகளை நான் கண்டேன். அதை ஒரு கண்ணோட்டம் விட்டதும், பிரம்மசாரியின் காலடியையே நாங்கள் பின் தொடர்கிறோம் என்று எனக்கு நிச்சயம் ஏற்பட்டுவிட்டது. அது எங்களுக்கு முன்னாலே போய் ஒன்று அல்லது இரண்டு நிமிஷமோதான் ஆகிறது என்றும் அறிந்துகொண்டேன்.

மிருதுவான தரைக்கு அப்பால் ஆயிரம் அடி தூரம் கற்களின் மீதே தடம் சென்றது. அப்புறம் திறந்த மைதானம் ஒன்றுக்குள் செங்குத்தாய் இறங்கியது. தடத்திலேயே வேங்கை சென்று கொண்டிருந்தால், அநேகமாய் இந்த மைதானத்திலேயே அதை நாங்கள் கண்டுவிடலாம். இன்னும் ஓர் நூற்றைம்பது அடி தூரம் நாங்கள் நடந்ததும், ராபின் நின்றது. அப்படியே, தடத்தின் இடது பக்கம் இருந்த ஒரு புல்லிதழ் மீது மேலும் கீழும் தன் மூக்கைத் தேய்த்துவிட்டு, திரும்பி அந்தப் புல்வெளிக்குள் நுழைந்தது. புல் இங்கே இரண்டடி உயரம் வளர்ந்திருந்தது. புல்வெளியின் மறு பக்கத்தில் நாற்பதடி அகலத்துக்கு ஒரு திட்டாகத் தழுதாழைச் செடி வளர்ந்திருந்தது. அடர்த்தியான திட்டுத் திட்டாகவே இந்தச் செடி முளைத்து ஐந்தடி உயரம் வளரும். விரிவாய்ப் பரவிய இலைகளும் பெரிய பூக்களும் இதில் செறிந்திருக்கும். 'இது நல்ல நிழல் கொடுக்குமாதலால், இதன்மீது வேங்கை, கடம்பமான், பன்றி இந்தப் பிராணிகளுக்கெல்லாம் மிகுந்த மோகம். தழுதாழையை நெருங்கியதும், ராபின் நின்று என்னை நோக்கிப் பின்புறமாகவே வந்தது. முன்னே உள்ள புதருக்குள் தன்னால் பார்க்க முடியவில்லை என்றும் தன்னை நான் தூக்கிச் செல்ல வேண்டும் என்றும் இதன் மூலம் அது எனக்கு அறிவித்தது. ராபினைத் தூக்கி, அதன் பின்னங்கால்கள் இரண்டையும் என்னுடைய இடது ஜேபிக்குள் விட்டுக்கொண்டேன். தன் முன்னங்கால்களை அது என் இடது புஜத்தில் கொக்கிபோல் வளைத்துக்கொண்டது.

குமாயுன் புலிகள்

இந்த நிலையில் ராபின் மிகவும் பத்திரமாயிருக்கும்; என்னுடைய இரண்டு கைகளும் துப்பாக்கி பிடித்துச் சுடச் சுதந்தரமாயிருக்கும். எப்போதுமே ராபின் இந்த மாதிரி சந்தர்ப்பங்களில் பிரமாதமான ஊக்கத்தோடு இருக்கும். அது எதைப் பார்த்தாலும் சரிதான்; நாங்கள் தேடும் வேட்டைப் பிராணி, நான் சுடுவதற்கு முன்னும் பின்னும் எப்படி நடந்துகொண்டாலும் சரிதான் – ராபின் துளியும் அசைந்து என் வேட்டையைக் கெடுக்காது; என் பார்வையை மறைக்காது. மிக மெதுவாக நடந்துகொண்டே, தழுதாழைச் செடிகளுக்குள் பாதி வழி போயிருப்போம். எனக்கு நேர் எதிரே புதருக்குள் செடிகள் அப்படியும் இப்படியும் அசைவது தெரிந்தது. புதரைவிட்டுப் புலி முற்றும் வெளியேறும் வரையில் அங்கேயே காத்திருந்துவிட்டு, அப்புறம் நான் முன்னேறினேன். ஏதோ ஓரளவு திறப்பாயிருக்கும் காட்டில் அதைக் காணலாம் என்று எதிர்பார்த்தேன். ஆனால், அது எங்கும் கண்ணில் படவேயில்லை. ராபினைக் கீழே விட்டேன். குறுகிய ஆழமான மலைச்சந்து ஒன்று சமீபத்தில் இருந்தது. அதற்குள்தான் புலி சென்றிருக்கிறது என்று ராபின் குறிப்புக் காட்டியது. தனித்து நின்ற ஒரு குன்றின் அடிக்கு இந்த மலைச் சந்து போய்ச் சேர்ந்தது. அந்தக் குன்றிலே பல குகைகள் இருந்தன. அவற்றுக்குள்ளே புலிகள் அடிக்கடி வந்து முடங்குவது வழக்கம். மிகக் கிட்ட இருந்து புலிகளைச் சுடத் தக்க ஆயுதம் இப்போது என்னிடம் இல்லை. மேலும், காலைச் சாப்பாட்டு வேளை வந்துவிட்டது. ராபினும் நானும் திரும்பி வீடு போய்ச் சேர்ந்தோம்.

காலைச் சாப்பாடு முடிந்ததும், .450 ரைஃபிளை எடுத்துக் கொண்டு நான் மட்டும் தனியாக மீண்டும் சென்றேன். முன் காலத்தில் கூர்க்காக்கள் இங்கே படையெடுத்தார்களாம். அப்போது அவர்களை எதிர்க்க இந்தக் கிராமவாசிகள் இந்தக் குன்றில்தான் திரண்டு நிற்பார்களாம். குன்றை நான் நெருங்கிய போது, ஓர் எருமை கத்தும் பேரொலியும் ஒரு மனிதனின் கூக்குரலும் என் காதில் விழுந்தன. தட்டையாகச் சுமார் அரை ஏக்கர் பரப்பு உள்ள குன்றின் உச்சியிலிருந்து இந்த ஒலிகள் வந்தன. எனவே, நான் குன்றின்மீது ஏறினேன். அங்கே ஒரு மரத்தின்மேல் இருந்த ஒரு மனிதன், தன் கோடரியால் மரத்தின் பட்ட கிளை ஒன்றை வெட்டிக்கொண்டிருக்கக் கண்டேன். அவன் கூப்பாடு போட்டுக்கொண்டிருந்தான். மரத்தின் கீழே பல எருமைகள் திரண்டிருந்தன. ஆள் என்னைக் கண்டதும் கூவி அழைத்தான். "நீங்கள் நல்ல சமயத்தில் வந்து என்னையும் என் எருமைகளையும் இந்தச் சைத்தான் வேங்கையிடமிருந்து காப்பாற்றினீர்கள். ஒட்டகை அளவு இருக்கிற இந்தப் புலி, பல மணி நேரமாய் என்னையும் என் எருமைகளையும் பய

ஜிம் கார்பெட்

முறுத்திக்கொண்டிருந்தது" என்றான். அவன் சொன்ன விவரத் திலிருந்து, நான் ஒரு விஷயத்தை ஊகித்துக்கொண்டேன்: ராபினும் நானும் இந்த இடத்தைவிட்டுப் போன சிறிது நேரத்துக் கெல்லாம் அவன் இங்கே வந்திருக்கிறான். வந்து தன் எருமை களுக்கு மூங்கில் தழைகளை அறுத்துப் போடத் தொடங்கியிருக் கிறான். அப்போது ஒரு வேங்கை தன்னை நோக்கி வருவதைப் பார்த்தான். முந்தி எத்தனையோ வேங்கைகளைக் கூச்சல் போட்டே அவன் விரட்டியிருக்கிறானாம். அதேபோல் இப்போதும் கூச்சல் போட்டான். புலி போகவில்லை; அதற்குப் பதிலாக உறும ஆரம்பித்துவிட்டது. ஆள் ஓட்டம் பிடித்தான். எருமைகளும் அவனைத் தொடர்ந்தன. அவனுக்கு மிகவும் கிட்ட இருந்தது இந்த மரந்தான். இதில் வந்து ஏறிக்கொண்டான். அவன் போட்ட கூக்குரலையெல்லாம் புலி லட்சியமே செய்ய வில்லை; எருமைகளை சுற்றிச் சுற்றி வந்திருக்கிறது. எருமை களும் புலியை நோக்கியபடி கொம்புகளை நீட்டிக்கொண்டே யிருந்திருக்கின்றன. நான் வருவது ஒருவேளை புலிக்குக் கேட்டிருக் கும் போலிருக்கிறது. ஏனென்றால், கண நேரத்துக்கு முன்புதான் அது இந்த இடத்தைவிட்டுப் போயிற்றாம்.

இந்த ஆள் எனக்குத் தெரிந்த பழைய ஆசாமிதான். இவனுக்கும் கிராமத்தலைவருக்கும் இப்போது மனஸ்தாபம் ஏற்பட்டுவிட்டது. இந்த மனஸ்தாபம் ஏற்படுவதற்கு முன்பு, அந்தக் கிராமத்தலைவருடைய துப்பாக்கியை வைத்துக்கொண்டே இந்தக் காடுகளில் ஏராளமான காட்டுக் கோழி, மான் முதலிய வற்றைத் திருட்டுத்தனமாய் இவன் வேட்டையாடியிருக்கிறான். இப்போது தன்னையும் தன்னுடைய எருமைகளையும் பத்திர மாய் வெளியே கொண்டுபோய்ச் சேர்க்கும்படி என்னைக் கெஞ்சினான். 'சரி' என்று ஒப்புக்கொண்டு, "நீ முன்னாலே வழி காட்டிக்கொண்டு போ" என்று சொன்னேன். எருமைகளில் எதுவும் வழி விலகிப் பின்தங்கிவிடாதபடி கவனித்துக்கொண்டு பின்னாலே நான் சென்றேன். மிக நெருக்கமாய் நின்ற தங்கள் வியூகத்தைக் கலைத்துக்கொள்ள, எருமைகள் முதலில் சம்மதப் படவில்லை. நாங்கள் கொஞ்சம் வற்புறுத்திய பிறகுதான், அவை புறப்பட்டன. நான் முன்னே குறித்த திறந்த வெளியில் பாதிதூரம் நாங்கள் வந்திருப்போம். அப்போது காட்டிலே எங்கள் வலப்புறமிருந்து புலி உறுமியது. ஆள் சற்று வேகமாக நடையைப் போட்டான். எருமைகள் விரைந்து செல்லும்படி அவற்றை நான் விரட்டினேன். ஏனென்றால், அகலமான பெரிய வாய்க்காலுக்கும் எங்களுக்கும் இடையே மிக அடர்த்தி யான காடு ஒரு மைல் தூரம் கிடந்தது. அந்த வாய்க்காலுக்கு அப்பாலேதான் என் நண்பனுக்கும் அவனுடைய எருமைகளுக் கும் பத்திரமான அவனுடைய கிராமம் இருக்கிறது.

விலங்குகளைக் கொல்லுவதைவிட அவற்றைப் போட்டோ எடுப்பதில்தான் எனக்கு அதிக ஆசை என்று ஒரு பெயர் எடுத் திருந்தேன். என் நண்பனை விட்டு வரும்போது அவன், "இந்த ஒரு தடவை மட்டும் போட்டோ ஆசையை ஒதுக்கி வையுங்கள். வேங்கையைக் கொல்லுங்கள். இது மிகப்பெரியது; நாள் ஒன்றுக்கு ஓர் எருமை வீதம் தின்று விடக்கூடியது. இருபதே நாளில் என் குடியை நாசம் செய்துவிடும்" என்று கெஞ்சினான். என்னால் முடிந்த முயற்சியெல்லாம் செய்கிறேன் என்று அவனுக்கு வாக்களித்துவிட்டு, திரும்பவும் திறந்த வெளிக்குத் திரும்பினேன். அங்கே எனக்கு நேர்ந்த அநுபவத்தின் ஒவ்வொரு சிறு அம்சமும் என் ஞாபகத்தில் தீயெனப் பாய்ந்து ஆழப்பதிந்திருக்கிறது.

திறந்தவெளியை அடைந்ததும், அப்படியே உட்கார்ந்தேன். 'தன் இருப்பிடத்தைப் புலியாவது வெளியிடட்டும்; அல்லது காட்டுப் பிராணிகளாவது அது எங்கே இருக்கிறது என்று தெரிவிக்கட்டும்' என்று காத்திருக்க எண்ணினேன். அப்போது பிற்பகல் மணி மூன்று இருக்கும். இங்கிதமான இளவெயில் காய்ந்துகொண்டிருந்தது. குந்தி உட்கார்ந்து முழங்காலில் தலையைப் புதைத்து இரண்டு நிமிஷம் சற்றுக் கண்ணயர்ந்து விட்டேன். அந்தச் சமயம் வேங்கையின் குரல் கேட்டு விழித்துக் கொண்டேன். அப்போதுமுதல் வேங்கை தொடர்ந்து சிறிது நேரத்துக்கு ஒரு தரம் கத்திக்கொண்டேயிருந்தது. திறந்த வெளிக் கும் குன்றுகளுக்கும் இடையே அரை மைல் அகலத்துக்குக் கண்டகண்ட செடி கொடிகளும் மரங்களும் மண்டிய காடு ஒன்று வார்க்கச்சை மாதிரி நீண்டு கிடந்தது. நூறு மைல் சுற்று வட்டாரத்துக்குள்ளேயே இதுதான் மிகவும் அடர்த்தியான காடு. இந்தக் காட்டுக்கு அந்தண்டைப் பக்கத்துக் குன்றுகளின் மீதே வேங்கை இருப்பதாக நான் நிர்ணயித்துக்கொண்டேன். எனக்கும் அதற்கும் சுமார் முக்கால் மைல் தூரம் இருக்கலாம். வேங்கை உறுமிய விதத்தைப் பார்த்தால், அது ஒரு துணையைத் தேடுகிறது என்று தெளிவாய்ப் புலப்பட்டது.

நான் உட்கார்ந்திருந்த இடத்துக்கு மிக அருகில் திறந்த வெளியின் மேல்பக்க இடது கை மூலையிலே ஒரு பழைய வண்டித் தடம் தொடங்கியது. மரம் வெட்டிக்கொண்டு வருவதற் காகச் சில வருஷங்களுக்கு முன் அதை உபயோகித்திருக்கிறார் கள். புலி உறுமிக்கொண்டிருந்த இடத்துக்கு ஏறக்குறைய நேர்க் கோடாக அந்தத் தடம் சென்றது. இந்தத் தடத்திலே நான் நடந்தால், புலி இருக்கும் இடத்துக்குப் போய்ச் சேரலாம். ஆனால் குன்றுகளில் உயரமான புல் வளர்ந்திருந்தது. ராபினின் உதவியில்லாமல் புலியை நான் காண்பது சாத்தியமில்லை. எனவே, புலியை நான் தேடிப் போவதற்குப் பதிலாக அது

என்னைத் தேடி வரச் செய்ய வேண்டும் என்று தீர்மானித்தேன். நானோ வெகுதூரத்தில் இருந்தேன். என் குரல் புலிக்குக் கேட்க முடியாது. இதனால் வண்டித் தடத்தில் சில நூறு கஜ தூரம் முன்னால் ஓடினேன். ரைஃபிளை ஒரு பக்கம் வைத்தேன். உயர்ந்த மரம் ஒன்றின் உச்சியிலே ஏறி, மூன்று, முறை சீழ்க்கையடித்தேன். உடனே புலி பதில் குரல் கொடுத்தது. நான் மரத்தை விட்டு இறங்கி, குரல் கொடுத்துக்கொண்டே பின்னால் ஓடி வந்தேன். திறந்த வெளிக்குத் திரும்பி வந்து சேர்ந்தேன். புலியின் வருகைக் காக உட்கார்ந்திருக்க வசதியான இடம் ஒன்றையும் காண வில்லை. ஏதாவது செய்தாக வேண்டும்; விரைவாகவே செய்தாக வேண்டும். ஏனென்றால், வேங்கை அதிவேகமாகவே நெருங்கி வந்துகொண்டிருக்கிறது. எனவே, அங்குமிங்கும் பார்த்தபோது, சிறு பள்ளம் ஒன்று தென்பட்டது. அதிலே நிறைந்திருந்த தண்ணீர் கறுத்து ஒரே நாற்றமடித்தது. அது வேண்டாம் என்று தள்ளிவிட்டேன். செடிகள் அடர்ந்த காட்டுக்குள் வண்டித்தடம் புகுந்த இடத்துக்கு அறுபது அடி தூரத்தில் திறந்த வெளியில் தரையோடு தரையாக நான் படுத்துக்கொண்டேன். இந்த இடத்தில் இருந்தபடி பார்த்தால், வண்டித் தடத்தில் நூற்றைம்பது அடி தூரம் வரைக்கும் என் கண்ணுக்குத் தெளிவாய்த் தெரிந்தது. அங்கே தடத்தின் மீது ஒரு புதர் கவிந்து, அதற்கு மேல் நான் பார்க்க முடியாதபடி தடுத்தது. தடத்திலேயே புலி வரும் என்று நான் எதிர்பார்த்தேன். அப்படி வந்தால், அந்த இடையூறான புதரைவிட்டு அது வெளிப்பட்டவுடனே அதைச் சுட்டுவிட வேண்டும் என்று முடிவு செய்துகொண்டேன்.

ரைஃபிளில் தோட்டா இருக்கிறதா என்று நிச்சயம் செய்து கொள்வதற்காக ஒரு முறை திறந்து பார்த்தேன். பின்பு, 'ஸேஃப்டி காட்'சை (தற்செயலாய்ச் சுட்டுவிடாதபடி பாதுகாக்கும் பத்திரப் பிடியை) அகற்றிவிட்டேன். முழங்கைகளை மிருதுவான தரையில் சௌகரியமாய் ஊன்றிக்கொண்டு வேங்கையின் தோற்றத்துக் காகக் காத்திருந்தேன். திறந்த வெளிக்கு வந்தபின் இதுவரைக்கும் நான் குரல் கொடுக்கவில்லை. திசையைப் புலிக்குத் தெரிவிப் பதற்காக, தாழ ஒரு குரல் இப்போது கொடுத்தேன். புலி முந்நூறு அடி தூரத்திலிருந்து உடனே இதற்குப் பதில் அளித்தது. தனக்கு வழக்கமான வேகத்தில் புலி வந்துகொண்டிருக்குமானால், அந்த இடையூறான புதரைவிட்டு இன்னும் முப்பது விநாடி நேரத்தில் அது வெளிப்படும் என்று நான் தீர்மானித்தேன். இந்த எண்ணிக்கையை மெல்ல எண்ணினேன். பிறகு எண்பது வரைக்கும் எண்ணிக்கொண்டே போனேன். அப்போது என் முன்புறம் வலது பக்கமாக ஏதோ ஒன்று அசைவது என் கடைக்கண்ணில் பட்டது. அந்தப்பக்கம் புதர் எனக்கு முப்பது

அடி தூரத்தில் நெருங்கியிருந்தது; நாலடி உயரம் வளர்த்திருந்தது. இந்தத் திசையில் என் கண்ணைத் திருப்பியபோது, புதருக்கு மேலே பிரம்மாண்டமான ஒரு தலை நீட்டிக்கொண்டிருந்ததைக் கண்டேன். புலியின் உடலில் ஒன்றிரண்டு அடி மட்டுமே இன்னும் புதருக்குள் இருந்தது. ஆயினும், நான் பார்க்க முடிந்த தெல்லாம் அதன் தலையைத்தான். ரைஃபிள் முனையை மெல்ல வேங்கையை நோக்கித் திருப்பினேன். குறி பார்த்தபோது, வேங்கையின் தலை நேரே என்னை நோக்கியிருக்கவில்லை. நான் சுடுவது கீழிருந்து மேலே; அது நோக்குவது மேலிருந்து கீழே. வேங்கையின் வலது கண்ணுக்கு ஓர் அங்குலம் கீழே குறிவைத்து, குதிரையை அமுக்கினேன். அவ்வளவுதான். அப்புறம் சுமார் அரை மணி நேரம் அஞ்சி நடுங்கிச் செத்தே போய் விட்டேன்.

வேங்கை அப்படியே செத்து விழுந்துவிடும் என்று நான் எதிர்பார்த்ததற்கு மாறாக, அது புதருக்கு மேலே ஆகாயத்தில் எழும்பியது. அதன் முழு உடம்பும் அப்படிக் கிளம்பி, பின்பக்க மாய் ஒரு மரத்தடியில் போய் விழுந்தது. ஓர் அடி பருமன் உள்ள அந்த மரம் புயலில் அடிபட்டு விழுந்திருந்தது; இன்னும் பச்சை மாறவில்லை. நம்பவே முடியாத அவ்வளவு பேராத்திரத் துடன், வேங்கை அந்த மரத்தைத் தாக்கியது. அப்போது ஒன்றுக்குப் பின் ஒன்றாகப் பல முறை உறுமிக்கொண்டே யிருந்தது. தன் பரம சத்துருவைக் கண்டதுண்டம் செய்வது போல, மேலும் கோரமாய்க் கேட்பவரின் ரத்தம் உறைந்து போகும்படி உறுமியது. ஏதோ சுழல் காற்றில் சிக்கியதுபோல, அந்த மரத்தின் கிளைகள் அப்படியும் இப்படியும் ஆடின. என் பக்கம் இருந்த புதர் அசைந்து வெளியே பிதுங்கியது. 'எந்த நிமிஷமும் வேங்கை வந்து என் தலைமீது ஏறி உட்கார்ந்து விடப் போகிறது' என்று நான் எதிர்பார்த்துக்கொண்டே யிருந்தேன். ஏனென்றால், நான் சுட்டபோது அது என்னைப் பார்த்துக்கொண்டிருந்தது. நான் எங்கே இருக்கிறேன் என்பது அதற்குத் தெரியும்.

நான் மிகவும் நடுங்கிப் போனதால், துப்பாக்கியில் மீண்டும் குண்டை நுழைக்கக்கூட என்னால் முடியவில்லை. துளி அசங் கினாலும் அற்ப ஒலி எழுந்தாலும் புலி கவனித்துவிடுமோ என்று பயந்தேன். ரைஃபிளின் இடது குதிரை (ட்ரிக்கர்) மீது விரலை வைத்துக்கொண்டு அரை மணி நேரம் அசையாது படுத்திருந்தேன். என் உடம்பெல்லாம் வேர்த்துக் கொட்டியது. கடைசியாக, மரத்தின் கிளைகளும் புதரும் அசையாது ஓய்ந்தன; உறுமலும் குறைந்து குறைந்து, இறுதியில் அடியோடு நின்று விட்டது. அப்போதுதான் எனக்கு மீண்டும் உயிர் வந்தது. இதற்குப் பின்னும் அரை மணி நேரம், அப்படியே அசைவற்றுப்

ஜிம் கார்பெட்

படுத்திருந்தேன். கனமான ரைஃபிளின் பாரத்தினால் என் புஜம் மரத்துப் போய்விட்டது. அப்புறம், கால்விரல்களைத் தரையில் பதித்துப் படுத்தபடி பின்பக்கமாக ஊர்ந்தேன். இப்படி நூறடி தூரம் ஊர்ந்த பிறகு, மெல்ல எழுந்து மண்டியிட்ட படி கொஞ்ச தூரம் சென்றேன். நல்ல வேளையாக மிக அருகே யிருந்த ஒரு மரத்தின் பின்னால் அடைக்கலம் புகுந்தேன். இங்கே சில நிமிஷ நேரம் நின்றேன். இப்போது எல்லாச் சந்தடியும் அடங்கி மௌனம் நிலவியதால், திரும்பி வீடு போய்ச் சேர்ந்தேன்.

அடுத்த நாள் காலையில் என் ஆட்களுக்குள் மரமேறுவதில் நிபுணனான ஒருவனை அழைத்துக்கொண்டு, மீண்டும் அங்கே சென்றேன். புலி, விழுந்த இடத்துக்கு நூறடி தூரத்தில், திறந்த வெளியின் ஓரத்தில் ஒரு மரம் வளர்ந்திருந்தது. இதை முந்தின நாள் மாலையில் நான் கவனித்து வைத்திருந்தேன். வெகு எச்சரிக்கையாக இந்த மரத்தை நாங்கள் அணுகினோம். ஆளை மரத்தில் ஏறச் சொல்லி, மரத்தின் பின்னாலே நான் நின்று கொண்டேன். மரத்தில் ஏறிய அவன் வெகுநேரம் ஜாக்கிரதை யாகச் சுற்று முற்றும் ஆராய்ந்து பார்த்துவிட்டு, கீழே என்னை நோக்கி, 'இல்லை' என்று தலையை அசைத்தான். பிறகு இறங்கி வந்தான். ஓரிடத்தில் புதரின் பெரும்பரப்பான ஒரு பகுதி தட்டையாய்ப் படிந்திருக்கிறது என்றும், ஆயினும் வேங்கை கண்ணுக்குத் தெரியவில்லை என்றும் சொன்னான்.

மறுபடியும் அவனை மரத்தில் ஏற்றிவிட்டேன். "மேலே உட்கார்ந்து கூர்ந்து கவனித்துக்கொண்டே இரு; புதரில் ஏதாவது சிறு அசைவு தெரிந்தாலும் எனக்கு எச்சரிக்கை செய்" என்று சொல்லி அனுப்பினேன். வேங்கை வெறியாட்டமாடிய இடத்தைப் போய்ப் பார்ப்பதற்காக, நான் முன்னே சென்றேன். அது அப்படி வெறியாட்டமாடியதற்குப் பலன் இல்லாமல் போக வில்லை. கிளைகளையும் பெரும் பெரும் சில்லுகளையும் மரத்திலிருந்து பிய்த்தது மட்டும் அல்ல, பல செடிகளையும் வேரோடு பிடுங்கிப் போட்டிருந்தது; மற்றும் பல செடிகளைக் கடித்திருந்தது. எங்கே பார்த்தாலும் ஏராளமாய் ரத்தம் சிந்தி யிருந்தது. இரண்டு இடங்களில் மடுவாக ரத்தம் உறைந்திருந்தது. அந்த ரத்த மடு ஒன்றின் அருகே இரண்டு அங்குலச் சதுரம் உள்ள ஓர் எலும்புத் துண்டு கிடந்தது. பரிசீலனை செய்து பார்த்தபோது, அது வேங்கையின் மண்டையோட்டில் ஒரு பகுதி என்று புலப்பட்டது.

இங்கேயிருந்து ரத்தச் சுவடு ஒன்றும் அப்பால் செல்ல வில்லை. தவிர, ரத்த மடுக்களும் இரண்டு இருக்கின்றன.

முந்தின நாள் மாலையில் நான் இதை விட்டுச் செல்லுகிற வரையில் வேங்கை இங்கே இருந்திருக்கிறது என்பதற்கு இவை ருசுக்களாகும். அப்போது நான் எடுத்துக்கொண்ட எச்சரிக்கைகள் மிக மிக அவசியமே என்பதையும் இவை நிதரிசனமாக்கின. ஏனென்றால், இங்கிருந்து நான் மெள்ள வெளியேறத் தொடங்கிய போது, எனக்கு முப்பது அடி தூரத்தில் இருந்திருக்கிறது, உலகத்திலேயே மகா அபாயம் விளைவிக்கக்கூடிய விலங்கு – காயமுற்ற ஒரு வேங்கை! இந்த இடத்தை வட்டமிட்டுப் பார்த்த போது, வேங்கையின் முகத்தில் உராய்ந்து ரத்தம் பட்டிருந்த இலைகள் இங்கும் அங்கும் தென்பட்டன. வேங்கை சென்ற பாதையையே இவை குறித்தன. அறுநூறு அடி தூரத்துக்கப் பால் நின்ற ஓர் இலவ மரத்தை நோக்கி நேர்க்கோடாக இந்தப் பாதை சென்றதைக் கவனித்துக்கொண்டேன். என் ஆள் இருந்த அதே மரத்தடிக்குத் திரும்பிச் சென்று, நானும் அதில் ஏறிக்கொண்டேன். நான் சென்று பார்க்க வேண்டிய பூமியை ஒரு கண்ணோட்டம் விட்டு ஆராய்ந்தேன். ஏனென் றால், இந்த வேங்கையை உயிரோடு நான் கண்டுவிடுவேனோ என்ற பயம் எனக்கு இருந்துகொண்டேயிருந்தது. தலையில் குண்டுபட்ட ஒரு வேங்கை பல நாள் உயிரோடிருக்க முடியும்; திரும்பவும் குணம் அடைந்துவிடவுங்கூடும். இந்த வேங்கையின் மண்டையோடு கொஞ்சம் உடைந்து சிதறிவிட்டது என்பது உண்மைதான். ஆயினும், இந்த நிலையில் உள்ள ஒரு விலங்கை இதற்கு முன் நான் சமாளித்ததில்லை. இது சில மணி நேரமோ, சில நாளோ வாழுமா? அல்லது கிழடுதட்டும் வரையிலும் வாழ்ந்து இயற்கையாய்ச் சாகுமோ? எப்படி என்று எனக்குத் தெரியாது. எனவே, சாதாரணமாய்க் காயமுற்ற ஒரு வேங்கை யாகவே இதைப் பாவித்து நடந்துகொள்ளத் தீர்மானித்தேன்; இதைத் தொடர்ந்து செல்லும்போது, தவிர்க்கக்கூடிய எந்த அபாயத்துக்கும் துணிவதில்லை என்று முடிவு செய்தேன்.

மரத்தின் மேலே உயர இருந்துகொண்டு நான் கவனித்த போது, அந்த இலவ மரத்தை நோக்கிச் செல்லும் கோட்டுக்குச் சற்று இடது பக்கத்தில் வேறு இரண்டு மரங்கள் இருப்பதைக் கண்டேன். அவற்றுக்குள் கிட்ட நின்ற மரம், இந்த ரத்த மடுக்களுக்கு முப்பது கஜ தூரத்தில் இருந்தது; மற்றது ஐம்பது கஜ தூரத்துக்கு அப்பால் இருந்தது. என் ஆளை மரத்திலேயே விட்டுவிட்டு, நான் கீழே இறங்கினேன். என் ரைஃபிள், ஒரு ஷாட் – கன், நூறு தோட்டாக்கள் அடங்கிய ஒரு பை இவற்றை எடுத்துக்கொண்டு, மிகவும் எச்சரிக்கையாகச் சென்று, கிட்ட இருந்த மரத்தை அடைந்தேன். அதன்மீது முப்பது அடி உயரத்தில் ஏறிக்கொண்டேன். பலமான ஒரு கயிற்று முனையில் கட்டிக் கீழே விட்டிருந்த ரைஃபிள், கன் இரண்டையும் பிறகு மேலே

இழுத்துக்கொண்டேன். மரத்தின் கவை ஒன்றில் ரைஃபிளைப் பொருத்தி வைத்தேன். தேவைப்பட்டால், அங்கே வைத்தபடி அதை உபயோகிக்கலாம். சிறு சிறு ஈயக் குண்டுகளைச் சுட்டு ஒவ்வொரு அடியாகப் புதரெங்கும் – இரண்டாவது மரத்தின் அடிவரைக்கும் – தூவிக்கொண்டே போனேன். வேங்கை இருக்கும் இடத்தைக் கண்டுபிடிப்பதற்காகவே இப்படிச் செய்தேன். வேங்கை இன்னும் உயிரோடு இந்தப் பிரதேசத்திலேயே இருக்கும் என்றே எண்ணினேன். காயமுற்ற வேங்கை, தனக்கு அருகே ஏதாவது வேட்டுக் கேட்டாலோ, தன்மீது சிறு குண்டு பட்டாலோ ஒன்று உறுமும்; அல்லது பாயக் கிளம்பும். ஆனால், நான் இப்படிக் குண்டுகளைத் தூவியும், வேங்கை இருக்கும் குறிப்பு எதுவும் கிடைக்கவில்லை. எனவே, இரண்டாவது மரத்துக்குச் சென்றேன். இந்த மரத்தில் இருந்தபடி இலவ மரத்துக்குச் சில அடி தூரம் வரைக்கும் இப்படியே ஈயக் குண்டுகளைச் சுட்டுத் தூவினேன்; கடைசியாக இலவ மரத்திலுமே சுட்டேன். இந்தக் கடைசித் தடவை சுட்டதும், மெல்லிய உறுமல் ஒன்று கேட்டதாக எனக்குத் தோன்றியது. ஆனால், உறுமல் மீண்டும் கேட்கவில்லை. எனவே, அது என் கற்பனை என்று எண்ணிக் கொண்டேன். என் பையிலிருந்த தோட்டாக்கள் காலியாகி விட்டன. எனவே, என் ஆளைக் கூப்பிட்டுக்கொண்டு, "இன்று இவ்வளவு போதும்" என்று சொல்லி வீடு போய்ச் சேர்ந்தேன்.

அடுத்த நாள் காலை மீண்டும் நான் அங்கே போன போது, என் எருமை மாட்டுக்கார நண்பன் அந்தத் திறந்த வெளியில் தன் எருமைகளை மேய்த்துக்கொண்டிருந்தான். என்னைப் பார்த்ததும் ஒரு மனப்பளு தீர்ந்தவனாக அவன் தோன்றினான். இதன் காரணம் பின்னால்தான் எனக்குத் தெரிந்தது. புல்லில் படிந்த பனி காயாமல் அது இன்னும் ஈரமாயிருந்தது. ஆயினும், உலர்ந்திருந்த ஓர் இடமாகப் பார்த்து, நானும் அவனும் போய் உட்கார்ந்தோம். சிகரெட் பிடித்துக் கொண்டே ஒருவருக்கொருவர் எங்கள் அநுபவங்களைச் சொல்லிக்கொள்ளத் தொடங்கினோம். என் நண்பனைப் பற்றித்தான் ஏற்கனவே நான் சொல்லியிருக்கிறேனே! அவன் ஏராளமாய்த் திருட்டு வேட்டையாடியிருக்கிறான். தன் எருமை களை மேய்த்துக்கொண்டோ, விலங்கு, பறவைகளைச் சுட்டுக் கொண்டோ, வாழ்நாள் முழுவதையும் வேங்கைகள் வாழும் காட்டிலேயே கழித்து வந்திருக்கிறான். இதனால் காட்டைப் பற்றி அவனுக்கு ஏராளமான விஷயங்கள் தெரியும்.

அகன்ற அந்த ஓடை அருகே அன்று அவனை நான் விட்டுச்சென்ற பிறகு, ஓடையைக் கடந்து அதன் மறு பக்கத்தை அடைந்து அங்கேயே அவன் உட்கார்ந்துகொண்டானாம். நான் சென்ற திசையிலிருந்து ஏதாவது சப்தம் வருகிறதா என்று

கவனித்துக் கேட்டிருக்கிறான். இரண்டு வேங்கைகள் ஒன்றை ஒன்று கத்தி அழைத்தது கேட்டதாம். என் துப்பாக்கி வேட்டுக் கிளம்பிய பிறகு, தொடர்ந்து ஒரு வேங்கையின் உறுமல் கேட்ட தாம். அதிலிருந்து, அந்த வேங்கைகள் இரண்டில் ஒன்றை நான் காயப்படுத்திவிட்டதாகவும் அது என்னைக் கொன்றுவிட்டது என்றும் முடிவு செய்தானாம். அப்படி அவன் முடிவு செய்தது முற்றும் நியாயந்தான். அடுத்த நாள் காலை மறுபடியும் அதே இடத்துக்கு அவன் வந்திருக்கிறான். அப்போது நூறு வேட்டுக்கள் கேட்டிருக்கின்றன. அவனுக்கு இது ஒன்றும் விளங்காத பெரிய மர்மமாயிருந்திருக்கிறது. என்னதான் நடந்தது என்று அறிய அவனுக்கு உண்டான ஆவலை அடக்க முடியாமல் போனதால், அதைக் கண்டறிய இன்று காலை வந்திருக்கிறான். ரத்தத்தின் நாற்றத்தால் கவர்ச்சியுற்ற அவனுடைய எருமைகள், புலி விழுந்த இடத்தை அவனுக்குக் காட்டியிருக்கின்றன. அங்கே திட்டுத் திட்டாக ரத்தம் உறைந்து கிடப்பதைப் பார்த்திருக்கிறான்; எலும்புத் துண்டையும் கண்டிருக்கிறான். மண்டையோட்டில் ஒரு சில் பெயர்ந்து போனபிறகு எந்த விலங்கும் சில மணி நேரத்துக்குமேல் உயிரோடிருக்க முடியாது என்பது அவனுடைய அபிப்பிராயம். எனவே, வேங்கை செத்துவிட்டது என்று அவன் நிச்சயமாய்ச் சொன்னான். தன் எருமைகளைக் காட்டுக்குள் ஓட்டிச்சென்று, வேங்கையை எனக்குக் கண்டுபிடித்துத் தருவதாக வும் கூறினான். இப்படி எருமைகளின் உதவி கொண்டு புலிகளை மீட்கும் முறை பற்றி நான் கேள்விப்பட்டிருக்கிறேன். ஆனால் நானே கைக்கொண்டு பார்த்ததில்லை. என் நண்பனின் எருமை களுக்கு ஏதாவது சேதம் நேர்ந்தால், அதற்கு நான் கொடுக்கும் நஷ்ட ஈட்டை அவன் வாங்கிக்கொள்ள வேண்டும் என்றேன். இதற்கு அவன் ஒப்புக்கொண்ட பிறகே, அவனுடைய உதவியை நான் ஏற்றேன்.

மொத்தம் இருபத்தைந்து எருமைகள். அவற்றையெல்லாம் ஒன்றாய்த் திரட்டி வளைத்துக்கொண்டோம். நேற்று நான் ஈயக் குண்டுகளைச் சுட்டுத் தூவிய கோட்டின் வழியே, எருமை கள் பின்தொடர, இலவ மரத்தை நோக்கிச் சென்றோம். நாங்கள் மிகவும் மெதுவாய்த்தான் போக முடிந்தது. ஏனென்றால், எங்கள் மோவாய்க்கட்டை வரைக்கும் வளர்ந்த புதர்களைக் கைகளால் விலக்கி விலக்கித்தான் எங்கள் கால்களை எங்கே வைப்பது என்று கண்டுபிடிக்க முடிந்தது. தவிர, விலகிச் செல்வது எருமைகளுக்கு இயற்கை; அவற்றை வேறு நாங்கள் மடக்கிக் கொண்டே போக வேண்டியிருந்தது. இலவ மரத்தடியில புதர் லேசாயிருந்தது. அங்கே நாங்கள் போய்ச் சேர்ந்ததும், சற்றுக் குழிந்த ஒரு பள்ளம் இருப்பதைக் கண்டேன். அதில் இலைச் சருகுகள் நிறைந்து கிடந்தன. அந்தச் சருகுகளெல்லாம்

தட்டையாய்ப் படிந்திருந்தன. அந்தச் சருகுப் படிவின்மீது அங்கும் இங்கும் பல ரத்தத் திட்டுக்கள் – சில காய்ந்தும், சில உறைந்துகொண்டும், சில புத்தம் புதிதாயும் – இருந்தன. என் கைகளைத் தரையில் வைத்துப் பார்த்தேன்; கதகதப்பாயிருக்கக் கண்டேன். சொன்னால் நம்பமாட்டீர்கள்; நேற்று என்னுடைய நூறு தோட்டாக்களையும் நான் செலவழித்த போதெல்லாம், வேங்கை இந்தப் பள்ளத்திலேயே படுத்திருந்திருக்கிறது; இப்போது நாங்கள் எருமைகளுடன் நெருங்கி வருவதைக் கண்டபோதுதான் இதைவிட்டு நகர்ந்திருக்கிறது. இந்நேரம் ரத்தத்தை எருமைகள் கண்டுவிட்டன. குளம்பால் தரையைப் பறித்தன; 'ஹூம், ஹூம்' என்று உறுமின. பாயும் புலி ஒரு பக்கம், வெறித்த எருமைகள் மறு பக்கம்; இந்த இரண்டுக்கும் இடையே சிக்கிக் கொள்வது அவ்வளவு சுவாரசியமாக எனக்குத் தோன்றவில்லை. நண்பனின் புஜத்தைப் பிடித்து அவனைத் திருப்பி, எருமைகள் பின்தொடர, திறந்த வெளிக்கு அழைத்துச் சென்றேன். பத்திர மான இந்த இடத்துக்கு வந்து சேர்ந்ததும், நண்பனை வீட்டுக்குப் போகச் சொன்னேன். மறுநாள் நான் தனியே திரும்பிவந்து புலியைச் சமாளித்துக்கொள்கிறேன் என்று அவனுக்குத் தெரிவித்தேன்.

ஒவ்வொரு நாளும் நான் காட்டுக்கு வந்து திரும்பிய பாதை சிறிது தூரம் வரைக்கும் மிருதுவான தரையில் செல்கிறது. இந்த நான்காவது நாள் ஒரு பெரிய ஆண் வேங்கையின் பாதச் சுவடுகள் பதிந்திருக்கக் கண்டேன். இந்தப் பாதச் சுவடுகளைத் தொடர்ந்து போனபோது, இலவ மரத்துக்கு வலது பக்கம் நூறு கஜ தூரத்தில் குட்டையான செடிகள் நெருங்கி அடர்ந்த புதருக்குள் வேங்கை புகுந்திருக்கிறது என்று கண்டேன். இங்கே எதிர்பாராத ஒரு சிக்கல்: இப்போது இந்தக் காட்டுக்குள் நான் ஒரு வேங்கையைக் கண்டால் – அதை நான் மிக நெருங்கி யிருந்து பார்த்தாலொழிய – அது 'காயம் பட்ட வேங்கையா, காயம் படாத வேங்கையா?' என்று என்னால் அறிந்துகொள்ள முடியாது. என்றாலும், வேங்கையைச் சந்திக்கும்போது இந்தச் சிக்கலைப் பற்றிப் பார்த்துக்கொள்ளலாம்; இப்போது இதுபற்றி மனத்தை அலட்டிக்கொள்வதால் ஒரு பயனும் இல்லை. எனவே, புதருக்குள் நுழைந்து, இலவமரத்தடிப் பள்ளத்தை நோக்கிச் சென்றேன்.

இங்கிருந்து தொடர்ந்து செல்ல ரத்தச்சுவடு ஒன்றும் இல்லை. இந்தப் புதர்களுக்குள்ளே சில அங்குல தூரத்துக்குமேல் பார்க்க முடியாது. இப்படிப்பட்ட புதர்களுக்குள்ளே வலமும் இடமும் திரும்பி வளைந்து வளைந்து ஒரு மணி நேரம் நடந்தேன். கடைசியில், வறண்டு பத்தடி அகலம் இருந்த ஒரு வாய்க்காலுக்குப் போய்ச் சேர்ந்தேன். வாய்க்காலில்

இறங்குமுன் அதை ஒரு முறை கவனமாய்ப் பார்த்தேன். ஒரு வேங்கையின் பின்னங்கால் ஒன்றும் வாலும் தெரிந்தன. வேங்கை சற்றும் அசையாது நின்றுகொண்டிருந்தது. அதன் தலையும் உடம்பும் ஒரு மரத்தின் பின்னே மறைந்திருந்தன. கால்களில் இந்த ஒன்று மட்டுமே புலப்பட்டது. ரைஃபிளைத் தோளுக்கு உயர்த்தினேன்; பிறகு தாழ்த்தினேன். இந்தக் காலை முறித்து விடுவது சுலபந்தான். ஏனென்றால், புலி முப்பதடி தூரத்தில் நின்றுகொண்டிருந்தது. காயம்பட்ட விலங்காகவே இருக்கு மானால், இப்படிக் காலை முறிப்பதே போதும். ஆனால், இந்தப் பிரதேசத்தில் இரண்டு வேங்கைகள் இருந்தன. இது காயம்படாத வேங்கையாயிருந்து இதன் காலை முறித்தால் என் தொல்லைகள் இரண்டு மடங்காகிவிடும். ஏற்கனவே எனக்கு இருந்த தொல்லைகளே ஏராளம். இந்தச் சமயம் வேங்கை சட்டென்று காலை இழுத்துக்கொண்டது. அது போகும் சந்தடி கேட்டது. அது சற்று முன் நின்ற இடத்துக்கு நான் போய்ப் பார்த்தேன். கீழே சில ரத்தச் சொட்டுக்கள் தென்பட்டன. காலை முறித்திருக்கலாமே! அதைப் பற்றி இனி வருத்தப்பட்டு என்ன பயன்?

கால் மைல் தூரத்துக்கு அப்பால், சிற்றாறு ஒன்று இருந்தது. வேங்கை இப்போது குணமடைந்து வருகிறது. எனவே, அது இந்தச் சிற்றாறுக்குப் போய்க்கொண்டிருக்கக்கூடும். 'ஒன்று இதை நடு வழியிலே மடக்கிக்கொள்ளலாம்; அல்லது, நீர்க்கரை யில் இதன் வருகைக்குக் காத்திருக்கலாம்' என்ற உத்தேசத்துடன், ஒற்றையடிப் பாதை ஒன்றில் நான் போனேன். இந்தப் பாதை சிற்றாற்றுக்குச் செல்வது எனக்குத் தெரியும். இதில் கொஞ்ச தூரம் போனதும், என் வலதுபக்கத்தில் ஒரு கடமான் கத்திக் கொண்டே காட்டினூடே ஒரே பாய்ச்சலாய்ப் பாய்ந்தோடியது. நான் இப்போது புலியை முந்திவிட்டேன் என்பது இதிலிருந்து தெளிவாயிற்று. இன்னும் சில அடிகளே எடுத்து வைத்திருப்பேன். அப்போது ஏதோ பெரிய விலங்கு விழுந்ததால் முறிந்த சுள்ளி ஒன்று ஒடிபட்ட சப்தம் கேட்டது. ஐம்பது கஜ தூரத்தில் கடமான் கத்திய அதே இடத்திலிருந்து இந்தச் சப்தம் வந்தது. வேங்கை இருப்பதைக் காட்டு விலங்குகளுக்குக் கடமான் ஐயமற எச்சரிக்கை செய்தது. எனவே, அதே வேங்கையால்தான் இந்தச் சுள்ளி ஒடிபட்டிருக்க வேண்டும். ஆதலால், என் கையை ஊன்றி முழங்காலை மண்டியிட்டுத் தவழ்ந்தபடி இந்தச் சப்தம் வந்த திசையில் சென்றேன்.

இங்கே புதர் ஆறு முதல் எட்டடி உயரம் இருந்தது. செடி களின் மேல் கிளையில் இலைகள் அடர்த்தியாயிருந்தன; தாளில் மிகச் சில இலைகளே இருந்தன. இதனால் பத்து முதல் பதினைந்தடி தூரம் வரைக்கும் என்னால் பார்க்க முடிந்தது.

‘வேங்கை தாக்குவதாயிருந்தால் எதிர்ப்பக்கமிருந்தே தாக்க வேண்டும்’ என்ற ஆசையும் அப்படியே தாக்கும் என்ற நம்பிக்கையும் கொண்டவனாகவே, நூறடி தூரம் இப்படிக் கடந்தேன். ஏனென்றால், வேறு திசையில் என்னால் சுட முடியாது. இப்போது இலைகளூடே புகுந்த வெயில், ஏதோ சிவப்பான ஒன்றின்மீது பட்டுப் பளபளத்தது. அது ஒரு வெறும் சருகுக் கொத்தாக இருக்கலாம்; இல்லையென்றால், அந்த வேங்கையாகவே இருக்கலாம். என் வலது பக்கமாக ஆறடி தூரம் சென்று அங்கிருந்து பார்த்தால், அது எனக்கு இன்னும் விளக்கமாகத் தெரியும். அப்படியே தரையோடு தரையாக வயிற்றைப் பதித்து ஊர்ந்துகொண்டே இந்த ஆறடி தூரமும் சென்றேன். தலையை நிமிர்த்தினேன். என் எதிரே வேங்கையைக் கண்டேன். அது பாயக் குனிந்த நிலையில் என்னைப் பார்த்துக்கொண்டிருந்தது. அதன் இடது தோளில் வெயில் பளபளத்தது. நான் சுட்ட இரண்டு குண்டுகளையும் வாங்கிக்கொண்டு வேங்கை சிறிது சப்தங்கூடப் போடாமல் அப்படியே ஒரு பக்கமாய்ப் புரண்டு விழுந்தது.

நான் போய் அதன்மீது ஏறி நின்று கம்பீரமான அந்தப் பேருருவை ஒரு கண்ணோட்டம் விட்டபோது, அதன் பாதத்தை ஆராய்ந்து பார்த்தறியக்கூட அவசியமில்லாது போயிற்று; என் முன்னே கிடப்பது பொவால்கட் பிரம்மசாரியேதான் என்று அறிந்துகொண்டேன்.

நான்கு நாளைக்கு முன் நான் சுட்டதால் குண்டு புகுந்த இடத்தைத் தோல் சுருங்கி மூடியிருந்தது. தலையின் பின்புறத்திலே ஒரு பெரிய தொளை இருந்தது. அந்தத் தொளை மகா சுத்தமாயும் ஆரோக்கியமாயும் இருந்ததுதான் ஆச்சரியம்.

என் ரைஃபிள் ஒலியை வீட்டார் கேட்டுக் கொண்டிருந்திருப்பார்கள் என்று எனக்குத் தெரியும்; எனவே, அவர்களுடைய கவலையைத் தீர்ப்பதற்காக விரைவாக வீடு திரும்பினேன். என் வேட்டைக் கதையின் கடைசி அத்தியாயத்தைச் சொல்லியபடி ஒரு கூஜா தேநீரை நான் அருந்திக்கொண்டிருக்கையில், என் ஆட்களெல்லாம் வந்து கூடிவிட்டார்கள்.

என் சகோதரியும் ராபினும் துணைவர, தூக்குவதற்கு இருபது ஆட்கள் சகிதம் நான் திரும்பி வேங்கை கிடந்த இடத்துக்குப் போனேன். அதை ஒரு வாரைக் கழியில் கட்டுவதற்கு முன், என் சகோதரியும் நானும் வேங்கையின் நீளத்தை மூக்கிலிருந்து வால் வரையில் அளந்து பார்த்தோம். இந்த அளவில் தப்பில்லை என்று நிச்சயப்படுத்திக் கொள்வதற்காக, வீட்டிலே மறுமுறையும் நாங்கள் அளந்து பார்த்தோம். இதற்கு அத்தாட்சியாக எங்கள் சார்பற்ற சாட்சிகள் எவரும் இல்லாததால், இந்த

அளவுகளுக்கு ஒன்றும் மதிப்பில்லை. என்றாலும், ஒரு விஷயம் சுவாரசியமானது; வனவாச அநுபவம் மிகுந்த வேட்டையாடிகள் ஒரு வேங்கையின் பாதச் சுவடுகளைக் கொண்டே அதன் நீளத்தை எவ்வளவு சரியாய்க் கணக்கிட்டுவிடுகிறார்கள் என்பதை, நாங்கள் எடுத்த அளவு காட்டியது. உங்களுக்கு நினைவிருக்கும்: முளையடித்து அளந்தால் வேங்கையின் நீளம் இவ்வளவு இருக்கும் என்று விண்டம் சொன்ன கணக்குப்படி பார்த்தால், வளைவு சேர்த்து 10 அடி 6 அங்குலத்துக்குமேல் வரும்; ஒரு ஷிக்காரி அது 10 அடி 5 அங்குலம் இருக்கும் என்றார்; இன்னொரு வேட்டையாடியோ 10 அடி 6 அங்குலம் இருக்கும் என்றார். இந்தப் புள்ளிமதிப்புகள் போட்டு ஏழு வருஷம் சென்ற பிறகு என் சகோதரியும் நானும் வேங்கையை அதன் வளைவுகளோடு இன்று அளந்தபோது, அது 10 அடி 7 அங்குல நீளத்துக்குமேல் இருந்தது.

கதையைக் கொஞ்சம் விரிவாகவே சொல்லிவிட்டேன். 1920க்கும் 1930க்கும் இடையே இந்த வேங்கையை வேட்டையாடியவர்கள், கடைசியில் பொவால்கட் பிரம்மசாரி தன் முடிவை எப்படி அடைந்தது என்பதை அறிவதில் சிரத்தை கொண்டிருப்பார்கள் என்று எண்ணியே இப்படி விரிவாகச் சொன்னேன்.

மோஹன் ஆட்கொல்லி

I

இமாலயத்தில் உள்ள எங்கள் கோடை வாசஸ்தலத்திலிருந்து பதினெட்டு மைலுக்கு அப்பால் கிழக்கு மேற்காக 9,000 அடி உயரத்தில் நீண்ட மலைமுகடு ஒன்று நீள்கிறது. இந்த மலைமுகட்டின் கீழ்க்கோடியிலே உயரத்தில் உள்ள சரிவுகளில் ஓட் தானியம் விளையும் புல் மிகவும் செழிப்பாக வளர்ந்திருக்கிறது. இந்தப் புல் பரப்புக்கு அடியில் குன்று செங்குத்தாகக் கீழ்நோக்கிக் கோஸி நதிக்குச் செல்கிறது. அதில் தொடர்ச்சியாகப் பல குத்துப் பாறைகள் நிற்கின்றன.

மலைமுகட்டின் வடக்குமுகத்துக் கிராமம் ஒன்றைச் சேர்ந்த பல பெரிய பெண்களும் இளம்பெண்களும் அடங்கிய ஒரு கோஷ்டி ஒரு நாள் இந்தப் புல் பரப்பில் புல்லறுத்துக் கொண்டிருந்திருக்கிறார்கள். அப்போது ஒரு வேங்கை திடீரென்று அவர்களுக்கு நடுவே வந்து தோன்றியிருக்கிறது. உடனே அலங்கோலமாய் எல்லாரும் ஓடிய அமளியில், ஒரு முதியவள் கால் தடுமாறிச் செங்குத்தான சரிவில் கீழே உருண்டு ஒரு குத்துப் பாறைக்கு மேலே போய் மறைந்துவிட்டாள். பெண்கள் போட்ட கூக்குரலில் கிலியடைந்த வேங்கை, வந்தது போலவே மர்மமாக மறைந்துவிட்டது. பெண்கள் திரும்பவும் ஒன்றாய்க் கூடினார்கள். தங்கள் பயம் தெளிந்தபின்பு, புல் சரிவில் கீழே சென்றிருக்கிறார்கள். குத்துப்பாறைக்கு மேலே அவர்கள் கவனித்தபோது தங்களுக்கு அடியில் சிறிது தூரத்தில் நீட்டிக்கொண்டிருந்த ஒரு குறுகிய பாறைத் தட்டில் தங்கள் தோழி கிடப்பதைக் கண்டார்கள்.

தனக்கு மிகவும் மோசமாய்க் காயம் பட்டிருப்பதாகவும் தன்னால் அசையவே முடியாதென்றும் அந்த முதியவள் சொல்லி யிருக்கிறாள். பின்னால் கவனித்தபோது, அவளுக்கு ஒரு கால் ஒடிந்தும் பல விலாவெலும்புகள் முறிந்தும் போனதாகத் தெரிந்தது. அவளை எப்படி மீட்பது என்பது பற்றி அந்தப் பெண்கள் விவாதித்திருக்கிறார்கள். கடைசியில், ஆண்கள்தான் அந்த வேலையைச் செய்ய முடியும் என்று தீர்மானமாயிற்று. ஆனால் அந்த ஸ்தலத்தில் தங்கியிருக்க யாரும் இஷ்டப்படவில்லை. எனவே, தாங்கள் கிராமத்துக்குத் திரும்பிப் போய் உதவிக்கு ஆட்களை அழைத்து வருவதாக முதியவளிடம் அந்தப் பெண்கள் சொல்லியிருக்கிறார்கள். "என்னைத் தனியாகவிட்டுப் போகாதீர் கள்" என்று முதியவள் கெஞ்சியிருக்கிறாள். அவள் இப்படிக் கெஞ்சியதைக் கண்டு இரங்கி, பதினாறு வயசுக் குமரி ஒருத்தி அவளோடு தங்கியிருக்கத் தானாக முன்வந்தாள். எனவே, மற்றப் பெண்கள் கிராமத்துக்குத் திரும்பினார்கள். அந்தக் குமரிப் பெண் மட்டும் வலதுபக்கமாகக் கீழே இறங்கினாள்; குத்துப்பாறையில் இருந்த ஒரு பிளவைக் கைப்பற்றி பாறைத் தட்டின் மீது ஏறிக்கொண்டாள். பாறை முகத்தில் பாதி தூரம் வரைக்குந்தான் இந்தப் பாறைத் தட்டுச் சென்றது; அங்கே ஆழமில்லாத ஒரு பள்ளத்தில் போய் இது முடிந்தது. முதியவள் கிடந்த இடத்துக்குச் சில அடி தூரத்தில் இருந்தது இந்தப் பள்ளம். 'பாறைத்தட்டிலிருந்து தவறி விழுந்து விடுவேனோ? பல நூறு கஜம் கீழே உள்ள குத்துப்பாறைகளில் போய் மோதிச் செத்துவிடுவேனோ?' என்றெல்லாம் பயந்த முதியவள், தன்னை அந்தப் பள்ளத்துக்குத் தூக்கிச் செல்லக் குமரியை வேண்டிக் கொண்டிருக்கிறாள். குமரியும் இந்த அபாயமான காரியத்தை வெற்றிகரமாகச் செய்து முடிந்திருக்கிறாள். பள்ளத்தில் ஒரே ஒருத்திக்குத்தான் இடம் இருந்தது. எனவே முதியவளைப் பார்த்தபடி அவளுக்கு எதிரே குமரிப் பெண் மண்டியிட்டு உட்கார்ந்துகொண்டாள். இந்தியர்தான் இப்படி உட்கார முடியும்.

கிராமம் இங்கேயிருந்து நாலு மைல் தொலைவில் இருந்தது. 'இவ்வளவு பொழுதில் அந்தப் பெண்கள் கிராமத்துக்குப் போய்ச் சேர்ந்திருப்பார்கள்; இந்த நேரத்தில் இன்ன ஆண் பிள்ளைகள்தான் கிராமத்தில் அவர்களுக்குக் கிடைப்பார்கள்; நிகழ்ந்த சங்கதியை ஆண்பிள்ளைகளுக்கு விளக்கிச் சொல்ல இவ்வளவு நேரம் பிடிக்கும்; இறுதியாக, மீட்பு ஆட்களின் கோஷ்டி வந்துசேர இவ்வளவு பொழுதாகும்' என்றெல்லாம், பாறைத்தட்டில் இருந்த இரண்டு பெண்களும் யோசித்து யோசித்துக் கணக்கிட்டுக் கொண்டிருந்தார்கள்.

கிசுகிசுத்த குரலிலேயே அவர்கள் பேசிக்கொண்டார்கள். ஏனென்றால், அக்கம்பக்கத்தில் வேங்கை பதுங்கியிருந்து தங்கள் குரலைக் கேட்டுவிடக்கூடும் என்று பயந்தார்கள். இப்படி அவர்கள் பேசிக்கொண்டேயிருக்கையில், முதியவள் 'ஆ' என்று வாயைப் பிளந்து பெருமூச்சுவிட்டாள். அவளுடைய முகத்தில் தோன்றிய பெரும் பயத்தையும் அவள் நோக்கிய திசையையும் கவனித்த இளம்பெண், அந்தத் திசையில் தன் தலையைத் திருப்பினாள். அப்போது அந்தப் பாறைப்பிளவிலிருந்து வெளிப் பட்டுப் பாறைத்தட்டில் காலை வைத்து ஏறிவந்த வேங்கையைத் தன் தோளுக்குமேலே கண்டாள்.

இரவிலே மகா பயங்கரமான கனவைக் கண்டிராதவர் நம்மில் எவரும் இருக்கமாட்டார்கள் என்றே நான் எண்ணு கிறேன். பயத்தால் நம்முடைய குரல் நரம்புகளும் கைகால் களும் அடியோடு மரத்துப்போயிருக்கும்; இனந்தெரியாத பயங்கர ராட்சச விலங்கு ஒன்று நம்மை நெருங்கி வந்துகொண் டிருக்கும்; நம்முடைய மயிர்க்கால் எல்லாம் வேர்த்து வேர்த்துக் கொட்டும்; இந்த நிலையிலே நாம் விழித்துக்கொள்வோம். 'அப்பாடா! நல்ல வேளையாய் இது வெறுங்கனவாய்ப் போயிற்றே!' என்று ஆண்டவனை வாழ்த்துவோம். அந்தத் துர்ப்பாக்கியக் குமரிக்கு இத்தகைய மகிழ்ச்சி தரும் விழிப்பில்லை. அந்தக் காட்சியைச் சித்திரித்துப் பார்க்கக் கற்பனைத்திறன் ஏதும் தேவையில்லை. குத்துப்பாறை ஒன்று நிற்கிறது. அதில் குறுகலான பாறைத்தட்டு ஒன்று பாதி தூரம் குறுக்கே ஓடி ஒரு சிறு பள்ளத்தில் போய் முடிகிறது. அந்தப் பள்ளத்தில் காயத்துடன் ஒரு முதியவள் படுத்துக் கிடக்கிறாள். பயத்தால் சிலையாய்ச் சமைந்த இளம்பெண் ஒருத்தி பாறைத்தட்டிலே உட்கார்ந்திருக்கிறாள். ஒரு வேங்கை மெள்ள மெள்ள அவளை நோக்கி ஊர்ந்து வருகிறது. ஓடுவோம் என்றால் எந்தப் பக்கமும் வழியில்லை. உதவிக்கும் யாரும் இல்லை.

கிராமத்திலே மற்றப் பெண்கள் போய்ச் சேர்ந்தபோது, மோதிசிங் என்ற என் நண்பன் அங்கே இருந்தான். நோயுற்ற ஒரு மகளைப் பார்ப்பதற்காகப் போயிருந்தான். ஆட்களின் மீட்புக் கோஷ்டிக்கு அவன் தலைமை வகித்தான். இந்தக் கோஷ்டியார் புல்சரிவில் போய் இறங்கி, குத்துப்பாறைக்கு மேலே கவனித்தார்கள். முதியவள் மூர்ச்சை போட்டுக் கிடந்தாள்; பாறைத் தட்டில் ரத்தம் வாரியடித்திருந்தது.

காயமடைந்த முதியவளைக் கிராமத்துக்குத் திரும்பத் தூக்கிச்சென்று, அவளுக்கு மூர்ச்சை தெளிவித்தார்கள். நடந்த கதையை அவள் சொல்லியிருக்கிறாள். இதன்மேல், மோதிசிங் என்னைக் காணப் பதினெட்டு மைல்தூரம் நடந்து வந்திருக்

கிறான். அவன் அறுபது வயசுக்கு மேலான கிழவன். ஆயினும், "களைத்துப்போயிருக்கிறாய்; சற்று ஓய்வெடுத்துக் கொள்" என்று நான் சொன்ன யோசனையை அவன் கேலிசெய்து தள்ளிவிட்டான். எனவே, இந்த விஷயத்தை உடனே ஆராய, இருவரும் சேர்ந்தே புறப்பட்டுப் போனோம். என்றாலும், நான் ஒன்றும் செய்வதற்கில்லை. சம்பவம் நடந்து இருபத்து நாலு மணிநேரம் ஆகிவிட்டது. காயமுற்ற முதியவளுக்குத் துணையாய்த் தங்கியிருக்கத் தானாகவே முன்வந்த அந்த வீர வாலிபப் பெண்ணின் உடம்பில் வேங்கை விட்டுவைத்திருந்த மிச்சமெல்லாம் சில எலும்புத் துண்டுகளும், கிழிந்து ரத்தக் கறைபட்ட அவளுடைய துணிகளுந்தான்.

பின்னால் அரசுப் பதிவுகளில் 'மோஹன் ஆட்கொல்லி' என்று பெயர்பெற்ற இந்த வேங்கை முதல்முதலாகக் கொன்ற மனித ஜீவன் இந்தப் பெண்தான்.

பெண்ணைக் கொன்றபிறகு, குளிர்காலத்தைக் கழிப்பதற்காகக் கோஸி பள்ளத்தாக்குக்கு வேங்கை சென்றுவிட்டது. போகும் வழியிலேயே சிலரைக் கொன்றது. அவர்களில் இரண்டு பேர் சர்க்காரின் பொது மராமத்து இலாக்கா ஊழியர்கள்; ஒருத்தி, சட்டசபையில் அங்கம் வகித்த எங்கள் பிரதிநிதியின் மருமகள். கோடைக்காலம் நெருங்கியதும், முதல் கொலை இடத்துக்கு அது திரும்பி வந்தது. இதற்கப்புறம் பல வருஷகாலம், காக்ரிகாட் தொடங்கி கார்க்கியா வரைக்கும் சுமார் நாற்பது மைல் தூரம் கோஸி பள்ளத்தாக்கில் வேங்கையின் போக்கு வரத்துப் பரவியிருந்தது. மோஹன் என்ற இடத்துக்கு மேலே உள்ள குன்றில் காத்கனவ்லா என்ற கிராமத்தின் பக்கம் கடைசியாக அது நிரந்தர வாசம் செய்யத் தொடங்கியது.

குமாயுன் டிவிஷனில் அந்த நாளில் மூன்று ஆட்கொல்லிப் புலிகள் இயங்கிக்கொண்டிருந்தன. அவற்றின் முக்கியத்துக்கு ஏற்றபடி மாவட்ட மகாநாட்டினர் வரிசைப்படுத்தியிருந்தார்கள்.

1. சௌகட், நைனிதால் மாவட்டம்.
2. மோஹன், அல்மோரா மாவட்டம்.
3. கண்டா, கட்வால் மாவட்டம்.

சௌகட் புலியை நான் சுட்ட பின், அல்மோரா டெபுடி கமிஷனர் பேன்ஸ், "மகாநாட்டில் நீங்கள் அளித்த வாக்குறுதியில் ஒரு பகுதிதான் நிறைவேறியிருக்கிறது" என்று எனக்கு ஞாபகப் படுத்தினார். மேலும், "பட்டியலில் அடுத்தபடி இருப்பது மோஹன் வேங்கை. இது நாளுக்கு நாள் அதிகமாக அட்டூழியம் செய்துவருகிறது; அதிக அபாயம் விளைவிக்கிறது. சென்ற

ஒரே வாரத்தில் காத்கனவ்லா கிராமத்தைச் சேர்ந்த மூன்று மனிதர்களைக் கொன்றுவிட்டது” என்றார். இப்போது இந்தக் கிராமத்துக்கு நான் போக வேண்டும் என்றும் சொன்னார்.

சௌகட் புலியுடன் நான் போராடிக் கொண்டிருந்த காலத்தில், பேன்ஸ் சில வேட்டையாடிகளை அழைத்து, காத்கனவ்லாவுக்குப் போகும்படி வற்புறுத்தினார். அவர்கள் அங்கே போய், புலி அடித்துக் கொன்ற மனித சவங்களுக்கு அருகிலும் இரைவிலங்கு உடல்களின் அருகிலும் மறைந்து காத்திருந்தும், ஆட்கொல்லியைப் பார்க்கக்கூட முடியவில்லை. எனவே, ரானிகேத் என்ற இடத்தில் உள்ள தங்கள் ராணுவக் கிடங்குக்குத் திரும்பி வந்து சேர்ந்துவிட்டார்கள். இப்போது நான் தனியாக காத்னவ்லாவில் போயிருக்க வேண்டும் என்று பேன்ஸ் எனக்குத் தெரிவித்தார். இப்படி ஒன்றியாகவேயிருப்பது அவசியமான ஒரு முன்னெச்சரிக்கையாகும். ஏனென்றால், ஆட்கொல்லிகளை வேட்டையாடும்போது, வேட்டைக்காரர் களின் நரம்புகள் கலகலத்துப் போகும். ஒரே விலங்கை இரண்டு மூன்று கோஷ்டிகள் வேட்டையாடினால், விபத்துக்கள் நேர்ந்து விடக்கூடும்.

II

மே மாதம் ஒரு நாள் வெயில் சுட்டெரித்துக் கொண் டிருந்தது. நானும் என்னுடைய இரண்டு வேலையாட்களும், நைனிதாலிலிருந்து நான் அழைத்து வந்திருந்த ஆறு கடுவாலி களும் ராம்நகர் ரயில்வே ஸ்டேஷனில் பகல் ஒரு மணிக்குப் போய் இறங்கினோம். அங்கிருந்து இருபத்து நாலு மைல் தூரம் நடந்து காத்கனவ்லா செல்லப் புறப்பட்டோம். இந்தப் பிரயாணத்தில் எங்கள் முதல் கட்டம் ஏழு மைல் தூரம்தான். ஆயினும் கார்கியா போய்ச் சேரும்போது, மாலையாகிவிட்டது. பேன்ஸ் அவர்களின் கடிதம் வந்து சேர்ந்தவுடனே, நான் அவசரமாகப் புறப்பட்டு வந்துவிட்டேன். கார்கியாவில் உள்ள காட்டுப் பங்களாவை உபயோகித்துக்கொள்ள அனுமதி கேட் பதற்கு நேரமில்லை. எனவே, தூங்குவதற்குத் திறந்த வெளி யிலேயே படுத்தேன்.

கார்கியாவில் கோஸி நதியின் மறுபக்கத்தில் பல நூறு அடி உயரமுள்ள ஒரு பெரிய குத்துப்பாறை உண்டு. நான் தூங்க முயற்சிசெய்துகொண்டிருந்தபோது, அந்தக் குத்துப் பாறையிலிருந்து கற்கள் உருண்டு கீழுள்ள சிறு பாறைகள் மீது விழுவதுபோல் என் காதில்பட்டது. இரண்டு கற்களை ஒன்றோடொன்று பலமாய் மோதினால் எந்த மாதிரி

இருக்குமோ அதே மாதிரி சப்தமாக இருந்தது. கொஞ்ச நேரம் சென்றதும், இந்தச் சப்தம் எனக்குத் தொல்லையாயிருந்தது. புழுக்கமான இரவில் எந்தச் சப்தமும் தொல்லையாகத்தானே இருக்கும்? நிலவு புறப்பட்டது. பாம்புகளை மிதித்துவிடாமல் ஒதுங்கிச் செல்லப் போதிய ஒளி வீசியது. என் முகாம் படுக்கை யைவிட்டு எழுந்து, இந்தச் சப்தத்தை ஆராயப் புறப்பட்டேன். ரஸ்தாவின் பக்கம் இருந்த சகதிநிலத்தில் கூடியிருந்த தவளைக் கூட்டந்தான் இப்படிச் சப்தம் எழுப்பியது என்று கண்டேன். உலகத்தின் பலவேறு பகுதிகளில் நிலத்திலும் நீரிலும் மரத்திலும் உள்ள தவளைகள் போடும் விசித்திரமான சப்தங்களை நான் கேட்டிருக்கிறேன். ஆனால், கார்கியாவில் உள்ள தவளைகள் மே மாதத்தில் போடும் சப்தம் போன்ற இவ்வளவு விசித்திர மான ஒன்றை நான் ஒருபோதும் கேட்டதில்லை.

அடுத்த நாள் அதிகாலையிலேயே கார்கியை விட்டுப் புறப்பட்டோம். வெயில் கடுமையாகுமுன்பே பன்னிரண்டு மைல் நடந்து மோஹன் என்னுமிடம் போய்ச் சேர்ந்தோம். என் ஆட்கள் எனக்குக் காலை உணவு தயாரித்துக்கொண் டிருந்தார்கள். அப்போது, பங்களாவின் காவல்காரன் இரண்டு காட்டிலாக்காக் காவலர்கள், மோஹன் பஜாரிலிருந்து வந்த பல ஆட்கள் எல்லாருமாக ஆட்கொல்லிப் புலிபற்றிய கதைகளை என்னிடம் சொல்லிக்கொண்டிருந்தார்கள். அந்தக் கதைகளி லெல்லாம் மிகவும் சமீப நிகழ்ச்சி பற்றியது, கோஸி நதியில் மீன்பிடித்துக்கொண்டிருந்த ஒரு செம்படவனின் பிரதாபந்தான். அந்தக் கதையின் வீரநாயகன் தானே என்று பெருமையோடு காட்டிலாக்கா காவலரில் ஒருவன் சொல்லிக்கொண்டான். அந்த நிகழ்ச்சியை அவன் வெகுவாக வர்ணித்து வர்ணித்துச் சொன்னான். காட்டிலாக்கா காவலனும் செம்படவனும் ஒரு நாள் ஒன்றாகச் சென்றார்களாம். நதியின் திருப்பம் ஒன்றைக் கடந்தபோது, நேருக்குநேரே ஆட்கொல்லிப் புலியைச் சந்தித் தார்களாம். உடனே, செம்படவன் தன் கையிலிருந்த தூண்டில் கம்பை வீசியெறிந்தானாம்; காவலனின் தோளில் இருந்த ரைஃபிளை 'லபக்' என்று பிடுங்கிக்கொண்டானாம். பிறகு, காலடியிலே புலி துரத்திவர, இரண்டு பேரும் ஒரே ஓட்டமாய் ஓடினார்களாம். "நீ திரும்பிப் பார்த்தாயோ?" என்று காவலனைக் கேட்டேன். "இல்லை ஸாஹப்" என்றான் காவலன். என் அறியாமையைக் கண்டு இரங்கினான். மேலும் தொடர்ந்து, "ஆட்கொல்லிப் புலியிடமிருந்து உயிர் தப்புவதற்காக ஓடிக் கொண்டிருக்கும் ஒருவன் எப்படித் திரும்பிப்பார்க்க முடியும்?" என்று கேட்டான். செம்படவன் இரண்டடி முன்னாலேயே ஓடிக்கொண்டிருந்தானாம். அப்படி ஓடுகையில், அடர்த்தியான புல் மூடியிருந்த ஓரிடத்தில் காலிடறி, அங்கே தூங்கிக்கொண்

டிருந்த ஒரு கரடிமீது விழுந்து விட்டானாம். இதற்குமேல் ஒரே குழப்பமும் கூச்சலுமாய் இருந்ததாம். செம்படவன் ஒரு பக்கம், காவலன் ஒரு பக்கம், கரடி ஒரு பக்கமாய் ஓடினார் களாம். இந்த அமளியில் செம்படவனுக்கு வழி தப்பிப்போய், எங்கேயோ தவித்துவிட்டு, வெகுநேரம் கழித்துப் பங்களாவுக்கு எப்படியோ திரும்பி வந்துசேர்ந்தானாம். அப்போது, தன் பிரதாபத்தைப் பற்றி என்ன என்னவோ சொன்னானாம் – காவலனின் ரைஃபிளைப் பிடுங்கிக்கொண்டு, அவனை வெறுங் கையனாய் ஆட்கொல்லிப் புலியையும் சீற்றங்கொண்ட கரடியை யும் ஒருகை பார்த்துக்கொள்ளும்படி விட்டு விட்டுப் போனானே அந்த வீரப்பிரதாபத்தைப் பற்றி! "கரடியின் மேலே விழுந்தேனா, அதில் என் கால் சுளுக்கிக்கொண்டது. அது எப்படிப் போனாலும் இந்தக் கோஸி நதியில் பிடிப்பதற்கு மீனே இல்லை" என்று சொல்லி, அடுத்த நாளே மோஹனைவிட்டுச் செம்படவன் போய்விட்டான் என்று காட்டிலாக்கா காவலன் தன் கதையை முடித்தான்.

உச்சிப் பகலில் எங்கள் பிரயாணத்தைத் தொடர்ந்து நடத்த நாங்கள் தயாரானோம். எங்களை வழியனுப்ப ஒரு சிறு கூட்டம் கூடிவிட்டது. வழியிலே அடர்த்தியான காடு இருக்கிறதென்றும் அதில் புகுந்து செல்லும்போது ஆட்கொல்லிப் புலி இருக்கிறதா என்று கூர்மையாய்க் கவனித்துக்கொண்டே போகும்படியும் எங்களைக் கூட்டத்தினர் பலமுறை எச்சரித்தார் கள். இதையெல்லாம் கேட்டுக்கொண்டு, நாலாயிரம் அடி உயரம் ஏறிக் காத்கனவ்லா செல்ல நாங்கள் புறப்பட்டோம்.

மிக மெதுவாகத்தான் நாங்கள் முன்னேற முடிந்தது. ஏனென்றால், என் ஆட்கள் மிகவும் கனமான சுமைகளைத் தாங்கி வந்தார்கள்; பாதையோ மிகவும் செங்குத்தாயிருந்தது; வெப்பமும் தாங்க முடியவில்லை. மேலேயுள்ள கிராமங்களில் சிறிது காலத்துக்கு முன் ஏதோ கலகம் நேர்ந்ததாம். இதனால், நைனிதாலிலிருந்து சிறிய போலீஸ்படை ஒன்றை அங்கே அனுப்பு வது அவசியமாயிற்று. "ஸ்தலத்தில் நிலைமை சரியில்லாததால், அங்கே உங்களுக்குச் சாமான்கள் கிடைப்பது சாத்தியமில்லை. ஆகவே, உங்களுக்கும் உங்கள் ஆட்களுக்கும் தேவையான சகல சாமான்களையும் எடுத்துச்செல்லுங்கள்" என்று என்னை எச்சரித்திருந்தார்கள். என் ஆட்கள் மிகவும் கனமான சுமை களைத் தாங்கிவந்ததன் காரணம் இதுதான்.

நடுவழியிலே பல தடவை தங்கித்தங்கிப் பிற்பகலில் வெகு நேரம் கழித்து, பயிர்நிலம் ஒன்றுக்கு வந்து சேர்ந்தோம். என் ஆட்களுக்கு ஆட்கொல்லிப் புலியால் இனி ஏதும் பயமில்லை யாதலால், நான் அவர்களைப் பின்னே வரவிட்டு, காட்டிலாக்கா

அதிகாரியின் வீட்டிற்கு முன்னதாகச் செல்லப் புறப்பட்டேன். மோஹனில் இருந்தபடியே பார்த்ததில் அந்த வீடு கண்ணுக்குத் தெரிந்தது. காத்கனவ்லாவில் நான் தங்கியிருப்பதற்கு மிகச் சிறந்த இடம் இந்தக் குடிசையே என்று காட்டிலாக்கா காவலர்கள் அங்கேயே எனக்குச் சுட்டிக் காட்டியிருந்தார்கள்.

மோஹனுக்கு மேலே ஓங்கியிருந்த மலை முகட்டில் அந்தக் குடிசை அமைந்திருந்தது. குன்றின் முகத்தில் குறுக்கே ஓடிய சரிமட்டமான சாலை வழியாகக் குடிசையை நான் நெருங்கியபோது, ஒரு மலைச்சந்தில் வந்த திருப்பத்தைக் கடந்தேன். அந்த இடத்தில் செடிகொடிகள் அடர்த்தியாய் வளர்ந்திருந்தன. அங்கே மரத்தொட்டி ஒன்றிலிருந்து சிறு தாரையாக வடிந்துகொண்டிருந்த தண்ணீரை ஒரு மண்பானை யில் பெண்ணொருத்தி ஏந்திக் கொண்டிருக்கக் கண்டேன். பாதத்தடியில் நான் ரப்பர் போட்ட ஜோடு அணிந்திருந்த தால், கிட்ட நெருங்கும்போது அவள் பயந்துவிடக்கூடும். எனவே, அவளுடைய கவனத்தை இழுப்பதற்காகச் சற்று இருமினேன். உடனே அவள் பெருந் திகிலடைந்ததைக் கண்டு, அவளுக்குச் சில கஜ தூரத்திலேயே நின்று, ஒரு சிகரெட்டைப் பற்ற வைத்தேன். ஒன்றிரண்டு நிமிஷத்துக்கெல்லாம், “யாரானா லும் தன்னந்தனியான இந்த இடத்தில் இருப்பது அபாய மில்லையா?” என்று, தலைநிமிராமலே கேட்டேன். பெண் சற்றுத் தயங்கிவிட்டு, “அபாயந்தான். ஆனால் தண்ணீர் பிடித்தாக வேண்டும். துணை வர வீட்டிலே யாருமில்லை. அதனால்தான் தனியே வந்தேன்” என்று பதில் அளித்தாள்.

“ஆண்பிள்ளை யாரும் இல்லையா?”

“இருக்கிறார். ஆனால் அவர் வயலில் உழுது கொண்டிருக் கிறார். எப்படியானாலும், தண்ணீர் பிடிப்பது பெண்ணின் வேலைதானே.”

“பானை நிறைய எவ்வளவு நேரமாகும்.”

“இன்னும் சிறிது நேரத்தில் நிறைந்துவிடும்.”

பெண்ணின் பயமும் கூச்சமும் தெளிந்தன. இப்போது அவள் என்னை கேள்விகள் கேட்க ஆரம்பித்தாள்.

“நீங்கள் என்ன போலீஸ்காரரா?”

“இல்லை.”

“காட்டிலாகா அதிகாரியோ?”

“இல்லை.”

“பின்னே என்னதான் நீங்கள்?”

"ஒரு மனுஷன்; அவ்வளவுதான்."

"இங்கே ஏன் வந்தீர்கள்?"

"காத்கனவ்லா ஜனங்களுக்கு உதவி செய்ய."

"எந்த விதத்தில்?"

"ஆட்கொல்லிப் புலியைச் சுட்டுக் கொல்வதன் மூலம்."

"ஆட்கொல்லிப் புலியைப் பற்றி எங்கே கேள்விப்பட்டீர்கள்? ஏன் தனியாக வந்தீர்கள்? உங்கள் ஆட்கள் எங்கே? நீங்கள் எத்தனை பேர்? எவ்வளவு காலம் இங்கே தங்கப் போகிறீர்கள்?"

என்னைப் பற்றிய விவரங்களையெல்லாம் தெரிந்துகொள்ள அவளுக்கு ஏற்பட்ட ஆவல் பூர்த்தியாகிற வரைக்கும், பானை நிறையவில்லை என்றே சொல்லிக் கொண்டிருந்தாள். பிறகு, நான் முன்னே செல்ல எனக்குப் பின்னே நடந்து வந்தாள். அப்போது குன்றின் தெற்கு முகத்தில் உள்ள பல முகடுகளில் ஒன்றைக் காட்டி அதில் இருந்த ஒரு பெரிய மரத்தைக் குறிப்பாய்க் காண்பித்தாள். புல்சரிவு ஒன்றிலே அது நின்றது. அந்த மரத்தின் கீழே மூன்று நாளைக்கு முன்புதான் ஒரு பெண்ணை புலி கொன்றதாக அவள் கூறினாள். என் லட்சிய மான காட்டிலாக்கா குடிசைக்கு சுமார் ஆயிரம் அடி தூரத்தில் இருந்தது அந்த மரம். குன்றின் மேல்புறம் சென்ற ஓர் ஒற்றை யடிப் பாதைக்கு இப்போது நாங்கள் வந்துசேர்ந்தோம். தன் கிராமம் குன்றின் ஓரப் பகுதியில் இருப்பதாகவும் தனக்கு இனி அபாயமில்லை என்றும் சொல்லி, அந்த ஒற்றையடிப் பாதையிலே அவள் சென்றுவிட்டாள்.

இந்தியப் பெண்களின் சுபாவத்தை அறிந்தவர்களுக்கு நான் எவ்வளவு பெரிய காரியத்தைச் சாதித்தேன் என்பது புரிந்திருக்கும். அதுவும் இந்தப் பிரதேசத்தில் சமீபத்தில்தான் போலீசாருடன் ஒரு கலகம் வேறு விளைந்திருந்தது. இந்தப் பெண்ணுக்குப் பீதி உண்டாக்கி அதன்மூலம் இந்தக் கிராம மக்களின் விரோதத்தையெல்லாம் நான் சம்பாதித்துக்கொண்டு விடவில்லை. அதற்குப் பதிலாக அவளுடைய பானையில் நீர் நிறைந்துகொண்டிருக்கும்போது, பக்கத்திலே நின்று, அவள் கேட்ட கேள்விகளுக்கெல்லாம் பதிலளித்து அவளுடைய நட்பைப் பெற்றுவிட்டேன். நான் வந்து சேர்ந்திருக்கும் செய்தியைச் சிறிது நேரத்துக்குள்ளேயே கிராம மக்கள் அத்தனை பேருக்கும் அவள் பிரகடனம் செய்துவிடுவாள். நான் எந்தவிதமான அதிகாரியும் அல்ல, ஆட்கொல்லிப் புலியின் அபாயத்திலிருந்து அவர்களுக்கு விடுதலை அளிப்பது ஒன்றே என் வருகையின் நோக்கம் என்பதையும் அவள் சொல்லிவிடுவாள்.

III

பாதைக்கு இடதுபக்கமாகச் சுமார் ஐம்பதடி தூரத்தில் குன்று ஒன்றின் உச்சியில் இருந்தது காட்டிலாக்கா குடிசை. கதவை ஒரு சங்கிலி போட்டுக் கட்டியிருந்தது. எனவே, சுலபமாய் அதைத் திறந்து உள்ளே நடந்தேன். அறை சுமார் பத்தடி சதுரம் இருந்தது. முற்றும் சுத்தமாயிருந்தது. ஆனால், உபயோகிக்காததால் பாசி பிடித்ததுபோல் ஒரு வாசனை வீசியது. பதினெட்டு மாதத்துக்குமுன் ஆட்கொல்லிப் புலி இங்கே வந்தது முதல் இந்தக் குடிசையை யாரும் உபயோகிக்க வில்லை என்று பின்னால் அறிந்தேன். முக்கிய அறைக்கு இரு பக்கமும் குறுகிய இரண்டு சிறு அறைகள் இருந்தன. ஒன்றைச் சமையலுக்கும் மற்றதை விறகு போடவும் உபயோகித்தார்கள். என் ஆட்கள் தங்க இந்தக் குடிசை நல்ல பத்திரமான இடம். அறைக்குள் காற்று வீசட்டும் என்று, கொல்லைக் கதவைத் திறந்து வைத்தேன். பிறகு, வெளியே சென்று, குடிசைக்கும் பாதைக்கும் இடையே என் நாற்பது பவுண்ட் கூடாரத்தை அடிக்க ஓர் இடம் பிடித்தேன். குடிசைக்குள் மேஜை, நாற்காலி போன்ற எந்தவிதமான தளவாடமும் இல்லை. எனவே, பாதைக்கு அருகேயிருந்த ஒரு பாறைமீது உட்கார்ந்து, என் ஆட்களின் வருகைக்காகக் காத்திருந்தேன்.

இந்த இடத்தில் மலைமுகடு சுமார் ஐம்பது கஜ அகலம் இருந்தது. தெற்கு ஓரத்தில் குடிசை இருந்தது. குன்றின் வடக்கு முகத்தில் கிராமம் இருந்தது. குடிசையிலிருந்து பார்த்தால் கிராமம் கண்ணுக்குத் தெரியாது. பாறைமீது நான் உட்கார்ந்து பத்து நிமிஷம் ஆகியிருக்கும். கிராமம் இருக்கும் திசையில் குன்றின் சிகரத்துக்கு மேலே ஒரு தலை தென்பட்டது. அடுத்தாற் போல் இரண்டாவது தலை; அப்புறம் மூன்றாவது தலை; என் சிநேகிதி அந்தத் தண்ணீர்ப் பானைக்காரி, சற்றும் தாமதியாமல் கிராமவாசிகளுக்கெல்லாம் என் வருகையை அறிவித்துவிட்டாள்.

இந்தியாவிலே அறிமுகமில்லாத அந்நியர்கள் ஒருவரை ஒருவர் சந்தித்து ஏதாவது சேதி தெரிந்துகொள்ள விரும்பினால், வந்த விஷயத்தை முதலிலே பிரஸ்தாபிப்பது வழக்கமில்லை. தற்செயலாய்ச் சந்தித்தாலும் சரிதான் – காரியமாகச் சந்தித்தாலும் சரிதான் – வந்த விஷயத்தைக் கடைசி நிமிஷம் வரைக்கும் சொல்ல மாட்டார்கள். ஒருவர் மற்றவருடைய குடும்ப விஷயங் களைப் பற்றியும் சொந்த விஷயங்களைப் பற்றியுமெல்லாந்தான் விசாரித்துக் கொண்டிருப்பார்கள். கலியாணமாயிற்றா? குழந்தை குட்டிகள் உண்டா? குழந்தைகளில் ஆண் எத்தனை, பெண் எத்தனை? அவற்றின் வயசு என்ன? கலியாணம் ஆக

வில்லை என்றால் ஏன்? என்ன உத்தியோகம்? சம்பளம் எவ்வளவு? இப்படியெல்லாம் கேட்பார்கள். உலகின் வேறெந்த நாட்டிலும் எரிச்சல் மூட்டக்கூடிய கேள்விகளை இந்தியாவில் – அதுவும் குன்றுகளில் – எல்லாருமே கள்ளங்கபடில்லாமல் கேட்கிறார்கள். இந்த மக்களுக்கு நடுவே வாழ்ந்த எவரும் இவற்றைக் கனவில் கூடக் குற்றமாகக்கொள்ள மாட்டார்கள்.

என்னோடு பேசிய பெண் கேட்ட எத்தனையோ கேள்விகளுக்கு நான் பதிலளித்தேன். ஓர் ஆணிடம் ஒரு பெண் கேட்கக்கூடாத குடும்ப விஷயமான சில கேள்விகளை அவள் கேட்ட சமயத்தில், என் ஆட்கள் வந்து சேர்ந்துவிட்டார்கள். அவர்கள் அந்தச் சிறு ஊற்றில் போய் ஒரு கெட்டில் நிறைய தண்ணீர் பிடித்து வந்தார்கள். நம்பவே முடியாத அவ்வளவு விரைவில் சுள்ளிகளைப் பொறுக்கித் தீ மூட்டிவிட்டார்கள். நீரும் பொங்கியது. தேநீரையும் பிஸ்கட்டையும் கொண்டுவந்து வைத்தார்கள். புட்டிப்பால் டின் ஒன்றை நான் திறந்தபோது, "கறந்த புதுப்பாலை விட்டு ஏன் புட்டிப்பாலை உபயோகிக் கிறீர்கள்?" என்று என் ஆட்களைக் கிராமத்து மக்கள் சிலர் விசாரித்தது என் காதில் விழுந்தது. "கறந்த பால் இல்லை. மேலும், முந்தி இங்கே ஏதோ கலவரம் நிகழ்ந்ததால் கறந்த புதுப்பால் கிடைக்காது என்று பயந்தே ஏராளமாய் புட்டிப் பாலை எடுத்து வந்தோம்" என்று என் ஆட்கள் பதில் அளித்தார் கள். இந்தப் பதிலைக் கேட்டதும் கிராமவாசிகள் மிகவும் துயரமடைந்தார்கள். தங்களுக்குள்ளே ஏதோ 'கிசுகிசு' என்று பேசிக்கொண்டார்கள். பிறகு அவர்களில் ஒருவர் – இவர் கிராமப் பெரியதனக்காரர் என்று பின்னால் அறிந்துகொண் டேன் – என்னைப் பார்த்து, "நீங்கள் இப்படி புட்டிப்பால் கொண்டுவந்தது எங்களுக்கு அவமானமாக இருக்கிறது. கிராமத் திலே உங்களுக்கு என்ன வேண்டுமானாலும் கொண்டு வந்து தருகிறோம்" என்றார். இது என் பிசகுதான் என்று ஒப்புக்கொண் டேன். இந்தப் பிரதேசத்துக்கு நான் அந்நியனாகையால்தான் இப்படிச் செய்துவிட்டேன் என்று சமாதானம் சொன்னேன். "உங்களிடம் பால் ஏதாவது மிஞ்சியிருக்குமானால், தினம் அதில் கொஞ்சம் என் தேவைகளுக்காக விலைக்கு வாங்கிக் கொள்கிறேன். பாலைத் தவிர வேறு எதுவும் எனக்கு வேண்டாம்" என்று கிராமப் பெரியதனக்காரரிடம் சொன்னேன்.

என் மூட்டை முடிச்சுக்களையெல்லாம் இப்போது அவிழ்த்து வைத்துவிட்டார்கள். இந்தச் சமயம் கிராமத்திலிருந்து இன்னும் பல மனிதர்கள் வந்து சேர்ந்தார்கள். "இன்ன இடத்தில் என் கூடாரத்தை அடியுங்கள்" என்று ஆட்களிடம் நான் சொன்னபோது, கூடியிருந்த கிராமவாசிகளெல்லாம் திகிலுடன் கூச்சல் போட்டார்கள். "கூடாரத்தில் வசிப்பதா? வேடிக்கை

தான்! இந்தப் பிரதேசத்தில் ஓர் ஆட்கொல்லிப் புலி இருப்பது உங்களுக்குத் தெரியாதா? அது ஒவ்வொரு நாள் இரவும் தவறாமல் இந்தச் சாலையிலே செல்வதை அறியீர்களா? எங்கள் வார்த்தையிலே சந்தேகம் இருந்தால், எங்களோடு வாருங்கள்; கிராமத்தின் மேல்பக்கக் கோடியிலே உள்ள வீட்டுக் கதவுகளில் வேங்கையின் நகக்குறிகளைக் காணலாம்; மேலும், கூடாரத் திலுள்ள உங்களைப் புலி தின்னாவிட்டாலும், உங்கள் பாது காப்பில்லாவிட்டால் குடிசையில் உள்ள ஆட்களை அது தின்றுவிடும்" என்றெல்லாம் கூறினார்கள். அவர்கள் கடைசியில் சொன்ன விஷயத்தைக் கேட்டதும், என் ஆட்கள் கொஞ்சம் கிலியடைந்துவிட்டார்கள். கிராமவாசிகளின் ஆலோசனையைக் கேட்கும்படி அவர்களும் என்னை வேண்டிக்கொள்ளத் தொடங் கினார்கள். ஆகவே, குடிசையின் பிரதான அறையில் நான் தங்கியிருக்க இறுதியில் ஒப்புக்கொண்டேன். என்னுடைய இரண்டு வேலையாட்களும் சமையலறையிலும் ஆறு கட்வாலி களும் விறகு அறையிலும் தங்குவதென்று முடிவாயிற்று.

ஆட்கொல்லிப் புலி விஷயம் பேச்சிலே புகுந்தது நல்ல தாயிற்று. மலைமுகட்டுக்கு மேலே முதல் மனிதனின் தலை தென்பட்ட நிமிஷத்திலிருந்து நான் பேச விரும்பிய ஒரே விஷயம் இதுதான். ஆனால், இதை நான் ஒப்புக்கொள்ளாமலே, இப்போது இந்த விஷயம்பற்றித் தொடர்ந்து பேச எனக்கு வாய்ப்புக் கிடைத்தது. எந்த மரத்தின் கீழே கடைசியாகப் பெண்ணைக் கொன்றதோ அந்த மரத்தை நோக்கிக் கீழ்ப்புறம் செல்லும் பாதையை எனக்குச் சுட்டிக் காட்டினார்கள். பெண்ணை அது கொன்ற கதையை எனக்கு விவரமாய்ச் சொன்னார்கள். புலி ஒவ்வொரு நாள் இரவும் வருகிற பாதை கிழக்கே பைதல்காட் என்ற இடத்துக்கும் மேற்கே ராம் கங்கா நதிக்கரையில் உள்ள சாக்னக்கல் என்னும் இடத்துக்கும் செல்வ தாகத் தெரிவித்தார்கள். பைதல்காட் செல்லும் பகுதியிலிருந்து மோஹனுக்கு ஒரு கிளை பிரிகிறதாம். மேற்கு நோக்கிச் செல்லும் சாலை கிராமத்தின் மேல்பக்கமாகப் போய், அரை மைல் தூரம் பயிர் வயல்களினிடையே புகுந்து, குன்றின் முகத்திலே தென்பக்கம் திரும்பி, குடிசை உள்ள இடத்திலே மீண்டும் மலைமுகட்டில் சேர்ந்து, சாக்னக்கல் வரைக்கும் மலை முகட்டிலேயே போகிறதாம். காத்கனவ்லா, சாக்னக்கல் இரண்டுக் கும் இடையே உள்ள இந்தப் பகுதி பாதை ஆறு மைல் நீளம் இருக்கிறது. ஆட்கொல்லிப் புலி வந்தது முதல் இதை அபாயம் என்று கருதி மக்கள் உபயோகிக்கவில்லை. பயிர்ப்புலங்களைத் தாண்டியதும் அடர்த்தியான மரங்களும் செடிகளும் மண்டிய காட்டுக்குள்ளே இந்தச் சாலை புகுவதையும், நதிக்கரை வரையில் அந்தக் காடு நீண்டிருப்பதையும் பின்னால் நான் கண்டேன்.

காத்கனவ்லா கிராமத்தின் முக்கிய வேளாண்மை, குன்றின் வடக்கு முகத்தில்தான் நடக்கிறது. அந்தப் பயிர் நிலங்களுக்கு அப்பால் பல சிறு மலை முகடுகளும் அவற்றுக்கு இடை யிடையே ஆழமான மலைச் சந்துகளும் இருந்தன. இந்த மலைமுகடுகளில் மிகவும் சமீபமானது காட்டிலாக்கா குடிசைக்குச் சுமார் மூவாயிரம் அடி தூரத்தில் இருந்தது. அதில் ஒரு பெரிய தேவதாரு மரம் இருந்தது. இந்த மரத்துக்கருகே பத்து நாளைக்கு முன் புலி ஒரு பெண்ணைக் கொன்று பாதி தின்றுவிட்டுப் போயிருந்தது. நாலு மைல் தூரத்தில் உள்ள காட்டுப்பங்களா ஒன்றில் அப்போது தங்கியிருந்த மூன்று வேட்டையாடிகளால் இந்தத் தேவதாரு மரத்தின் மீது ஏற முடியவில்லையாம். எனவே பெண்ணின் உடல் கிடந்த இடத் துக்கு முந்நூறு அடி முதல் நானூற்றைம்பது அடி தூரம் வரையில் இருந்த தனித்தனியான மூன்று மரங்களின்மீது மூன்று பரண் களைக் கிராமவாசிகள் அமைத்துக் கொடுத்திருக்கிறார்கள். வேட்டையாடிகளும் அவர்களுடைய வேலைக்காரர்களும் சூரியாஸ்தமனத்துக்குச் சற்று முன்பாக இந்தப் பரண்களின் மீது ஏறி உட்கார்ந்துகொண்டார்கள். அது முன்னிலா நாள். பிறைச்சந்திரன் மறைந்தவுடனே, ‘பட், பட்’ என்று பல வேட்டுகள் கிளம்பியதைக் கிராமமக்கள் கேட்டிருக்கிறார்கள். அடுத்த நாள் காலையில் அந்த வேலையாட்களை விசாரித்தபோது, “எதைப் பார்த்துச் சுட்டார்களோ, எங்களுக்குத் தெரியாது, ஏனென்றால், எங்கள் கண்ணுக்கு ஒன்றும் தெரியவில்லை” என்று அவர்கள் சொல்லிவிட்டார்கள். இரண்டு நாளைக் கெல்லாம் ஒரு பசுவைப் புலி கொன்று போட்டிருக்கிறது. அந்தப் பசுவின் உடல் கிடந்த இடத்தையும் வேட்டையாடிகள் இப்படியே காத்திருக்கிறார்கள். நிலா மறைந்ததும் முன்போலவே இப்போதும் வேட்டுச் சப்தம் கேட்டிருக்கிறது. இவர்கள் வேட்டை யாடியதென்னவோ உண்மை. ஆனால், வெற்றியில்லாத முயற்சி கள். இப்படிப்பட்ட முயற்சிகள்தான் ஆட்கொல்லிப் புலிகளை மிகவும் ஜாக்கிரதையடையச் செய்துவிடுகின்றன. அப்புறம் அவற்றைச் சுடுவது மிகவும் கஷ்டமாகிறது; அவ்வளவுக்கவ்வளவு அவற்றின் வாழ்நாளும் நீண்டுவிடுகிறது.

வேங்கை சம்பந்தமாக மிகவும் சுவாரசியமான ஒரு செய்தியைக் கிராமவாசிகள் எனக்குத் தெரிவித்தார்கள். புலி எப்போது வந்தாலும், மெலிந்த குரலில் ஓலமிட்டுக்கொண்டே தான் வருமாம். இதைக்கொண்டு, அதன் வருகையை அவர்கள் அறிந்துகொள்ளுவார்களாம். அவர்களை மடக்கி மடக்கிக் கேள்விகேட்டு விசாரித்தேன். அதிலிருந்து ஒரு விஷயம் தெரிந்து கொண்டேன். புலி ஒரு வீட்டிலிருந்து மறு வீட்டுக்குப் போகும்

போது, ஓலம் சிலசமயம் தொடர்ந்து இருக்குமாம்; சில சமயம் சிறிது நேரமும் வேறு சில சமயம் நீண்ட நேரமும் நின்றிருக்குமாம்.

இந்தத் தகவலிலிருந்து நான் சில முடிவுகளுக்கு வந்தேன். (1) வேங்கை ஏதோ காயத்தால் வேதனைப் பட்டுக்கொண்டிருக்கிறது; (2) நடமாடும்போது மட்டுமே வலிக்கக்கூடிய காயம்; (3) ஆகவே அது காலில் ஏற்பட்டிருக்கும் காயமே. உள்ளூர் வேட்டையாடி எவனுமோ, ராணிகேத்திலிருந்து வந்து பரண் ஏறிக் குந்திய வேட்டையாடிகளில் யாருமோ, புலியைக் காயப்படுத்தவில்லை என்று எனக்கு நிச்சயமாய்த் தெரிவித்தார்கள். ஆனால், இது ஒன்றும் முக்கியமான தகவல் அல்ல. ஏனென்றால் வேங்கை பல வருஷ காலமாகவே ஆட்கொல்லிப் புலியாக இருந்துவருகிறது. அதற்கு வேதனை கொடுத்துக்கொண்டிருப்பது என்னவாயிருக்கும் என்று நான் நம்பினேனோ அந்தக் காயமே, அது ஆட்கொல்லிப் புலியாக மாறியதற்குக் காரணமாயிருக்கலாம். இது மிகவும் சுவாரஸ்யமான ஒரு விஷயம். புலி செத்த பிறகு அதைப் பரிசீலனை செய்தால்தான் இந்த விஷயம் தெளிவாகும்.

புலியின் ஓலத்தைக் குறித்து நான் ஏன் அவ்வளவு சிரத்தை காட்டினேன் என்பதை அறியக் கிராமவாசிகள் ஆவலாயிருந்தார்கள். "புலிக்கு ஒரு காலிலே காயம் இருக்கிறது. அது ஒரு துப்பாக்கிக் குண்டாலோ முள்ளம்பன்றி முள்ளாலோ ஏற்பட்டதாயிருக்க வேண்டும்" என்று நான் அவர்களுக்குத் தெரிவித்தேன். புலி எழுப்பும் ஒலிக்கு நான் சொன்ன காரணத்தை அவர்கள் ஒப்புக்கொள்ளவில்லை. "நாங்கள் பார்த்தபோதெல்லாம் புலி ஆரோக்கியமாகவே தென்பட்டது. தன்னிடம் சிக்கிய ஆட்களையும் பிராணிகளையும் வெகு சுலபமாகக் கொன்று தூக்கிச் சென்றது. புலி எந்த விதத்திலும் ஊனம் அடையவில்லை என்பதற்கு இதுவே ருசு" என்றார்கள். என்றாலும், இப்போது நான் சொன்ன விஷயத்தைப் பிந்தி அவர்கள் ஞாபகம் வைத்துக்கொண்டிருந்தார்கள்; எனக்கு ஏதோ ஞானக்கண் இருக்கிறது என்று புகழவும் தொடங்கினார்கள்.

IV

நான் ராம்நகர் வழியாக வந்தபோது, எனக்காக இரண்டு எருமைக் கிடாக்களை வாங்கி மோஹனுக்கு அனுப்பும்படி தாசில்தாரை கேட்டுக் கொண்டேன். அங்கே என் ஆட்கள் அவற்றைப் பெற்றுக்கொள்வார்கள் என்று தெரிவித்திருந்தேன்.

“எருமைகளில் ஒன்றை, மூன்று நாளைக்கு முன் பெண்ணை புலி கொன்ற மரத்தருகிலும், மற்றதை, சாக்னக்கல் சாலையிலும் கட்ட உத்தேசம்” என்று கிராமவாசிகளிடம் சொன்னேன். “இவற்றைவிட மேலான இடங்கள் எங்களுக்குத் தோன்றவில்லை. இருந்தாலும், எங்களுக்குள்ளே பேசிப்பார்க் கிறோம். வேறு யோசனை ஏதாவது தோன்றினால், காலையில் உங்களுக்குத் தெரிவிக்கிறோம்” என்று அவர்கள் சொன்னார்கள். இரவு நெருங்கிக்கொண்டிருந்தது. கிராமத்தலைவர் விடைபெறு முன், “நீங்கள் வந்திருக்கும் செய்தியைக் காலையிலே அக்கம் பக்கத்துக் கிராமங்களுக்கெல்லாம் சொல்லியனுப்புகிறேன். நீங்கள் வந்திருக்கும் காரணத்தையும் சொல்லியனுப்புகிறேன். அந்த இடங்களில் புலி எங்கேயாவது யாரையாவது கொன்றாலும் தாக்கினாலும் தாமதியாமல் அதை அவர்கள் உங்களிடம் வந்து சொல்ல வேண்டியதன் அவசியத்தையும் அவர்களுக்கு உணர்த்துகிறேன்” என்று எனக்கு வாக்களித்தார்.

அறையில் பாசி வாசனை பெரிதும் குறைந்திருந்தது. ஆயினும் இன்னும் சிறிது வீசியது. நான் சட்டை செய்யவில்லை. குளித்துவிட்டுச் சாப்பிட்டேன். பிறகு கதவைச் சாத்தி இரண்டு கற்களை முட்டுக்கொடுத்தேன். அதைச் சாத்தியபடி வைக்க வேறு வழியில்லை. பகலில் வழிநடந்த சிரமத்தால், அடியோடு களைத்துப் போயிருந்தேனாதலால், படுத்தும் உறங்கிவிட்டேன். நான் எப்போதுமே லேசாகத் தூங்குகிறவன். படுத்து இரண்டு அல்லது மூன்று மணி நேரம் சென்றிருக்கும். காட்டிலே ஏதோ விலங்கு நடக்கும் சந்தடிகேட்டு விழித்துக்கொண்டேன். அது கொல்லைப்புறக் கதவுவரை வந்துவிட்டது. ரைஃபிளையும் டார்ச் விளக்கையும் கையிலே எடுத்துக்கொண்டு, கற்களைக் காலால் நகர்த்திக் கதவைத் திறந்தேன். அப்போது ஒரு விலங்கு எட்டிச் செல்லும் ஓசை கேட்டது. விலங்கு போட்ட சப்தத் திலிருந்து, அது அந்த வேங்கையாயிருக்கலாம்; ஒரு சிறுத்தை அல்லது முள்ளம்பன்றியாயும் இருக்கலாம் என்று தோன்றியது. காடு மிகவும் அடர்த்தியாயிருந்ததால், அது என்ன என்று என்னால் பார்க்க முடியவில்லை. அறைக்குள் திரும்பிவந்து, கதவுக்குக் கல்லை முட்டுக்கொடுத்தேன். அப்போது என் தொண்டை கட்டிப்போயிருக்கக் கண்டேன். மோஹனிலிருந்து கடும் வெயிலில் நடந்து வந்துவிட்டு, காற்றில் உட்கார்ந்திருந்தது தான் இந்த வறட்சிக்குக் காரணம் என்று எண்ணினேன். ஆனால் அதிகாலையில் நான் ஒரு கோப்பை தேநீர் குடிப்பது வழக்கம்; என் வேலையாள் அதை எடுத்துக்கொண்டு கதவைத் திறந்து உள்ளே வந்தபோது, எனக்குத் தொண்டைப் புண் (லேரிஞ்ஜைட்டிஸ்) வந்திருக்கிறது என்று அறிந்துகொண்டேன். நெடுங்காலமாய் உபயோகிப்பாரில்லாது, கூரையிலே வெளவால்

கள் அடைந்த ஒரு குடிசையில் நான் படுத்திருந்ததே இதற்குக் காரணமாயிருக்க வேண்டும். "என் தோழனும் நானும் இந்தத் தொற்றுநோய்க்குத் தப்பித்துக்கொண்டோம். ஆனால், விறகு அறையிலே படுத்த ஆறு கட்வாலிகளும் உங்களைப் போலவே தான் இந்த நோயால் அவதிப்பட்டுக்கொண்டிருக்கிறார்கள்" என்று வேலையாள் தெரிவித்தான். என் கைவசம் இருந்த மருந் தெல்லாம் இரண்டு அவுன்ஸ் அயொடின் அடங்கிய ஒரு சீசாவும் சில கொய்னா மரத்திரைகளுந்தான். என் துப்பாக்கிப் பெட்டியைத் துழாவியபோது, பெர்மாங்கனேட் உப்பு அடங்கிய ஒரு காகிதப்பொட்டலம் அகப்பட்டது. முந்தி ஒரு சந்தர்ப் பத்தில் என் சகோதரி எனக்காக அதை எடுத்துவைத்திருந்தாள். துப்பாக்கி எண்ணெயில் அந்தப் பொட்டலம் ஊறிப்போயி ருந்தது. ஆயினும் உப்பு இன்னும் கரையக்கூடியதாகவே இருந்தது. ஒரு டின் வெந்நீரில் அந்த உப்பைத் தாராளமாய் அள்ளிப் போட்டேன்; கொஞ்சம் அயொடினையும் அதில் ஊற்றினேன். இந்தக் கரைசலைக்கொண்டு நாங்கள் வாயைக் கொப்பளித் தோம். இதனால் எங்கள் பல்லெல்லாம் கறுத்துப்போயின. ஆயினும், தொண்டைப் புண் பெரிதும் குறைந்து விட்டது.

விடிந்ததும் காலைச் உணவை முடித்துக்கொண்டோம். பிறகு இரண்டு எருமைகளையும் ஓட்டிவருவதற்காக நான்கு ஆட்களை மோஹனுக்கு அனுப்பினேன். பெண்ணைப் புலி கொன்ற இடத்தை ஆராய்ந்து வருவதற்காக நான் புறப்பட்டுச் சென்றேன். முதல்நாள் மாலையில் கிடைத்த குறிப்புக்களைக் கொண்டு கவனித்ததில், அந்த இடத்தைச் சுலபமாய்க் கண்டு பிடித்தேன். தான் அறுத்த புல்லை ஒரு கட்டாகப் பெண் கட்டி யிருக்கிறாள். அப்போது அவளைப் புலி தாக்கிக் கொன்றிருக்கிறது. புல்லும் கயிறும் அவள் போட்டபடியே கிடந்தன. அவளுடைய தோழிகள் பயந்து கிராமத்துக்குச் சென்றபோது போட்டோடிய இரண்டு புல்லுக்கட்டுக்களுங்கூடப் பக்கத்திலே கிடந்தன. பெண்ணின் உடம்பைக் காணவில்லை என்று கிராமத்து மனிதர் கள் என்னிடம் சொன்னார்கள். ஆனால், நல்ல நீளமான மூன்று கயிறுகளும் செத்தவளின் கருக்கரிவாளும் காட்டிலேயே கிடந்ததைப் பார்த்தபோது, யாருமே அந்தப் பெண்ணின் உடலைத் தேட முயலவில்லை என்றுதான் எனக்குத் தோன்றியது.

அங்கே குன்றிலிருந்து நிலம் கொஞ்சம் பெயர்ந்து முட்டாக விழுந்திருந்தது. அந்தச் சிறு நிலமுட்டின் மேல்முனையில் பெண்ணை வேங்கை கொன்றிருக்கிறது. முட்டின் கீழே அடர்த்தி யாகச் செடிகொடிகள் மண்டியிருந்த இடத்துக்கு அந்த உடலைப் பிறகு இழுத்துச்சென்றிருக்கிறது. மற்ற இரண்டு பெண்களும் கண்ணுக்கெட்டிய தூரத்துக்கப்பால் போய் மறையும் வரைக்கும்

காத்திருந்திருக்கிறது. இதன்பின்பு, பெண்ணின் உடலைத் தூக்கிக் கொண்டு குன்றின் கீழ்ப்பக்கமாக ஒரு மைல் தூரத்துக்குமேல் இறங்கி, அடர்த்தியான மரக்காட்டுக்குள் புகுந்திருக்கிறது. புலியின் சுவடு விழுந்து இப்போது நாலு நாள் சென்றுவிட்டன. இனி அதைத் தொடர்ந்து பயனில்லை. எனவே குடிசைக்குத் திரும்பினேன்.

திரும்பவும் நான் மலைமுகட்டுக்கு ஏறிய வழி மிகவும் செங்குத்தாயிருந்தது. உச்சிப் பகல் நேரத்தில்தான் குடிசைக்குப் போய்ச் சேர்ந்தேன். அப்போது குடிசை வராந்தாவில் விதம் விதமான உருவமும் அளவும் உள்ள பல பானைகளும் வாணலி களும் இருக்கக் கண்டேன். அத்தனையிலும் பால் இருந்தது. நேற்று ஒரே பஞ்சமாயிருந்த பால் இன்று பெரும் வெள்ளமாய் நிறைந்துவிட்டது. உண்மையில் பாலிலே நான் குளித்து விடலாம்; அவ்வளவு பால்! என் ஆட்கள், 'வேண்டாம், வேண்டாம்' என்று எவ்வளவோ சொல்லிப் பார்த்தார்களாம். கிராமவாசிகளில் எவனும் கேட்கவில்லை. ஒவ்வொருவனும் பாலைக் கொண்டுவந்து வைத்தபோது, "சாகேப் இந்த ஊரில் எங்கள் நடுவே இருக்கிறவரையில் புட்டிப்பாலை இனி ஒரு போதும் உபயோகிக்காதபடி நான் பார்த்துக்கொள்கிறேன்" என்று சொல்லிவிட்டுப் போனானாம்.

இரவு சூழ்வதற்கு முன் என் ஆட்கள் மோஹனிலிருந்து எருமைகளை ஓட்டிவந்துவிட முடியுமென்று எனக்குத் தோன்ற வில்லை. எனவே, பிற்பகல் சிற்றுண்டி முடிந்ததும், சாக்னக்கல் சாலையைப் போய்ப்பார்க்கக் கிளம்பினேன்.

குடிசையிலிருந்து மேலே குன்று சிறிதுசிறிதாய்ச் சாய்ந்து கொண்டே சுமார் ஐந்நூறு அடிக்குமேல் உயர்ந்திருந்தது; முக்கோண வடிவில் இருந்தது. சாலை முதலில் பயிர்ப்புலத்தில் அரை மைல் தூரம் சென்று பிறகு சட்டென்று இடதுபக்கம் திரும்பி, செங்குத்தான பாறைக்குன்று ஒன்றின் குறுக்கே போய் மீண்டும் மலைமுகட்டை அடைந்து வலதுபக்கம் திரும்பி மலைமுகட்டின் மீதே சாக்னக்கல் வரைக்கும் போகிறது.

மலைமுகட்டுக்கு வந்து சிறிது தூரம்வரையில் சரிமட்ட மான தரையில் சாலை செல்கிறது. அப்புறம் செங்குத்தாய்க் கீழே போகிறது. இந்தச் செங்குத்தான சரிவில் அங்கங்கே கொண்டையூசி வளைவுகள் அமைந்து சற்றுச் சௌகரியமா யிருக்கின்றன.

பிற்பகல் முழுவதும், சாலையில் மூன்று மைல் தூரத்தை மிகவும் ஜாக்கிரதையாய்ப் பரிசீலனை செய்தேன். ஒரு வேங்கை ஒரு பாதையை உபயோகித்துக்கொண்டு வருமானால், அக்கம்

பக்கத்தில் அது நகத்தால் பிறாண்டிய குறிகள் இருக்கும். வீட்டுப் பூனைகளும் சரி; பூனை இனத்தைச் சேர்ந்த வேறு பிராணிகளும் சரி – எந்தக் காரணத்துக்காக இப்படிப் பிறாண்டு கின்றனவோ அதே காரணத்துக்காகத்தான் வேங்கைகளும் பிறாண்டுகின்றன. விலங்கு பிறாண்டிய இந்தக் குறிகள்மீது வேட்டைக்காரர்களுக்கு மிகுந்த சிரத்தை. ஏனென்றால், பெரிதும் உபயோகமான இதோ இந்தத் தகவல்களை இந்தக் குறிகள் தெரிவிக்கின்றன: (1) பிறாண்டியது ஆணா, பெண்ணா? (2) எந்தத் திசையில் அது சென்றுகொண்டிருக்கிறது? (3) இந்த இடத்தை விட்டு அது சென்று எவ்வளவு நேரம் ஆகிறது? (4) அதன் வாழிடம் எந்தத் திசையில் எவ்வளவு தூரத்தில் இருக் கிறது? (5) அது எத்தகைய பிராணியைக் கொன்றிருக்கிறது? (6) இறுதியாக, சமீபத்தில் மனித இறைச்சியை அது தின்றிருக் கிறதா?

புலி ஒன்றைத் தனக்குப் புதியதான ஓர் இடத்தில் வேட்டை யாடிக்கொண்டிருக்கும் ஒருவனுக்குச் சுலபமாய்க் கிடைக்கும் அத்தனை தகவல்களும் எவ்வளவு மதிப்புள்ளவை என்று சொல்லத் தேவையில்லை. தாங்கள் உபயோகிக்கும் பாதைகளில் பாதச் சுவடுகளையும் வேங்கைகள் விட்டுச்செல்கின்றன. இந்தச் சுவடுகளிலிருந்தும் பயனுள்ள பல தகவல்களைத் தெரிந்துகொள்ள முடியும். உதாரணமாக, விலங்கு எந்தத் திசையில் என்ன வேகத்தில் செல்கிறது, அது ஆணா பெண்ணா, அதன் வயசு என்ன, அதன் உறுப்புக்களெல்லாம் ஆரோக்கியமாயிருக்கின் றனவா, இல்லையென்றால் அதன் எந்த உறுப்பில் குறை இருக்கிறது என்ற விவரங்களையெல்லாம் பாதச்சுவடுகள் புலப்படுத்துகின்றன.

நான் சென்ற பாதை நெடுங்காலமாய் உபயோகிப்பாரற்றுக் கிடந்தது. இதனால் அதில் குட்டையாய் விறைப்பான புல் வளர்ந்து மூடியிருந்தது. எனவே, ஈரமான ஒன்றிரண்டு இடத்தைத் தவிர, பாதையில் மீதி இடமெல்லாம் பாதச்சுவடு பதிய ஏற்ற தாயில்லை. மலைமுகட்டுக்கு வந்த சில அடி தூரத்திலேயே அப்படி ஈரமான ஓரிடம் இருந்தது. அதற்குச் சிறிது கீழே பசுமையாய்த் தேங்கிய குட்டை ஒன்று இருந்தது. கடமான்கள் வழக்கமாய் அதில் வந்து தண்ணீர் குடிக்கும்.

பயிர் நிலத்தை விட்டு இடதுபக்கம் பாதை திரும்பும் முனையில், வேங்கை பிறாண்டிய குறிகள் பல இருந்தன. அவற்றில் மிகவும் சமீபத்தில் அமைந்த ஒன்று மூன்று நாளைக்கு முன் ஏற்பட்டது. இந்தப் பிறாண்டல் குறிகளைத் தாண்டி இருநூறு கஜ தூரம் சென்றதும், பாதையின் அகலத்தில் மூன்றில் ஒரு பகுதி, மேலே கவிந்திருந்த ஒரு பாறைக்கு அடியில் சென்றது.

இந்தப் பாறை பத்தடி உயரம் இருந்தது. இதன் உச்சியில் இரண்டு அல்லது மூன்று கஜ அகலம் தட்டையான தரை இருந்தது. கிராமப்பக்கமிருந்து பாறையை நெருங்கும்போது இந்தத் தட்டைத்தரை கண்ணுக்குப் புலப்பட்டது. மலை முகட்டில் மேலும் பல பிறாண்டல் குறிகளைக் கண்டேன். ஆயினும், முதலாவது கொண்டையூசி வளைவுக்குப் போகிற வரைக்கும் பாதச்சுவடுகளே தென்படவில்லை. இங்கே வளைவுக்குக் குறுக்காக அதில் இந்தப் பாதச்சுவடுகள் விழுந் திருந்தன. இவை ஏற்பட்டு ஒரு நாள் ஆகியிருந்தது. சுவடுகள் சற்று உருக்குலைந்திருந்தன. என்றாலும், கிழடான பெரிய ஆண் வேங்கை ஒன்றுதான் இவற்றைப் பதித்திருக்கிறது என்று காண முடிந்தது.

ஆட்கொல்லிப் புலி நடமாடிக்கொண்டிருக்கிற பிரதேசத் திலே நடக்கிற ஒருவன், மிக மெதுவாகத்தான் முன்னேற முடியும். ஏனென்றால் அவன் நடக்கிற கோட்டிலே ஒரு புதரோ, மரமோ, பாறையோ, பள்ளமோ இந்தமாதிரி எந்த இடையூறு இருந்தாலும் அதில் சாவு ஒளிந்திருக்கக்கூடும். எச்சரிக்கையுடனேயே அவன் அதை நெருங்க வேண்டும். தவிர, காற்றடிக்காவிட்டால் – அன்று மாலையில் காற்றடிக்க வில்லை – ஜாக்கிரதையாகவும் இடைவிடாமலும் பின்புறத்தை யும் இரண்டு பக்கங்களையும் கவனித்துகொண்டே போக வேண்டும். மேலும், காணப் பல இனிய காட்சிகள் இருந்தன. ஏனென்றால், அது மே மாதம். நாலாயிரம் முதல் ஐயாயிரம் அடிவரையில் இருக்கும் இந்த உயரத்தில் வர்ணப்பூஞ்செடிகள் மிகச்சிறந்து விளங்கும் பருவம் இதுதான். இந்தக் குன்றின் காடுகளில் பூத்துக் குலுங்கிய இத்தனை வகை மரஞ்செடிகளை வேறெங்கும் நான் கண்டதில்லை. அழகுமிக்க வெள்ளை வண்ணாத்திப்பூ மரங்கள்தான் மிக ஏராளமாய் இருந்தன. இரண்டு மரத்துக்கொன்று இந்தப் பூக்களால் தன்னைச் சிங்காரித்துக் கொண்டதுபோல விளங்கியது.

இங்கேதான் முதன்முதலாக ஒரு குருவியைப் பார்த்தேன். பிராணி தாவர வரலாறுகளை ஆராயும் பம்பாய் இயற்கை வரலாற்றுச் சங்கத்தின் (பாம்பே நேச்சுரல் ஹிஸ்டரி சொஸைட்டி) அதிகாரியான ப்ரேட்டர் பின்னால் இதை மலை உழவாரக் குருவி (மவுண்டன் க்ராக் மார்ட்டின்) என்று எனக்கு அன்புடன் தெரிவித்தார். இந்தக் குருவி அனைத்தும் ஒரேவிதமாய்ச் சாம்பல் நிறம் கொண்டிருக்கின்றன. மார்பில் மாத்திரம் சிறிது லேசான ரோஜா நிறம் பெற்றிருக்கின்றன. மைனாவைவிடச் சற்றுச் சிறியவை. இந்தக் குருவிகளுள் குஞ்சுகளும் இருந்தன. ஒரு தடவையில் நான்கு குஞ்சுகள் பொரிக்கும். மிக உயரமான ஒரு மரத்தில் காய்ந்த குச்சி ஒன்றின்மீது இந்தக் குஞ்சுகள்

ஒரே வரிசையாக உட்கார்ந்திருக்கும். தாயும் தந்தையும் பூச்சி களைப் பிடிப்பதற்காக அறுநூறு அல்லது ஆயிரம் அடி தூரம் வரைக்கும் பாய்ந்து பறந்துகொண்டே இருக்கும். பிரமிப்பூட்டும் வேகத்தில் இவை பறக்கின்றன. வட இந்தியாவில் உள்ள வேறு எந்தப் பறவையையும் – குளிர்காலத்தில் பிரிட்டனுக்கு வந்து விட்டுப் போகும் மகத்தான திபேத்திய உழவாரக் குருவியையுங் கூடத்தான் – வேகத்திலே இவை வென்றுவிடும். இதில் எனக்குச் சந்தேகமே இல்லை. சிலசமயம் அம்புபோல் நேரே பல நூறு கஜ தூரம் இந்தக் குருவிகள் பறந்துசெல்லும்; பிறகு திரும்பி வரும். இப்படி நெடுந்தூரம் இந்த வேகத்தில் பறந்து செல்லும் போது பூச்சிகளை இவை வேட்டையாடிச் செல்வதாக நினைக்கவே முடியாது. ஆயினும், தடவை தவறாமல், மிகச்சிறு பூச்சி ஒன்றைத் தம் குஞ்சுகளின் திறந்த வாயில் இவை நுழைக் கின்றன. எனவே, மிகச் சக்தி வாய்ந்த பைனாகுலர்களை வைத்துப் பார்த்தாலும், மனிதர் கண்ணுக்குப் புலப்படாத தூரத்தில் உள்ள பூச்சியைக்கூட இவை கண்டுவிடுகின்றன என்றே நான் நம்புகிறேன்.

என் தலைக்கு ஆபத்தில்லாமல் பாதுகாத்துக் கொண்டு, இயற்கைக் காட்சிகளையெல்லாம் பொதுவாய் அனுபவித்துக் கொண்டு, காட்டு ஒலிகளையெல்லாம் – கீழே குன்றுப்பக்கத்தில் மோஹன் இருக்கும் திசையில் ஒரு மைல் தூரத்தில் ஒரு கடமான் கத்திக் காட்டிலே வேங்கையிருப்பதை மற்ற காட்டு யிர்களுக்கு எச்சரிக்கை செய்ததையும் சாக்னக்கல் ரஸ்தாவில் ஒரு கேளையாடும் ஒரு மந்தியும் கத்திச் சிறுத்தை ஒன்று இருப்பதை மற்றப் பிராணிகளுக்கு எச்சரிக்கை செய்ததையும் தான் – கவனித்துக்கொண்டு நடந்ததில் நேரம் வெகு சீக்கிரம் போய்விட்டது. மேலே கவிந்த அந்தப் பாறைக்கு நான் திரும்பி வரும்போது, சூரியன் அஸ்தமித்துக் கொண்டிருந்தது. இந்தப் பாறையை நெருங்கியபோது, ‘நான் இதுவரையில் சுற்றிப் பார்த்த இடங்களுக்கெல்லாம் இதுவே மகா அபாயமான இடம்’ என்று குறித்துக்கொண்டேன் இந்தப் பாறைக்கு மேலே புல்மூடிய துண்டுநிலத்தில் ஒரு வேங்கை படுத்திருக்கும்போது, சாலையில் செல்லும் ஒருவன் – அவன் மேல்பக்கம் ஏறினாலும் சரி, கீழ்ப்பக்கம் இறங்கினாலும் சரி – இந்தப் பாறைக்குக் கீழே இருப்பான்; அல்லது இதைக் கடந்திருப்பான். இந்த நிலையில் புலி அவனை என்ன வேண்டுமானாலும் செய்யலாம். எனவே இது மகா அபாயமான இடம்; இதை என் நினைவில் வைத்துக்கொள்ளுவது அவசியம்.

நான் குடிசைக்குத் திரும்பியபோது இரண்டு எருமைகளும் வந்திருந்தன. ஆயினும், அதிக நேரமாகிவிட்டதால், இன்று மாலை அவற்றைக் கொண்டுபோய்க் கட்டுவதற்கில்லை.

நாளில் பெரும்பகுதியும் என் ஆட்கள் குடிசையில் நெருப்பை மூட்டியபடி வைத்திருந்தார்கள். இப்போது குடிசையில் காற்று இனிமையாகவும் சுத்தமாகவும் இருந்தது என்றாலுங்கூட, மூடிய அறைக்குள் இனித் தூங்க நான் துணியப்போவதில்லை. எனவே, ஆட்களிடம் இரண்டு முட்புதர்களை வெட்டிவரச் சொன்னேன். படுக்கப் போகுமுன், கதவைத் திறந்துவைத்து வாயிற்படியில் இந்த முட்புதர்களை உறுதியாக முளையடித்துப் பதித்து வைக்கச் செய்தேன். அன்றிரவு பின்கதவுக்கருகில் காட்டில் விலங்கின் நடமாட்டம் இல்லை. நான் ஆழ்ந்து தூங்கினேன். காலையில் எழுந்தபோது, தொண்டை மிகவும் குணமடைந்திருந்தது.

மறுநாள் காலையில் பெரும் பகுதியையும் கிராமத்து மக்களோடு பேசிக்கொண்டே கழித்தேன். வேங்கையைப் பற்றியும் அதைச் சுட நடந்த முயற்சிகளைப் பற்றியும் அவர்கள் சொல்லிய கதைகளையெல்லாம் கேட்டுக்கொண்டிருந்தேன். இடைவேளைச் சிற்றுண்டிக்குப் பிறகு, எருமைகளை இட்டுச்சென்றேன். பெண்ணை புலி தூக்கிக்கொண்டு போனபோது கடந்ததே, அந்தச் சிறிய மலை முகட்டில் ஓர் எருமையைக் கட்டினேன், வேங்கையின் பாதச்சுவடுகளை நான் கண்ட கொண்டையூசி வளைவில் மற்ற எருமையைக் கட்டினேன்.

மறுநாள் போய்ப் பார்த்தேன். அவற்றுக்கு நான் நிறையப் போட்டிருந்த புல்லில் பெரும் பகுதியையும் தின்றுவிட்டு, நிம்மதியாக இரண்டு எருமைகளும் தூங்கிக்கொண்டிருந்தன. இரண்டின் கழுத்திலும் மணிகளை நான் கட்டியிருந்தேன். அவற்றை நான் நெருங்கியபோது, இந்த மணிகளின் ஒலியே கேட்காதது, எனக்கு இரட்டை ஏமாற்றமாய்ப் போயிற்று; ஏனென்றால், இரண்டுமே நிம்மதியாய்த் தூங்கிக்கொண் டிருந்தன. மாலையில் இரண்டாவது எருமையின் இருப்பிடத்தை மாற்றினேன். அதைக் கொண்டையூசி வளைவிலிருந்து அவிழ்த்து, மலைமுகட்டில் நீர்த்தேக்கக் குட்டைக்கு அருகே சாலை போய்ச் சேரும் இடத்துக்குக் கொண்டு சென்று கட்டிவைத்தேன்.

வேங்கையைச் சுடுவதற்குக் கையாளும் முறைகளைச் சுருக்கமாய்ச் சொல்லிவிடலாம். ஒன்று, ஓரிடத்தில் அதன் வருகைக்காகக் காத்திருப்பது; இரண்டு, தாரை தம்பட்ட மடித்து அதை விரட்டிவிட்டுச் சுடுவது. இந்த இரண்டு முறை களிலும் எருமைகளை இரையாகக் கட்டி ஆசை காட்டுவது வழக்கம். காத்திருந்தாலும் சரி, தம்பட்டமடித்துக் கிளப்பி விட்டாலும் சரி, ஓரிடத்தைத் தேர்ந்துகொண்டு அதில் எருமையை மாலை நேரத்திலே நீண்ட கயிற்றால் கட்டிப் போட வேண்டும். அந்தக் கயிற்றை எருமையால் அறுக்க முடியாது; வேங்கையால் அறுக்க முடியும். ஆளை வேங்கை

கொன்ற இடத்துக்கு மேலே ஒரு மரத்தில் பரண் அமைத்துக் கீழே எருமையைக் கட்டிவிட்டுப் பரணில் வேட்டையாடி காத்திருக்கலாம் அல்லது ஆளை வேங்கை கொன்ற மறைவிடத்திலிருந்து தம்பட்டமடித்து விரட்டலாம்.

இந்தச் சந்தர்ப்பத்தில் இந்த இரண்டு வழிகளில் எதுவும் சாத்தியம் இல்லை. என் தொண்டை குணமடைந்துதான் இருந்தது. இருந்தாலும், இன்னமும் புண் இருந்தது. இருமாமல் வெகுநேரம் என்னால் உட்கார்ந்து காத்திருக்க முடியாது. ஆயிரம் ஆட்களை நான் திரட்ட முடிந்தால்கூட, மரஞ் செடிகள் மண்டிய இவ்வளவு பெரிய பரப்பில் தாரை தம்பட்டம் முழங்கிப் புலியைக் கிளப்புவதென்பது நடவாத காரியம். எனவே, பதுங்கிச்சென்று வேங்கையைக் கண்டு வருவது என்று தீர்மானித்தேன். இதற்கு ஏற்ற இடமாகப் பார்த்து, உறுதியான இரண்டு போத்துக்களில் ஓர் அங்குலப் பருமன் உள்ள நான்கு சணல் கயிறுகளைக் கொண்டு எருமைகளைக் கட்டிவைத்தேன். இருபத்துநாலு மணிநேரமும் அவற்றை இப்படியே காட்டில் விட்டிருந்தேன்.

ஒவ்வொரு நாள் காலையிலும் சுடப் போதிய அளவு வெளிச்சம் வந்தவுடனே இரண்டு எருமைகளையும் மாற்றி மாற்றிப் பதுங்கிச்சென்று பார்த்துவந்தேன். ஏனென்றால், வேங்கைகள் ஆட்கொல்லியாக இருந்தாலும் சரிதான், இல்லாவிட்டாலும் சரிதான், தங்களுக்குத் தொந்தரவு இல்லாத பிரதேசங்களிலே இரவில் மட்டும் அல்ல, பகலிலும் தாராளமாய் வந்து மனிதரையோ விலங்குகளையோ கொல்லும். பகலெல்லாம் அக்கம் பக்கத்துக் கிராமங்களிலிருந்து வேங்கையைப் பற்றி ஏதாவது செய்தி வருகிறதா என்று எதிர்பார்த்தபடி, தொண்டைக்குச் சிகிச்சை செய்துகொண்டு ஓய்வெடுப்பேன். என்னுடைய ஆறு கட்வாலிகளும் எருமைகளுக்குத் தீனி போட்டுத் தண்ணீர் காட்டுவார்கள்.

நான்காவது நாள் மாலையில் சூரியன் மறையும் சமயம். மலைமுகட்டில் கட்டிய எருமையைப் பார்த்துவிட்டுத் திரும்பி வந்துகொண்டிருந்தேன். மேலே பாறை கவிந்த இடத்துக்கு முப்பது கஜ தூரத்தில் சாலையின் வளைவு ஒன்றைக் கடந்த போது, திடீரென்று – காத்கனவ்லா வந்ததிலிருந்து முதல்முதலாக நான் அபாயத்திலிருப்பதாக எனக்கு ஓர் உணர்ச்சி எற்பட்டது. என்முன்னே இருந்த பாறையின் மேலே அந்த அபாயம் இருப்பதாகத் தோன்றியது. பாறையின் மேல்விளிம்பில் கண்ணைப் பதித்தபடி, அங்கே ஏதாவது இயக்கம் தென்படுகிறதா என்று கவனித்துக்கொண்டே ஐந்து நிமிஷம் சற்றும் அசையாது அப்படியே நின்றேன். இவ்வளவு சமீபத்தில் ஒரு

புருவம் சிறிது இமைத்தாலும் என் கண்ணுக்குப் புலப் பட்டிருக்கும். ஆனால், சிறிய இயக்கங்கூட இல்லை. பத்தடி முன்னே போனேன். மறுபடியும் பல நிமிஷம் அப்படியே கவனித்துக்கொண்டு நின்றேன். ஓர் அசைவும் கண்ணுக்குப் புலப்படாததால், எனக்கு எந்த விதத்திலும் தைரியம் உண்டாகி விடவில்லை. ஆட்கொல்லிப் புலி அந்தப் பாறைமீதுதான் இருக்கிறது; நிச்சயம். அதுகுறித்து நான் என்ன செய்யப் போகிறேன்? இதுதான் கேள்வி. நான் ஏற்கனவே சொன்னபடி குன்று மிகவும் செங்குத்தாயிருந்தது. பெரிய பெரிய பாறைகள் அதிலிருந்து துருத்திக்கொண்டிருந்தன. நீண்ட புல்லும் மரமும் செடியும் காடாய் மண்டிக்கிடந்தன. பாறைக்குக் கீழே போவது ஆபத்துதான். இன்னும் சற்றுமுந்திய பகல்போதாயிருந்தால், நான் பின்னே திரும்பிப்போய், சுற்றி வளைத்துக்கொண்டு வேங்கைக்கு மேல்பக்கமாக வந்து, அதைச் சுட முயன்றிருப்பேன். ஆனால், பகல் வெளிச்சம் இனி அரை மணி நேரம்தான் இருக்கும். நானோ இனியும் ஒரு மைல் தூரம் நடந்தாக வேண்டும். சாலையை விட்டு அப்பால் செல்வது பைத்தியக்காரத் தனமாக முடியும். எனவே, ரைஃபிளின் பத்திரத்தாழை மேலே தள்ளினேன். ரைஃபிளைத் தோள்மீது வைத்துக்கொண்டு பாறையைக் கடக்கப் புறப்பட்டேன்.

சாலை இங்கே எட்டடி அகலம் இருந்தது. அதன் வெளி ஓர விளிம்புக்குப் போய், நண்டு மாதிரி பக்கவாட்டில் நடக்கத் தொடங்கினேன். ஒவ்வோரடியையும் பாதத்தால் நன்றாய்த் தடவியபிறகே என் உடல் பாரத்தைத் தாங்கும்படி பதிய வைத்தேன். ஏனென்றால், அடி சிறிது தவறினாலும் தலைகுப்புறக் குன்றின் கீழே விழ வேண்டியதுதான். சிரமப்பட்டு மெல்ல மெல்லத்தான் முன்னேற முடிந்தது. ஆனால், மேலே கவிந்த பாறைக்கு நேர்கீழே போய் அதைக் கடந்தபோது, எனக்கு ஒரு வலுவான நம்பிக்கை எழுந்தது. வேங்கை படுத்திருக்கும் தட்டையான துண்டு நிலம் என் கண்ணுக்குப் புலப்படக்கூடிய பகுதிக்கு நான் போய்ச் சேர்கிறவரைக்கும் அது நகராது என்ற நம்பிக்கை எனக்கு வலுத்தது. ஆயினும், நான் அறியாமல் என்னை வந்து பிடித்துக்கொள்ள அதற்கு முடியாததால், எதற்கும் ஒரு கை பார்க்கலாம் என்று வேங்கை துணிய வில்லை. பாறையைவிட்டு நான் முற்றும் வெளியேறிய தருணத்தில், தலைக்குமேலே சன்னமான உறுமல் ஒன்று கிளம்பியது. அதற்குப் பின் சிறிது நேரத்துக்கெல்லாம் ஒரு காட்டாடு வலது பக்கமாய்க் கத்திக்கொண்டு போயிற்று. அப்புறம் இரண்டு கடமான்கள் முக்கோணக் குன்றின் சிகரத்துக்கு அருகே கத்தத் தொடங்கின.

வேங்கை மேனி நலுங்காமல் தப்பித்துப் போய்விட்டது; சொல்லப் போனால் நானுந்தான் தப்பி வந்துவிட்டேன். குன்றில் வேங்கை எங்கே இருப்பதாகக் கடமான்கள் காட்டிக் கொடுத்தனவோ, அந்த இடத்திலிருந்து அது, மலைமுகட்டில் குட்டையருகே கட்டியிருந்த எருமையின் கழுத்துமணியோசை யைக் கட்டாயம் கேட்கும் என்று நான் நிச்சயம் செய்து கொண்டேன்.

வயல் புறத்தை நான் அடைந்தபோது, சில மனிதர்கள் ஒரு கூட்டமாக என்னை எதிர்பார்த்துக் காத்துக்கொண்டிருக்கக் கண்டேன். காட்டாடும் கடமான்களும் கத்திய ஒலி அவர் களுக்கும் கேட்டிருக்கிறது. வேங்கையை நான் காணத் தவறியது கேட்டு அவர்கள் ஏமாற்றமுற்றார்கள். ஆயினும், மறு நாளைப் பற்றி எனக்குப் பெருத்த நம்பிக்கை இருப்பதைத் தெரிவித்ததும், அவர்கள் மகிழ்ச்சியுற்றார்கள்.

V

இரவிலே புயலடித்து மண்ணை வாரிவீசியது. பிறகு கனத்த மழை கொட்டியது. குடிசைக் கூரை ஒரே ஓட்டை. எனக்குப் பெரிதும் அசௌகரியமாய்ப் போயிற்று. ஆயினும், மெல்ல மெல்லத் தேடி மற்ற இடங்களைவிட மிகவும் குறைவாக ஒழுகுமிடம் ஒன்றைப் பிடித்தேன். என்னுடைய முகாம் படுக்கையை அங்கே இழுத்துப் போட்டுக்கொண்டு, தொடர்ந்து தூங்கினேன். காலையிலே எழுந்தபோது வானம் நிர்மலமா யிருந்தது. ஆகாயத்தில் வெப்பத்தால் இருந்த மங்கலையும் புழுதியையும் மழை அடித்துச் சென்றுவிட்டது. புதிதாய் எழுந்த சூரிய ஒளியில் ஒவ்வோர் இலையும் புல்லிதழும் 'ஜிலு ஜிலு' என்று பிரகாசித்தது.

கிட்ட இருந்த எருமையைத்தான் இதுவரைக்கும் முதலில் போய்ப் பார்த்து வந்துகொண்டிருந்தேன். அந்த முறையை இன்று காலையில் என்னவோ மாற்ற வேண்டும் போல் தோன்றியது. "சூரியன் நன்றாய் எழும்புகிற வரையில் காத்திருங்கள். பிறகு, அந்த மற்ற எருமைக்குத் தீனி போட்டுத் தண்ணீர் காட்டுங்கள்" என்று என் ஆட்களுக்குச் சொல்லி விட்டு, நான் மிகுந்த நம்பிக்கையோடு சாக்னக்கல் சாலையில் கீழே செல்லப் புறப்பட்டேன். முதலில் என்னுடைய 450 – 400 ரைஃபிளைச் சுத்தம்செய்து எண்ணெய் போட்டேன். இது மிகவும் திறமை வாய்ந்த ஆயுதம். அநேக வருஷங்களாக எனக்கு நல்ல விசுவாசமுள்ள நண்பனாக இருந்து வருகிறது.

நேற்று மாலை அவ்வளவு சிரமத்தோடு கடந்த சாலையின் மேலே கவிந்த அந்தப் பாறை இன்று எனக்குத் துளியும் கவலை கொடுக்கவில்லை. அதைக் கடந்த பின்பு, வேங்கையின் சுவட்டைத் தேடத் தொடங்கினேன். ஏனென்றால், பாதையின் மேல்புறத்தை மழை மிருதுவாக்கியிருந்தது. ஆயினும், சாலையில் மிகவும் ஈரமான இடத்தை அடையும் வரையில், சுவடு எதுவும் எனக்குத் தென்படவில்லை. நான் ஏற்கனவே சொல்லியுள்ளபடி, அந்த இடம் மலைமுகட்டுக்கு இந்தப் பக்கம் எருமையைக் கட்டியிருந்த குட்டைக்கு மிக அருகே இருந்தது. இங்கே மிருதுவான மண்மீது வேங்கையின் பாதச் சுவடுகளைக் கண்டேன். புயலுக்கு முன்னே பதிந்த சுவடுகள் மலைமுகட்டை நோக்கிச் சென்றன. இந்தச் சாலையின் மறுபக்கம் மூன்றடி உயரம் உள்ள ஒரு பாறை இருந்தது. முந்திய தடவைகளில் சாலையில் நான் பதுங்கிச் சென்றபோது, இந்தப் பாறை மீது ஏறி நின்றுகொள்வேன்; சாலை ஏறி இறங்கிய வளைவு ஒன்றுக்கு அப்பால் நாற்பது கஜ தூரத்தில் கட்டியிருந்த எருமையை இங்கிருந்தபடியே பார்ப்பேன். இப்போதும் அப்படியே இந்தப் பாறைமீது ஏறி, மெல்லத் தலையை நிமிர்த்திப் பார்த்தபோது, எருமை இல்லை. இது எனக்குக் கவலையை அளித்தது. எப்படித்தான் எருமை போயிற்றென்று எனக்குப் புரியவேயில்லை. எருமையைக் காட்டுக்குள்ளே வேங்கை வெகுதூரம் இழுத்துப் போய்விடக்கூடாதே என்று நான் எண்ணினேன். அப்படி இழுத்துப் போனால் அதைச் சுட ஒரே வழிதான் உண்டு. எருமையின் உடலை வேங்கை போட்டிருக்கும் இடத்தருகே தரையிலோ ஒரு மரத்தின் மீதோ நான் ஒளிந்து உட்கார்ந்து காத்திருக்க வேண்டும். என் தொண்டை இருக்கும் நிலையில் அது சாத்தியம் இல்லை. எனவே, ஓர் அங்குல கனமுள்ள நான்கு சணல் கயிறுகளை ஒன்றாய் முறுக்கி அதைக்கொண்டு எருமையைக் கட்டியிருந்தேன். அப்படியும் அதை வேங்கை இழுத்துக்கொண்டு போய் விட்டது.

ரப்பர் போட்ட ஷூ அணிந்திருந்தேன். எருமையைக் கட்டியிருந்த மரத்தைச் சிறிதும் சந்தடியில்லாது நெருங்கினேன். பரிசீலனை செய்தேன். புயலுக்கு முன்னேயே எருமையை வேங்கை கொன்றிருக்கிறது. ஆனால், மழை நின்ற பிறகு, அதைச் சிறிதும் தின்னாமலே இழுத்துச் சென்றிருக்கிறது. நான் முறுக்கியிருந்த கயிறுகளில் மூன்றை வேங்கை பல்லால் கடித்துக் குதறியிருந்தது; நான்காவதை அறுத்திருந்தது. கயிறுகளைப் பொதுவாக வேங்கைகள் பல்லால் கடிப்பதில்லை. ஆனால் இந்த வேங்கை கடித்திருக்கிறது. எருமையைக் கீழே இழுத்துச் சென்றிருந்தது. என் திட்டங்கள் அடியோடு கெட்டு விட்டன. ஆயினும், அதிருஷ்டவசமாக மழை பெய்தது எனக்குப்

பேருதவியாயிற்று. நேற்று தீப்பற்றி எரியக்கூடிய அளவு 'மொட மொட' என்று காய்ந்திருந்த இலைச்சருகுகள் இன்று ஈரமாய்த் தோல்போல் வளைந்தன. எருமையை இழுத்துச்செல்ல வேங்கை படாதபாடுபட்டுக்கொண்டிருக்கும். நான் மட்டும் தவறு செய் யாது நடந்துகொண்டால், இதுவே வேங்கையின் முடிவாகலாம்.

காட்டுக்குள்ளே புகுந்தால், எந்த நிமிஷமும் நான் சுடவேண்டி வரும். எனவே, என் ரைஃபிளில் தோட்டா இருக்கிறதா என்பதை மறுபடியும் நிச்சயம் செய்துகொண்டால் தான் எனக்குத் திருப்தி ஏற்படும். அவசர நெருக்கடியிலே குண்டில்லாத துப்பாக்கியின் குதிரையை அமுக்கிவிட்டு, மோட்ச லோகத்திலோ, வேறு எங்கேயோ போய் விழித்தெழ நேர்ந்தால், அதைவிட அஜாக்கிரதையான செயல் வேறில்லை; அதற்கு மன்னிப்பே கிடையாது. எனவே, ஏற்கனவே என் ரைஃபிளில் தோட்டாக்கள் நான் நுழைத்திருந்தாலுங்கூட இப்போது அதைத் திறந்து அந்தத் தோட்டாக்களை வெளியே எடுத்தேன். தோட்டாக்களுள் ஒன்று நிறம் மாறி நசுங்கியிருந்தது. அதற்குப் பதில் வேறொன்றை மாற்றி வைத்தேன். 'காட்சை' மேலும் கீழும் பலமுறை அசைத்துப் பார்த்தேன். அது சரளமாய் வேலை செய்கிறதா என்று கவனிப்பதற்காகத்தான் இப்படிச் செய்தேன். எந்நேரமும் சுடத் தயாராய் குதிரையை நிமிர்த்தி வைத்திருக்கும் துப்பாக்கியை ஒருபோதும் நான் தாங்கிச் செல்வதே இல்லை. எருமையை வேங்கை இழுத்துச் சென்ற சுவட்டைத் தொடரப் புறப்பட்டேன்.

ஒரு வேங்கை தான் கொன்ற பிராணியின் உடலை ஓரிடத்திலிருந்து மற்றொர் இடத்துக்குக் கொண்டுபோகும் போது உருவாகும் தடயத்தை, 'இழுத்துச்சென்ற சுவடு' என்பது அவ்வளவு பொருத்தமில்லை. ஏனென்றால், ஓர் உடலை வேங்கை வெகுதூரம் கொண்டு செல்ல விரும்பினால் (ஒரு பசுவை நான்கு மைல் தூரம் ஒரு வேங்கை இழுத்துச் சென்றதைப் பார்த்திருக்கிறேன்), அதை அது இழுத்துச்செல்வதில்லை; தூக்கிக் கொண்டே செல்கிறது. தூக்க முடியாத சுமையாக இருந்தால், அப்படியே போட்டுச் சென்றுவிடுகிறது. சுமைப் பிராணி எவ்வளவுக்கெவ்வளவு பெரியதாகவோ சிறியதாகவோ இருக் கிறதோ, எந்தவிதம் அதை வேங்கை பிடித்திருக்கிறதோ, இவற்றுக்கு ஏற்றபடி இழுப்புச் சுவடு தெளிவாகவோ மங்கலாகவோ இருக்கும். உதாரணமாக, வேங்கை கொன்றது ஒரு கடமானை என்றும் அதை அது கழுத்தில் பிடித்திருக்கிறது என்றும் வைத்துக்கொள்வோம். மானின் பின்னங்கால்களும் வாலும் அடங்கிய பகுதி தரையிலே இழுபட்டுத் தெளிவான சுவடு விழுந்திருக்கும். இப்படியில்லாமல், வேங்கை மானை முதுகில்

பிடித்திருந்தால், இழுபட்ட சுவடு தெளிவாயிராது; சுவடே இல்லாமலும் போகலாம்.

இந்தத் தடவை, வேங்கை எருமையைக் கழுத்திலே பிடித்துக் கொண்டு சென்றிருந்தது. பின்னங்கால் சப்பைப் பகுதி இழுபட்ட சுவடு விழுந்திருந்தது. அதைத் தொடர்ந்து செல்வது வெகுசுலப மாயிருந்தது. குன்றின் குறுக்குவிட்டக் கோட்டிலே வேங்கை முந்நூறு அடி தூரம் சென்று, செங்குத்தான களிமண்கரை ஒன்றை அடைந்திருந்தது. இந்தக் கரையைக் கடக்கும்போது, வேங்கை கால் வழுக்கியிருக்கிறது. எனவே எருமையின் உடலைப் பிடித்த பிடி தவறி அதை விட்டுவிட்டது. எருமையின் உடல் உருண்டு புரண்டு நூறு அல்லது நூற்று இருபது அடி தூரம் கீழேபோய் ஒரு மரத்தில் சாய்ந்திருக்கிறது. இப்போது வேங்கை அதை மீட்டபோது, எருமையின் முதுகைக் கௌவியிருக்கிறது. இந்த இடத்திலிருந்து எருமையின் ஒரே ஒரு கால் ஒவ்வொர் இடத்தில் மட்டும் தரையில் பட்டிருக்கிறது. இதனால் இழுப்புச் சுவடு மிகவும் மங்கலாயிருந்தது. ஆயினும், குன்றுப்பக்கம் பச்சைக் கம்பளம் விரித்ததுபோல் தரையில் பரணிகள் அடர்ந்து முளைத் திருந்ததால், இந்தச் சுவட்டைப் பின்பற்றுவது அப்படி ஒன்றும் கடினமாயில்லை. வேங்கை விழுந்தபோது, அதற்குத் திசை தடுமாறிவிட்டது. எருமையின் உடலை எங்கே கொண்டுசெல்லு வதென்று ஒரு நிச்சயம் ஏற்படவில்லை என்று தோன்றுகிறது. ஏனென்றால், அறுநூறு அல்லது தொள்ளாயிரம் அடி தூரம் வலது பக்கமாகச் சென்றிருக்கிறது. பிறகு, கறளை மூங்கில் கொத்துக்கள் அடர்த்தியாய் முளைத்திருந்த ஒரு திட்டினூடே புகுந்து நேர் கீழே முந்நூறு அடி தூரம் போயிருக்கிறது. கறளை மூங்கிற்கொத்துக்களினிடையே வெகு சிரமப்பட்டு வழி செய்து கொண்டு போன பின்பு இடதுபக்கம் திரும்பிக் குன்றின் குறுக்குவிட்டத்தில் சில முந்நூறு அடி தூரம் சென்று, ஒரு பாறையை நெருங்கி, அதன் வலதுபக்கமாகச் சுற்றிக்கொண்டு போயிருக்கிறது. இந்தப் பாறையை நாம் அணுகுகிற பக்கம் தரையோடு தரையாக ஒட்டியிருந்தது. அங்கிருந்து பாறை சிறிதுசிறிதாக இருபதடி தூரம் உயர்ந்து, மிக விஸ்தாரமான ஒரு குழி அல்லது பள்ளத் தாக்கின் மீது நீட்டிக்கொண்டிருப்ப தாய்த் தோன்றியது. இப்படி நீண்டபாறைக்குக் கீழே ஒரு குகையோ புரையோ இருக்குமானால் எருமையை வேங்கை அநேகமாக அதற்குள்ளேயே கொண்டுபோயிருக்கலாம். எனவே எருமை இழுபட்ட சுவட்டை விட்டு, நான் இந்தப் பாறைமீது ஏறி, மெல்ல மெல்ல முன்னேறினேன். கீழே என் கண்ணுக்குப் பட்ட தரையையும் எனக்கு இரண்டு புறமும் ஒவ்வொரு இடத்தையும் விடாது ஆராய்ந்துகொண்டே போனேன். நீண்ட பாறையின் முனையை அடைந்ததும், அப்பாலே பார்த்தேன்.

குன்று செங்குத்தாய் வந்து பாறையில் இணைந்ததைக் கண்டு ஏமாற்றம் அடைந்தேன். நான் எதிர்பார்த்தபடி அங்கே குகையோ புரையோ இல்லை.

பாறையின் இந்த முனையிலிருந்து பார்த்தால், பள்ளத் தாக்கும் சுற்றிலும் உள்ள காடும் நன்றாய்த் தெரிந்தன. ஆட் கொல்லிப் புலியின் தாக்குதலுக்கு ஆளாகாமல் இருக்க இது மற்ற இடங்களைக் காட்டிலும் பத்திரமானதாகவும் இருந்தது. நான் உட்கார்ந்தேன். அப்படி உட்கார்ந்ததும், எனக்கு நேர்கீழே நூறு அல்லது நூற்றைம்பது அடி தூரத்தில் அடர்த்தியாய்ச் செடிகள் வளர்ந்திருந்த ஒரு திட்டில் சிவப்பும் வெளுப்புமான ஏதோ ஒன்று என் கண்ணில் தட்டுப்பட்டது. கனத்த காட்டில் வேங்கை ஒன்றைத் தேடிக்கொண்டிருக்கும் ஒருவன் கண்ணில் சிவப்பாக எது தட்டுப்பட்டாலும், உடனே அதை வேங்கை என்றே அவன் எண்ணிவிடுவான். ஆனால், வேங்கையின் சிவப்புநிறத்தை மட்டுமல்ல, அதன் வரிகளையும் இங்கே நான் கண்டுவிட்டேன். கண்ணில்பட்ட அந்தப் பொருளை ஒரு நிமிஷ நேரம் வரைக்கும் வைத்த கண் வாங்காது பார்த்தேன். ஒரு புதிர்ப் படத்தை நீங்கள் பார்த்துக்கொண்டேயிருக்கும் போது, அதில் மறைந்திருக்கும் முகம் திடீரெனத் தெரிய ஆரம்பிப்பதுபோல, ‘நான் பார்த்த பொருள் வேங்கையல்ல; வேங்கை கொன்ற எருமையின் உருவையே’ என்று கண்டேன். எருமையை ஓரிடத்தில் வேங்கை சற்றுமுன் கடித்துத் தின்றிருக் கிறது; அந்த இடத்து ரத்தந்தான் நான் பார்த்த சிவப்பு! தோலைக் கிழித்துப்போட்டதால், வெளியே தெரிந்த எருமையின் விலா வெலும்புகள் தான், நான் பார்த்த வரிகள்! நான் கூர்ந்து பார்த்த அந்த ஒரு நிமிஷ நேரமும் நல்லவேளையாகச் சுடா திருந்தேனே என்று கடவுளுக்கு நன்றி செலுத்தினேன். ஏறக் குறைய இதேமாதிரி ஒரு சந்தர்ப்பத்தில், என் நண்பர் ஒருவர் மிக நேர்த்தியான ஒரு வேங்கையைக் கொல்லக்கூடிய வாய்ப்பை இழந்துவிட்டார். வேங்கை கொன்ற ஒரு பிராணியின் உடலைக் காத்துக்கொண்டிருக்க அவர் திட்டமிட்டார். இதற்காக ஒரு பரண் கட்டச்சொல்லி அந்த உடல் கிடந்த இடத்துக்கு இரண்டு ஆட்களை முன்னாடி அனுப்பியிருந்தார். அவர்கள் அந்தப் பிராணியின் பக்கத்தில் நின்றுகொண்டிருக்கும்போதே, இரண்டு குண்டுகளை நண்பர் சுட்டுவிட்டார். நல்ல வேளையாக என் நண்பர் குறிதவறாது சுடக்கூடியவர். ஆட்களை ஒரு புதர் மறைத்துக்கொண்டிருந்ததால், காயம்படாமல் அவர்கள் தப்பினார்கள்.

வேங்கைக்கு யாரும் தொந்தரவு கொடுக்காதபோது அது தான் கொன்ற இரையைத் திறந்த வெளியிலேயே போட்டு

வைத்தால், பக்கத்திலேயே இருந்து பிணம்தின்னிக் கழுகு முதலிய பிராணிகளிடமிருந்து தன் இரையைப் பாதுகாக்கும் என்று ஊகிக்கலாம். வேங்கை என் கண்ணில் தட்டுப்படாததால், எங்கேயோ பக்கத்திலே அடர்த்தியான செடிகொடிகளுக்குள் அது படுத்திருக்கவில்லை என்று சொல்லிவிட முடியாது.

வேங்கைகளை ஈக்கள் மொய்த்துத் தொல்லை செய்து கொண்டேயிருக்கும். இதனால் அவை ஒரே நிலையில் நெடு நேரம் படுத்திருக்கமாட்டா. எனவே, நான் இருக்குமிடத்திலேயே இருந்துகொண்டு, என் கண்ணுக்கு ஏதாவது அசைவு தென்படு கிறதா என்று கவனிக்கத் தீர்மானித்தேன். இப்படி நான் தீர்மானிப்பதற்குள் என் தொண்டையில் ஒரு கரகரப்பு ஏற் பட்டது. என்னைத் தாக்கிய தொண்டைப் புண் நோயிலிருந்து நான் முற்றும் குணம் அடையவில்லை. கரகரப்பு வரவர மோச மாகிவிட்டது. இருமித்தான் தீரவேண்டும். தேவாலயத்திலிருந் தாலும் சரி, காட்டிலிருந்தாலும் சரி, இந்த மாதிரி சமயத்தில் எல்லாரும் ஒரு வழியைக் கையாளுவார்கள். மூச்சை அடக்கிக் கொண்டு கஷ்டப்பட்டு எச்சிலை விழுங்கி விடுவார்கள். எனக்கு இங்கே இந்த வழி பயன்படவில்லை. நான் இரும வேண்டும்; இல்லையோ அது பிய்த்துக்கொண்டு கிளம்பிவிடும். வேறு வழி இல்லாதவனாக, ஒரு மந்தி அபாயக்குரல் கொடுப்பதுபோல் கத்தித் தொண்டைக் கரகரப்பைச் சமாளிக்க முயன்றேன். ஒலிகளை வார்த்தைகளில் மொழிபெயர்ப்பது கடினம் உங்களில் மந்தியின் அபாயக்குரலை வர்ணிக்க முயல்கிறேன். இது அரை மைல் தூரம் கேட்கும்: 'காக், காக், காக்' – இப்படியே சற்று நேரத்துக்கொரு தடவை திரும்பத் திரும்பக் கத்தி, 'காக் கோரார்' என்று இறுதியிலே முடியும். எல்லா மந்திகளும் வேங்கையைக் கண்டு கத்துவதில்லை. ஆனால் எங்கள் குன்று களில் உள்ள மந்திகள் கட்டாயம் அப்படிக் கத்தும்.

இந்த வேங்கை தன் வாழ்வில் ஒவ்வொரு நாளும் அநேக மாய் இதைக் கேட்டிருக்கும். வேங்கை சற்றும் பொருட்படுத்தாத படி நான் எழுப்பக்கூடியது இந்த ஒரு ஒலிதான். இந்த நெருக் கடியில், நான் கொடுத்த வானரக்குரல் அவ்வளவு திருப்தி கரமாயில்லை. ஆயினும், அது நான் விரும்பிய பயனைத் தந்தது; என் தொண்டைக் கரகரப்பு நீங்கியது.

இதற்குப்பிறகு அரை மணி நேரம் வரைக்கும் நான் தொடர்ந்து அந்தப் பாறைமீது உட்கார்ந்திருந்தேன். ஏதாவது அசைவது தென்படுகிறதா என்று கவனித்தேன். காட்டுப்பிராணி கள் ஏதாவது செய்தி தெரிவிக்கின்றனவா என்று உற்றுக் கேட்டேன். என் கண்ணுக்கு எட்டிய தூரம் வரையில் புலி

என்று எனக்குத் திருப்தி ஏற்பட்ட பிறகு, பாறையை விட்டு இறங்கி, வெகு எச்சரிக்கையோடு, எருமையின் உடலைப் போய்ப் பார்க்கக் கீழே போனேன்.

VI

முழுதாய் வளர்ந்த ஒரு வேங்கை ஒரு வேளையில் எவ்வளவு மாமிசம் தின்னும் என்று உங்களுக்குச் சொல்ல என்னால் சாத்தியமில்லை. ஆனால், இதை நான் சொல்ல முடியும்; அது ஒரு கடமானை இரண்டு நாளில் தின்றுவிடும்; ஓர் எருமையை மூன்று நாளில் தின்று, சிறிது வேண்டுமானால் நான்காவது நாளைக்கு மிச்சம் வைக்கும். இதைக்கொண்டு வேங்கை தின்னக்கூடிய அளவை நீங்கள் ஒருவிதமாக ஊகித்துக் கொள்ளலாம்.

நான் கட்டிவைத்திருந்த எருமை முழு வளர்ச்சி பெற்றதல்ல. என்றாலும் அதைச் சிறிதென்றும் சொல்ல முடியாது. அந்த எருமைக்கடாவில் ஏறக்குறையப் பாதியை வேங்கை தின்று விட்டது. வயிற்றுக்குள்ளே இவ்வளவு அதிகமான தீனி புகுந் திருக்கும்போது, வேங்கை வெகுதூரம் போயிராது என்று எனக்கு நிச்சயமாய்த் தோன்றியது. பூமி ஈரமாயிருந்தது. இன்னும் ஒன்று அல்லது இரண்டு மணி நேரம் அது இப்படியே ஈரமா யிருக்கும். அதனால், எந்தத் திசையில் வேங்கை போயிருக்கிறது என்று கண்டுபிடிக்கவும் சாத்தியமானால் பதுங்கிப் பதுங்கி அதைப் பின்தொடரவும் நான் தீர்மானித்தேன்.

எருமை கிடந்த இடத்தருகே சுவடுகள் ஒரே குழப்பமா யிருந்தன. சிறு வட்டத்திலிருந்து வர வர விரிந்து பெரிய வட்டங்களாகச் சுற்றிச் சுற்றி வந்தேன். புலி போன பாதச் சுவட்டை இதன் மூலம் கடைசியில் கண்டுபிடித்தேன். கடின மான பாதமுள்ள விலங்குகளின் சுவட்டைத் தொடர்வது சற்றுக் கஷ்டம். ஆயினும், எத்தனையோ வருஷ அநுபவம் எனக்கு இருக்கிறது. எனவே, துப்பாக்கி வேட்டைக்காரனின் நாய் மோப்பம் பிடித்துச் சுவட்டைச் சற்றும் சிரமமில்லாமல் அறிவது போலவே, எனக்கும் இதில் சிறிதும் சிரமம் இல்லை. ஒரு நிழலாடுவதுபோல் சந்தடியில்லாமலும் மெதுவாகவும் சுவட்டைத் தொடர்ந்தேன். ஏனென்றால், வேங்கை பக்கத் திலேயே இருக்கிறது என்று எனக்குத் தெரியும். முந்நூறு அடி தூரம் சென்றதும், தட்டையான நிலத்திட்டு ஒன்றை அடைந் தேன். அது இருபதடி சதுரம் இருந்தது. அதில் ரத்தினக் கம்பளம் விரித்ததுபோல் மிக வாசனைமிக்க வேருடைய குட்டையான புல் முளைத்திருந்தது. இந்தப் புல்லில் வேங்கை படுத்திருந்திருக்

கிறது. அதன் உடம்பு பதிந்த அடையாளம் தெளிவாய்ப் புலப்பட்டது.

இந்த அடையாளத்தைப் பார்த்ததும், இதைப் பதித்த விலங்கின் உருவம் எவ்வளவு பெரிதாயிருக்கலாம் என்று கணக்கிடத் தொடங்கினேன். கசங்கி அமுங்கியிருந்த சில புல்லிதழ்கள் இந்தச் சமயம் துள்ளி நிமிர்ந்ததைக் கண்டேன். வேங்கை ஒன்றிரண்டு நிமிஷத்துக்கு முன்னேதான் இந்த இடத்தை விட்டுப் போயிருக்கிறது என்பதை இது காட்டியது.

இந்த இடத்தின் அமைப்பைப் பற்றி நீங்கள் ஒருவாறு கற்பனை செய்துகொள்ளச் சில விவரங்கள் தருகிறேன்: எருமையை வேங்கை வடக்கேயிருந்து கீழே கொண்டுவந்து வைத்துவிட்டு மேற்கே போயிருக்கிறது; நான் உட்கார்ந்திருந்த பாறை, எருமை கிடந்த இடம், நான் இப்போது நிற்கும் தரை இந்த மூன்றும் ஒரு முக்கோணத்தின் மூன்று மூலைகளைப் போல் இருந்தன; அந்த முக்கோணத்தின் ஒரு பக்கம் நூற்று இருபது அடி நீளமும் மற்ற இரண்டு பக்கங்களும் தனித்தனி முந்நூறு அடி நீளமும் இருந்தன.

புல்லிதழ்கள் நிமிர்ந்தவுடனே எனக்கு முதன்முதலாக ஓர் எண்ணம் தோன்றியது; வேங்கை என்னைப் பார்த்துவிட்டே இந்த இடத்தை விட்டுச் சென்றிருக்கிறது என்று எண்ணினேன். ஆனால் இந்த எண்ணம் சரியல்ல என்று சீக்கிரத்திலேயே கண்டுகொண்டேன். ஏனென்றால், பாறையோ எருமையோ புல்திட்டிலிருந்து கண்ணுக்குத் தெரியாது; இந்தச் சுவட்டை நான் வந்து கண்டபிறகு வேங்கை என்னைப் பார்க்கவில்லை என்று எனக்கு நிச்சயமாய்ப் புலப்பட்டது. பின்னே அது ஏன் தனக்கு மிக வசதியான இந்த இடத்தை விட்டுப் போயிற்று? என் பிடரியிலே காய்ந்து கொண்டிருந்த வெயில் இதற்குப் பதில் அளித்தது. இப்போது காலை ஒன்பது மணி. மே மாதத்துக் கடும்வெயில் காய்ந்துகொண்டிருந்தது. சூரியனையும் அதன் ஒளி புகுந்து வந்த மரங்களின் உச்சியையும் பார்த்தபோது, இந்தப் புல் மீது பத்து நிமிஷ நேரமாக வெயில் எரித்துக்கொண்டிருக்கிறது என்று தெளிவாயிற்று. வேங்கைக்கு இந்த வெயில் மிகவும் வெப்பமாய்த் தோன்றியிருக்கிறது. எனவே, நான் வந்து சேரச் சில நிமிஷங்களுக்கு முன்பாக, அது நிழலான ஓர் இடத்தைத் தேடிச் சென்றிருக்கிறது.

புல் திட்டு இருபதடிச் சதுரம் இருந்ததாகச் சொன்னேன். அந்தத் திட்டை நான் அணுகிய திசைக்கு எதிர்த்திசையில் தென்வடலாக ஒரு மரம் விழுந்து கிடந்தது. இந்த மரத்தின் விட்ட அளவு நாலடி இருக்கும். புல்திட்டின் ஓரமாக அது

கிடந்தது; புல்திட்டின் நடுவே நான் நிற்கிறேன். இந்த இடத்திலிருந்து மரம் பத்தடி தூரத்தில் இருந்தது. மரத்தின் வேர் குன்றின் மீது சார்ந்திருந்தது. குன்று இங்கே செங்குத்தாய் மேலே சென்றது. அதில் சிறு புதர்கள் நெருக்கமாய் வளர்ந்திருந்தன. மரத்தின் கிளைகள் இருந்த முனை குன்றின் கீழ்ப் பிரதேசத்துக்கு மேலே நீண்டு கவிந்துகொண்டிருந்தது. மரம் விழுந்தபோது கிளைகள் ஒடிந்து போயிருக்கின்றன. மரத்துக்கு அப்பால், குன்று ஏதோ ஓரளவு செங்குத்தாயிருந்தது. குன்று முகத்தின் குறுக்கே குறுகலான பாறைத்தட்டு ஒன்று ஓடியது. நூறடிக்கு அப்பால் அந்தப் பாறைத்தட்டு அடர்த்தியான காட்டுக்குள் புகுந்து மறைந்தது.

வேங்கை இடம் மாறியதற்கு வெயில்தான் காரணம் என்று நான் செய்த யூகம் சரியாயிருக்குமானால், பாதுகாப்பான இந்த மரத்தை விடச் சிறந்த வேறு புகலிடம் அதற்கு இல்லை. இது பற்றி எனக்கு நிச்சயம் ஏற்படவேண்டுமானால், அதற்கு ஒரே வழிதான் உண்டு; அந்த மரத்துக்கு அருகே சென்று, அதன் மறுபக்கத்தைப் பார்க்க வேண்டும். பல வருஷங்களுக்கு முன் 'பஞ்ச்' என்ற விகடப் பத்திரிகையில் நான் பார்த்த ஒரு சித்திரம் என் நினைவுக்கு வந்தது. சிங்கங்களை வேட்டையாடுவதற்காகத் தன்னந்தனியே சென்ற ஒரு வேட்டையாடி, மேலே நிமிர்ந்து பார்த்துக் கொண்டிருக்கிறான். அவன் ஏறிக்கொண்டிருப்பது ஒரு பாறை. அந்தப் பாறையின் மேல்பக்கத்தில் பிரம்மாண்டமான ஆப்பிரிக்கச் சிங்கம் ஒன்று 'ஆ' என்று வாயைப் பிளந்து பல்லைக் காட்டிக்கொண்டிருக்கிறது. அந்தச் சிங்கத்தின் முகத்தைத்தான் நேருக்குநேரே அவன் காண்கிறான். இதுவே அந்தச் சித்திரம். அதற்குக் கீழே இருந்த வாசகம் இது: 'சிங்கத்தைத் தேடிக்கொண்டு நீ போகும்போது, அதை நீ பார்க்க விரும்புகிறாயா என்பதை நிச்சயம் செய்துகொண்டு போ.' உண்மையில் ஒரே ஒரு சிறு வித்தியாசம்: ஆப்பிரிக்காவில் வேட்டையாடிய ஆசாமி மேலே பார்த்தான் – நேரே சிங்க முகத்தை; நானோ கீழே பார்ப்பேன் – வேங்கை முகத்தை. மற்றப்படி எங்கள் இரண்டுபேர் சங்கதியும் ஒன்றுதான்; மரத்தின் மறு பக்கத்தில் வேங்கை இருப்பதாக மட்டும் வைத்துக்கொண்டால், இரண்டு பேர் சங்கதியும் ஒரே மாதிரிதான்.

மிருதுவான புல்லில் ஒவ்வோர் அங்குலமாக என் காலை நகர்த்திக்கொண்டே, மரத்தை அணுக இப்போது நான் புறப்பட்டேன். மரத்துக்கும் எனக்கும் இடையே இருந்த தூரத்தில் பாதியை இப்படிக் கடந்ததும், பாறைத்தட்டிலிருந்து கறுப்பும் மஞ்சளுமான மூன்றங்குலப் பொருள் ஒன்று என் கண்ணில் தட்டுப்பட்டது. காட்டு விலங்குகள் புழங்கிய பாதையென்று

அந்தப் பாறைத்தட்டை என்பதை இப்போது நான் கண்டு கொண்டேன். இது கிடக்கட்டும்; என் கண்ணுக்குத் தட்டுப் பட்ட அந்தப் பொருளை ஒரு நிமிஷ நேரம் விடாது வெறித்துப் பார்த்தேன். அது அசையவே இல்லை. இருந்தாலும், அது ஒரு வேங்கையின் வால்நுனி என்று இறுதியில் நிச்சயம் செய்து கொண்டேன். வால் எனக்கு எதிர்த்திசையில் நீட்டிக்கொண் டிருந்ததால், தலை என் பக்கமே பார்த்திருக்க வேண்டும் என்பது தெளிவு. பாறைத்தட்டு இரண்டடி அகலமே இருந்தது. மரத்தண்டைவிட்டு அப்பால் என் தலை தென்பட்ட கணத்திலே என்மீது பாய்வதற்காக, வேங்கை கீழே குனிந்து பதுங்கியபடி காத்துக்கொண்டிருக்கிறது என்றே தோன்றியது. வேங்கையின் வால்நுனி என்னிடமிருந்து இருபதடி தூரத்தில் இருந்தது. வேங்கை குனிந்த நிலையில் எட்டடி நீளம் இருக்குமென்று வைத்துக்கொண்டால், அதன் தலை எனக்குப் பன்னிரண்டடி தூரத்தில் இருக்க வேண்டும். ஆனால் அது அடியோடு சுவாதீன மற்றுப் போகும்படி சுட வேண்டுமென்றால் அதன் உடலைப் போதிய அளவு நான் பார்க்க வேண்டும். அப்படிப் பார்க்க இன்னும் மிக அருகே செல்ல வேண்டும். நான் உயிரோடு தப்பிச் செல்ல வேண்டுமானால், வேங்கை அடியோடு சுவாதீன மற்றுப்போகும்படிதான் அதைச் சுட்டாக வேண்டும். குதிரை யைச் சுடும் நிலையில் எந்நேரமும் தயாராய் வைத்த துப்பாக்கியை எடுத்துச் செல்லும் பழக்கம் எனக்கு இல்லாதது குறித்து இப்போதுதான் என் வாழ்க்கையிலேயே முதன்முதலாக நான் வருத்தப்பட்டேன். என்னுடைய 450/400 ரைஃபிளில் உள்ள, பத்திரத்தாழைத் தள்ளினால், 'க்ளிக்' என்று தெளிவாய் ஒரு சப்தம் கேட்கும். இப்போது என்ன சப்தம் செய்தாலும் சரிதான்; வேங்கை என்னைக் கீழே தள்ளிப் புரட்டிவிடும். இப்படி இல்லையென்றால் அது செங்குத்தான குன்றுப்பக்கத்தில் நேர் கீழே ஓடிப்போய்விடும்; அப்போது அதைச் சுட எனக்கு வாய்ப்பே இல்லாது போகும்.

மீண்டும் அங்குலம் அங்குலமாக ஊர்ந்து முன்னேறத் தொடங்கினேன். வேங்கையின் வால் முழுவதும், பிறகு அதன் பின்னங்கால் சப்பைப்பகுதியும் கண்ணுக்குத் தெரிகிறவரையில் இப்படி நான் முன்னேறினேன். பின்னங்கால் சப்பைப் பகுதி யைக் கண்டபோது, நான் ஆனந்தக்கூச்சல் இட்டிருக்க முடியும். ஏனென்றால், புலி குனிந்து பாயத் தயாராக இல்லை, அசையாது படுத்துத்தான் இருந்தது என்று அந்தச் சப்பைப்பகுதி புலப் படுத்தியது. இரண்டடி அகலமே உள்ள பாறைத்தட்டில் வேங்கை யின் வயிற்றுக்கு மட்டுமே இடம் இருந்ததால், அது தன் பின்னங்கால்களை ஒரேயடியாய் வெளியே நீட்டி, இளங் கடம்பமரம் ஒன்றின்மேல் கிளைகளின் மீது சார்த்தியிருந்தது.

ஏறக்குறைய செங்குத்தாயிருந்த குன்றுப்பக்கத்தில் அந்தக் கடம்பமரம் வளர்ந்திருந்தது. முன்னங்கால் ஒன்றும் வேங்கை யின் வயிறும் இப்போது தெரிந்தன. வயிறு மிக ஒழுங்காய் உப்பியும் சுருங்கியும் மேலுங்கீழும் அசைந்ததால், வேங்கை தூங்குகிறது என்று அறிந்துகொண்டேன். இப்போது அவ்வளவு மெதுவாக இல்லாமல் முன்னேறினேன். வேங்கையின் முன்னங் கால் சப்பையும் முழு நீளமும் என் கண்ணுக்குத் தெரிந்தன. அதன் தலை புல் புதரின் விளிம்பில் மல்லாந்து சாய்ந்திருந்தது. விழுந்துகிடந்த மரத்துக்கு அப்பால் மூன்று அல்லது நான்கு அடி தூரம் வரைக்கும் அந்தப் புல் பத்தை பரவியிருந்தது. வேங்கையின் கண்கள் கெட்டியாய் மூடியிருந்தன. அதன் மூக்கு ஆகாயத்தை நோக்கியிருந்தது.

ரைஃபிளை வேங்கையின் நெற்றிக்கு நேராய்க் குறி வைத்து, குதிரையை அழுத்தினேன். அதைத் தொடர்ந்து அழுத்திக் கொண்டே, பத்திரத்தாழை மேலே தள்ளினேன். ரைஃபிளைச் சுடும்போது கைக்கொள்ளும் முறையை இப்படித் தலைகீழாய் மாற்றினால், ரைஃபிள் எப்படி இயங்கும் என்பது பற்றி நான் யோசிக்கவேயில்லை. ஆயினும் அது சுட்டுவிட்டது. இவ்வளவு கிட்ட இருந்து கொண்டு சுட்ட அந்தக் கனமான குண்டு வேங்கையின் நெற்றியில் பாய்ந்தபோது, அதன் உடம்பு துளி யும் நடுங்கவில்லை. அதன் வால் நேராய் நீண்டுவிட்டது. பின்னங்கால்கள் இன்னமும் இளங் கடம்பமரத்தின் மேல் கிளைகளின்மீதே சார்ந்திருந்தன; மூக்கு ஆகாயத்தை நோக்கிய படியே இருந்தது.

முதல் குண்டைத் தொடர்ந்து இரண்டாவது குண்டையும் சுட்டேன். அப்போதும் வேங்கை துளியும் நிலை மாறவில்லை. இரண்டாவது குண்டு முற்றும் அநாவசியம். வேங்கையிடம் ஒரே ஒரு மாறுதல் தென்பட்டது. அதன் வயிறு உப்பி வடிவது நின்றுவிட்டது. வேங்கையின் முகத்தில் ஆச்சரியப்படத்தக்க அளவு மிகச்சிறிய துவாரங்கள் இரண்டு இருந்தன. அவற்றிலிருந்து ரத்தம் ஒழுகிக்கொண்டிருந்தது.

வேங்கைக்கு மிகமிக அருகில் இருக்கும்போது மற்றவர் களுக்கு என்ன உணர்ச்சி ஏற்படுமோ, நான் அறியேன். எனக் கென்னவோ எப்போதும் பயத்தாலோ பரபரப்பாலோ மூச்சே திணறிப்போய்விடுகிறது; அதோடு கொஞ்சம் களைப்பாற வேண்டும்போல் தோன்றுகிறது. விழுந்துகிடந்த மரத்தின்மீது உட்கார்ந்து ஒரு சிகரெட்டைப் பற்றவைத்தேன். தொண்டை கட்டிக்கொண்டிருந்த நாளிலிருந்து இன்றுவரைக்கும் சிகரெட்டே பிடிக்கவில்லை. இப்போது சிகரெட்டைப் பற்ற வைத்ததும், என் சிந்தனை எங்கெங்கோ சென்றது. எந்த வேலையையும்

நன்றாய்ச் செய்துவிட்டால் ஒரு திருப்தி உண்டாகிறது. இப்போது பூர்த்தியடைந்த வேலையும் அதற்கு விலக்கல்ல. இந்த இடத்திலே இப்போது நான் வந்த காரணம், ஆட்கொல்லிப் புலியை அழிப் பதற்கே. இரண்டு மணி நேரத்துக்குமுன் சாலையை விட்டு நான் புறப்பட்டது முதல் ரைஃபிளின் பத்திரத்தாழைத் தள்ளியது வரையில் ஒவ்வொரு காரியமும் – மந்தி போல் கத்தியது உள் பட – வெகு சரளமாக, ஒரே ஒரு பிழைகூட நேராமல், நடை பெற்று விட்டது. இதில் மகத்தான திருப்தி ஏற்பட்டது. ஓர் எழுத்தாளன் தன் விருப்பப்படி கதை மலர ஒவ்வொரு கட்டமாக எழுதிக்கொண்டே வந்து, இறுதியில் கதையை முடிக்கும்போது இந்தமாதிரி திருப்திதான் ஏற்படும் என்று நினைக்கிறேன். ஆயினும் என் விஷயத்தில் முடிவு அவ்வளவு திருப்தியாக இல்லை. ஏனென்றால், எனக்கு ஐந்தே அடி தூரத்தில் இருந்த விலங்கை அது தூங்குகையிலேதான், நான் சுட்டுத் தள்ளினேன்.

இந்த விஷயத்தில் என் சொந்த உணர்ச்சிகளைப் பற்றி மற்றவர்களுக்கு அக்கறையில்லை. ஆனால், இது நியாயமல்ல என்று என்னைப் போலவே உங்களுக்கும் தோன்றக்கூடும். அப்படியானால் எனக்கு நானே சொல்லிக்கொண்ட சமாதானங் களைத்தான் உங்களுக்கும் சொல்ல வேண்டும். அவற்றால் நான் அடைந்த திருப்தியைவிட உங்களுக்கு அதிகத் திருப்தி ஏற்படும் என்பது என் நம்பிக்கை. இவைதான் அந்தச் சமாதானங் கள்: (1) இந்த வேங்கை ஓர் ஆட்கொல்லி. இது வாழ்வதைவிடச் சாவது மேல்; (2) எனவே, இதைச் சுடும்போது இது விழித்திருந் தாலென்ன, தூங்கினாலென்ன? இரண்டும் ஒன்றுதான்; (3) இதன் வயிறு உப்பி வடிந்துகொண்டிருப்பதைப் பார்த்து இதை அப்படியே விட்டு வந்திருப்பேனானால், அதன்பிறகு இதனால் ஏற்படும் மனிதச் சாவுக்கு எல்லாம் நானே பொறுப்பாளியான பாவம் என்னைச் சூழும்.

நான் செய்ததே சரி என்று காட்ட இவையெல்லாம் மறுக்கமுடியாத நல்ல வாதங்கள் என்று நீங்கள் ஒப்புக்கொள்வீர் கள். ஆயினும், எனக்கு என்ன நேருமோ என்ற பயத்தினாலோ, எனக்குக் கிடைக்காது கிடைத்த ஒரே வாய்ப்பை இழந்து விடுவேனோ என்ற பயத்தினாலோ அல்லது இரண்டு பயமும் சேர்ந்ததனால்தானோ, அது என்ன காரணமாயிருந்தாலும் சரிதான்; நான் அந்த வேங்கையைத் தூக்கத்திலிருந்து எழுப்பாது போய்விட்டேன்; யுத்த தர்மப்படி அதற்கு ஒரு வாய்ப்பு அளிக்காது போய்விட்டேன்.

வேங்கை செத்துவிட்டது. என் வெற்றிச் சின்னமான அதன் உடல் கீழே பள்ளத்தாக்கில் விழுந்து நாசமாகாதபடி பாதுகாக்க வேண்டுமானால், காலதாமதமில்லாது பாறைத்

தட்டிலிருந்து அதை எடுத்துவிடுவதே நல்லது. இனி ரைஃபிள் ஒன்றும் எனக்குப் பயனில்லை. விழுந்துகிடந்த மரத்தின்மீது அதைச் சார்த்திவைத்தேன். சாலையில் ஏறினேன். பயிர்நிலத்துக்கு அருகே உள்ள மூலைக்குப் போனேன். என் இரண்டு கைகளையும் கிண்ணம் போல் குவித்து, குன்றும் பள்ளத்தாக்கும் எதிரொலி செய்யும்படி சீழ்க்கை அடித்தேன். சீழ்க்கையொலியை நான் மீண்டும் எழுப்பவேண்டிய அவசியம் நேரவில்லை. ஏனென்றால், என் ஆட்கள் முதல் எருமையைக் கவனித்துவிட்டுத் திரும்பி வரும்போது, என்னுடைய இரண்டு வேட்டுகளையும் கேட்டிருக் கிறார்கள். உடனே குடிசைக்கு ஓடி, கூப்பிடும் தூரத்தில் இருந்த கிராமவாசிகளில் எத்தனை பேரை முடியுமோ அத்தனை பேரையும் திரட்டியிருக்கிறார்கள். இப்போது என் சீழ்க்கை ஒலி கேட்டதும் அத்தனை பேரும் என்னைச் சந்திக்க ஒரே அலங்கோலமாய் ஓடிவந்தார்கள்.

அவர்களைச் சில பருத்த கயிறுகளும் ஒரு கோடரியும் கொண்டு வரச்சொன்னேன். கூட்டத்தை என் பின்னே வரச் சொல்லி அழைத்துக்கொண்டு போனேன். வேங்கையைக் கயிறு கள் கொண்டு நான் கட்டியபின், சிலபேர் தூக்கச் சிலபேர் இழுக்க, பாறைத்தட்டைவிட்டு மரத்துக்கு மேலாக அதை நகர்த்தி, புல்தரைக்குக் கொண்டுவந்தார்கள். இங்கேயே வேங்கையை நான் தோலுரித்திருப்பேன். ஆனால், அப்படிச் செய்ய வேண்டாமென்று கிராமவாசிகள் என்னை வேண்டிக் கொண்டார்கள். “காத்கனவ்லாவிலும் அண்டை அயல் கிராமங் களிலும் உள்ள பெண்களும் குழந்தைகளும் வேங்கையைத் தங்கள் கண்ணாரப் பார்க்க வாய்ப்பளிக்க வேண்டும்; அப்போது தான், ஆட்கொல்லிப் புலி உண்மையிலேயே செத்தது என்று அவர்கள் திருப்தி அடைவார்கள். இல்லாவிட்டால் அவர்களுக்கு ஏமாற்றமே ஏற்படும். இத்தனை வருஷங்களாக இந்தப் புலியைப் பற்றிய பயத்திலேயே அவர்கள் வாழ்ந்திருக்கிறார்கள்; இந்த ஜில்லா முழுவதிலும் இது பயங்கர ஆட்சி புரிந்து வந்திருக்கிறது” என்று அவர்கள் சொன்னார்கள்.

வேங்கையைக் குடிசைக்கு எடுத்துச்செல்ல உதவியாகச் சில போத்துக்களை வெட்டிக் கொண்டிருந்தோம். அப்போது கிராமவாசிகளில் சிலர் வேங்கையின் கால் முதலிய உறுப்புக் களைத் தடவிப் பார்த்துக்கொண்டிருப்பதைக் கண்டேன். வேங்கையை முடமாக்கிய அல்லது பல நாளைக்குமுன் ஏற்பட்ட காயம் எதுவும் அதை வருத்திக்கொண்டிருக்கவில்லை என்ற தங்கள் வாதமே சரி என்று திருப்தி செய்துகொள்ள அவர்கள் விரும்பியிருக்கிறார்கள். இதை நான் அறிந்துகொண்டேன். குடிசைக்குமுன் விரிந்தகன்று நிழல் பரப்பிக்கொண்டிருந்த

ஒரு மரத்தின் கீழ் வேங்கையை வைத்தோம். பிற்பகல் இரண்டு மணி அடிக்கும் வரையில் வேங்கை தங்கள் வசமே இருக்க வேண்டுமென்று கிராமவாசிகள் தெரிவித்தார்கள். அதற்குமேல் அவர்களிடம் அதை நான் விட்டுவைக்க முடியாது என்று சொல்லிவிட்டேன். ஏனென்றால், அன்று மகா வெப்பமா யிருந்தது; வேங்கையின் ரோமங்கள் உதிர்ந்து தோல் கெட்டுப் போகும் என்று பயந்தேன்.

பிற்பகல் இரண்டு மணி அடிக்கிறவரையில், நான் வேங்கை யைக் கிட்ட இருந்து பார்க்கவில்லை. இரண்டு மணி அடித்ததும் அதை மல்லாக்கக் கிடத்தி தோலுரிக்கத் தொடங்கினேன். வேங்கையின் இடது முன் காலின் உட்புறப் பகுதியிலிருந்து பெரும்பாலான ரோமமும் உதிர்ந்து போயிருப்பதை அப்போது கண்டேன். தோலில் சிறு சிறு துவாரங்கள் இருந்தன. அவற்றி லிருந்து மஞ்சளாக ஊன் கசிந்து கொண்டிருந்தது. இந்தத் துவாரங்களை மற்றவருக்கு நான் காட்டவில்லை. கடைசியில் பார்த்துக்கொள்ளலாம் என்று தோலுரிக்காமல் விட்டுவிட்டேன். வலது முன்னங்காலைவிட அது மிகவும் சிறுத்திருந்தது. விலங்கின் மீது உடம்புத் தோலையெல்லாம் அநேகமாய் உரித்துவிட்டேன். அப்புறம் வேங்கையின் மார்பிலிருந்து அந்த ஊன் ஒழுகும் இடதுகால் பாதத்து அடிவரையில் நீளமாக ஒரு கிழி கிழித்தேன். தோலை உரித்தேன். அப்போது உட் சதையிலிருந்து, ஒவ்வொன் றாக முள்ளம்பன்றி முட்கள் பலவற்றை வெளியே எடுத்தேன். சூழ்ந்து நின்ற கிராமவாசிகள் அவற்றை ஞாபகார்த்தப் பொருளாக ஆவலுடன் ஆளுக்கொன்று தூக்கிக்கொண்டார்கள். இந்த முட்களில் மிக நீளமானது ஐந்தங்குலம் இருந்தது. மொத்தம் இருபத்தைந்திலிருந்து முப்பது முட்கள் வரையில் இருந்தன. வேங்கையின் மார்பிலிருந்து இந்தப் பாதத்தடி வரையில் தோலுக் கடியே இருந்த சதை சோப்பைப் போல் கொழகொழப்பாய் மஞ்சள் நிறமாயிருந்தது. பாவம், இந்த விலங்கு நடக்கும்போது புலம்பப் போதிய நியாயம் இதுவே. அது ஓர் ஆட்கொல்லியாக மாறியதற்கும் இதுவேதான் காரணம். ஏனென்றால், சதைக் குள்ளே முள்ளம்பன்றி முட்கள் எவ்வளவு காலம் பதிந்திருந் தாலும் சரிதான்; கரைந்து போவதே இல்லை.

நான் சுட்டுக்கொன்ற வேங்கைகளிடமிருந்து, முள்ளம் பன்றி முட்கள் இருநூறு வரையில் எடுத்திருக்கிறேன். இந்த முட்களில் பல ஒன்பது அங்குல நீளமும் பென்சில் அளவு பருமனுங்கூட இருந்திருக்கின்றன. பெரும்பாலான முட்களும் தசை நார்களுக்குள்தான் பதிந்திருந்தன; சில முட்கள் எலும்பு களுக்கு இடையே ஆப்பைப் போல் உறுதியாக நுழைந்திருந்தன. அத்தனையும் தோலுக்கடியில் மட்டமாய் முறிந்திருந்தன.

குமாயுன் புலிகள் ✷ 127 ✷

முள்ளம்பன்றிகளை இரையாக்கக் கொல்லும்போதுதான், இந்த முட்கள் வேங்கையின் உடலில் பதிந்து விடுகின்றன. இதில் சந்தேகம் இல்லை. ஆனால், ஒரு கேள்வி எழுகிறது. அதற்கு என்னால் பதில் சொல்ல முடியாததற்கு வருந்துகிறேன். வேங்கைகளோ மதி நுட்பமும் லாகவமும் உள்ள விலங்குகள். அவை ஏன் இப்படி அந்த முட்கள் தங்கள் உடம்பில் ஆழப்பதிய இடங்கொடுக்கும் அளவுக்கு அஜாக்கிரதையாய் இருக்கின்றன? முள்ளம்பன்றிகள் தங்களைத் தற்காத்துக்கொள்ள ஒரே ஒரு வழியைத்தான் கடைப்பிடிக்கின்றன. பின்வாங்கி முட்களைச் சிலுப்புகின்றன. இப்படியிருக்க, அவை தங்கள் முட்களை வேங்கைகளின் மீது பதிக்கத்தக்க நிலை வரையில் வேங்கைகள் ஏன் மெதுவாய் இயங்க வேண்டும்? இதெல்லாம் போக முள்ளம்பன்றி முட்கள் ஏன் மட்டமாய் முறிய வேண்டும்? அவை பொரபொரப்பானவை அல்லவே?

வேங்கைகளைப் போலவே சிறுத்தைகளுக்கும் முள்ளம்பன்றி கள் என்றால் கொஞ்சம் ஆசைதான். ஆனால், அவற்றின் மீது முள்ளம்பன்றி முட்கள் பதிவதில்லை. ஏனென்றால் சிறுத்தை முள்ளம்பன்றிகளின் தலையைப் பிடித்துக் கொல்லுகின்றன. இதை நானே பார்த்திருக்கிறேன். வேங்கைகள் ஏன் இந்தப் பத்திரமான சுலபமான முறையைக் கையாண்டு தங்களுக்குக் காயமில்லாது தப்பித்துக்கொள்ளவில்லை? இதுதான் எனக்கு விளங்காத மர்மமாயிருக்கிறது.

இப்போது, கதையைச் சொல்லி முடித்துவிட்டேன். வெகு நாட்களுக்கு முன் நடந்த ஜில்லா மகாநாட்டில் குறித்த ஆட் கொல்லி வேங்கைகளில் இரண்டாவதை நான் கொன்ற கதை இது. இனிச் சந்தர்ப்பம் நேரும்போது, மூன்றாவது வேங்கையான கண்டா ஆட்கொல்லி எப்படிச் செத்தது என்று சொல்கிறேன்.

என் ஆசைக்கனவு மீன்

மலையடிவாரத்தில் மீன்கள் நிறைந்த ஒரு நதியில் மயில் கெண்டை (மகாசீர்) பிடிப்பது மிகக் கவர்ச்சியான பொழுதுபோக்கு என்பது என் அபிப்பிராயம். நம் சூழ் நிலையைப் பற்றிய பிரக்ஞை நமக்கு எப்போதும் தொடர்ந்து இருப்பதில்லை. என்றாலும், வீட்டுக்கு வெளியே போய் எந்தவிதமான பொழுதுபோக்கில் ஈடுபட்டாலும், நாம் அநுபவிக்கும் இன்பத்துக்கு மிக முக்கியமாய் உதவுவது சூழ்நிலைதான். மீன் பிடிக்கும் ஒருவன் அதற்கு அநுகுண மில்லாத சூழ்நிலையில் தன் ஆசைக்கனவு மீனைப் பிடிக்க முற்பட்டால், அதில் இன்பமிராது. சஹாரா பாலைவனத் தில் நடந்த போட்டியில் ஒரு டென்னிஸ் ஆட்டக்காரன் வெற்றிபெற்று டேவிஸ் கோப்பை பரிசு பெற்றால் என்ன இன்பம் இருக்குமோ அவ்வளவு இன்பந்தான் இதிலும் இருக்கும்.

சமீபத்தில் நான் மீன் பிடித்துக்கொண்டிருந்த ஆறு, எழிலான மரங்கள் நிறைந்த பள்ளத்தாக்கினூடே சுமார் நாற்பது மைல் நீளம் ஓடுகிறது. பள்ளத்தாக்கில் வேட்டைக் குரிய விலங்குகளும் பறவைகளும் ஏராளமாயிருந்தன. எத்தனை வகை விலங்குகளும் பறவைகளும் கண்ணில் படுகின்றன என்று எண்ணிப்பார்க்க ஒரு நாள் நான் ஆவல்கொண்டேன். அன்று மாலைக்குள் என் கண்ணில் பட்ட விலங்குகளுக்குள் கடமான், புள்ளி மான், காட்டாடு, மந்தி, பன்றி, செங்குரங்கு இவையெல்லாம் இருந்தன. பறவைகளில் எழுபத்தைந்து வகைகள் தென்பட்டன. அவற்றுக்குள் காட்டுக்கோழி, செங்கோழி, கறுப்புக் கௌதாரி, புதர்க்காடை இவை இருந்தன.

இவை தவிர நீர்நாய் ஐந்து அடங்கிய ஒரு கூட்டத் தையும் பல முதலைகளையும் ஒரு மலைப் பாம்பையும்

நான் கண்டேன். தேங்கிய பெரும் நீர்க் குட்டை ஒன்றின் மேற் பரப்பிலே மலைப்பாம்பு படுத்துக் கிடந்தது. ஸ்படிகம்போல் தெளிந்த நீருக்கு மேலே பாம்பின் தட்டையான தலையும் கண்களும் மட்டும் நீட்டிக்கொண்டிருந்தன. போட்டோ எடுக்க வேண்டுமென்று நான் வெகுநாளாக ஆசைப்பட்டுக் கொண்டிருந்த பிராணிகளில் மலைப்பாம்பும் ஒன்று. இப்போது அப்படி போட்டோ எடுக்க வேண்டுமானால், நீர்க்குட்டைக்கு அப்பாலுள்ள ஆற்றைக் கடந்து எதிர்ப்புறக் குன்றுப் பகுதியில் ஏறிக்கொள்ளுவது அவசியம். துரதிருஷ்டவமாக, வெளியே நீண்ட அந்தக் கண்கள் என்னைப் பார்த்துவிட்டன. நான் வெகு ஜாக்கிரதையாகப் பின்வாங்கினேன். நீர்க் குட்டையின் தலைப்பில் குவிந்து கிடந்த பாறைக் கற்களுக்கிடையே இருந்த தன் பொந்துக்குள் மலைப்பாம்பு புகுந்துவிட்டது. பாம்பு சுமார் பதினெட்டு அடி நீளம் இருக்கும் என்று தோன்றியது.

பள்ளத்தாக்கினூடே செல்லும் ஆறு சில இடங்களில் மிகவும் குறுகலாயிருந்தது. அங்கெல்லாம் வெகு சுலபமாய் இக்கரையிலிருந்து அக்கரைக்குக் கல் எறிந்துவிடலாம். வேறு சில இடங்களிலோ ஆறு ஒரு மைல் அகலமும் அதற்கு மேலும் இருந்தது. இந்தத் திறந்த வெளிகளில் அடுக்கடுக்காய் இரண்டடி நீளம் நீண்ட கப்புக்கள் நிறைய மஞ்சள் பூக்கள் பூத்துக் குலுங்கிய சரக்கொன்றைச் செடிகளும் காட்டலரிச் செடிகளும் நட்சத்திரம் போன்ற வெண்ணிறப் பூக்கள் மலிந்த பெட்டகப் புதர்களும் வளர்ந்திருந்தன. இந்த மலர்களெல்லாம் சேர்ந்து வீசிய மணம் காற்றிலே மிதந்தது. எண்ணற்ற பறவைகள் பாடிய கீதமும் மகா சொகுசாய்க் கமழ்ந்த இனிய மணமும் ஒன்றுகலந்தன. வேட்டையாடிகளின் சொர்க்க லோகமான இந்த இடத்துக்கு நான் வந்ததன் நோக்கம், மயிற்கெண்டையைப் பிடிப்பதல்ல. வேங்கை ஒன்றைப் பகல் ஒளியில் போட்டோ எடுக்க வேண்டும் என்றே வந்தேன். அதற்கு அநுகூலமான வெளிச்சம் இல்லாமல் போனபோதுதான், சினிமா காமிராவை ஒரு பக்கம் வைத்துவிட்டு, ஒரு தூண்டிலைக் கையிலே பிடித்தேன்.

ஒரு நாள் உதயத்திலிருந்து மணிக்கணக்காக ஒரு பெட்டை வேங்கையையும் அதன் இரண்டு குட்டிகளையும் படம்பிடிக்க முயன்று முயன்று பார்த்தேன். இளம் வேங்கை. எல்லா இளந் தாய்மார்களையும் போலவே. மருண்டு கொண்டேயிருந்தது. பதுங்கிப் பதுங்கி அதை நான் பின்தொடரப் பின்தொடர, மிக அடர்த்தியான செடிகொடிகளுக்குள் தன் குட்டிகளுடன் அது போய் ஒளிந்துவிட்டது. ஒரு பெட்டை வேங்கை, இளமையாகவோ முதுமையாகவோ எப்படியிருந்தாலும் சரி, தன்

குட்டிகளோடு இருக்கும்போது, பிறர் தரும் தொந்தரவைச் சகித்துக்கொள்வதற்கு ஓர் எல்லை உண்டு. இந்தச் சந்தர்ப்பத்தில் அந்த எல்லையை எட்டியவுடன் என் தந்திரத்தை நான் மாற்றிக்கொண்டேன். திறந்த வெளிகளில் வளர்ந்திருந்த மரங்களில் உட்கார்ந்தும் வேங்கையும் குட்டிகளும் வழக்கமாய் நீர் குடிக்க வரும் தேங்கிய குட்டைக்கருகே ஓங்கி வளர்ந்த புல்லுக்குள் படுத்தும் காத்துப் பார்த்தேன். ஒன்றும் பலிக்கவில்லை.

சூரியன் சாய்ந்துகொண்டிருந்தது; நான் கவனித்துக்கொண்டிருந்த திறந்த வெளியிலே நிழல் விழத்தொடங்கியது. முயற்சியைக் கைவிட்டேன். வேங்கை ஒன்றை அதன் இயற்கையான சூழ்நிலைகளில் படம் பிடிக்க இதற்கு முன்னே முயன்று கழித்த பலனற்ற பல நூறு நாட்களில் இதுவும் சேர்ந்துவிட்டது. முகாமிலிருந்து நான் அழைத்து வந்திருந்த இரண்டு ஆட்கள் நதியின் மறுகரையில் ஒரு மர நிழலில் இன்று பகலைக் கழித்துவிட்டார்கள். காட்டுத்தடத்தின் வழியாக அவர்களை முகாமுக்குத் திரும்பிப் போகச் சொன்னேன். என் காமிராவுக்குப் பதில் தூண்டில் கழியை எடுத்துக்கொண்டேன். என் இரவுச் சாப்பாட்டுக்காக ஒரு மீனைப் பிடிக்கும் நோக்கத்துடன் நதிக்கரையோடு சென்றேன்.

பெண்களின் உடை மோஸ்தர் மாறிவிட்டதைப் போலவே, தூண்டில் கழிகள் கயிறுகளின் மோஸ்தரும் சமீப வருஷங்களில் மாறிவிட்டது. உறுதிமிக்க பதினெட்டடிக் கழியும் உடையாத அதன் உபகரணங்களும் போய்விட்டன; அவற்றைக் கையாளும் வலுவுடைய தசைப்பலமும் போய்விட்டது. அவை எங்கேதான் போயினவோ! அவற்றுக்குப்பதில் மூன்று துண்டுகள் இணைத்துத் தொய்ய அமைந்து, ஒரே கையால் ஆளக்கூடிய தூண்டில் கழி இப்போது வந்துவிட்டது.

மீன் பிடிப்புப் போட்டிகளில் உபயோகிக்கும் பதினோர் அடிக்கழி, நீரில் வீச நூற்று ஐம்பது அடி தொய்கயிறு, அதற்குப் பின்பலமாக அறுநூறு அடி பட்டுக்கயிறு, நடுத்தர அளவான மிதவை நரம்பு (கட்), வீட்டிலே செய்த ஓரங்குலப் பித்தளைத் தூண்டில் முள் இவற்றையே நான் வைத்திருந்தேன்.

மீன் பிடிப்பதற்குத் தொந்தரவில்லாது அளவிறந்த நீர்நிலை இருக்கும்போது, எவருமே சற்று அளவுக்கு மிஞ்சி நோட்டம் பார்ப்பார்கள். அணுகுகிற வழி கரடுமுரடாயிருக்கிறது என்று சொல்லி ஒரு குட்டையைத் தள்ளிவிடுவார்கள்; நீரின் அடித்தரையிலே என்னவோ இடுக்கு இருக்கிறது என்று சந்தேகப்பட்டு

குமாயுன் புலிகள்

ஒரு நீரோட்டத்தைக் கைவிடுவார்கள். இந்தச் சந்தர்ப்பத்தில் நானும் இப்படித்தான் அரை மைல் தூரம் கடந்தபிறகே ஓர் இடத்தை முடிவாகத் தேர்ந்தெடுத்தேன்! இந்த இடத்தில் ஆழமாய் எண்ணெய்போல் 'மழமழ' என்றிருந்த பாறைகளின் மீது 'சலசல' என்று வெண்மையான நீர்வெள்ளம் விழுந்தடித்துக் கொண்டு இருநூற்று ஐம்பது அடி தூரம் ஓடியது. இதற்கப்பால் இருநூறு அடி அகலமும் அறுநூறு அடி நீளமும் உள்ள, ஆழ்ந்து தேங்கிய குட்டை ஒன்று இருக்கிறது. என் இரவுச் சாப்பாட்டுக்கு மீன்பிடிக்க இதுவே ஏற்ற இடம்.

தண்ணீரில் கால்படாமல் விளிம்பிலே நின்றுகொண்டு, தூண்டிலை வீசினேன். கயிற்றுச் சுருளிலிருந்து சில அடிகளை இழுத்துவிட்டு, வளையங்களின் வழியே தொய்கயிறு ஓடுவதற்காகக் கழியையும் உயர்த்தினேன். இதற்குள்ளே, கரையோரத்தில் நான் நின்ற இடத்தருகிலேயே, தூண்டில் முள்ளை ஒரு மீன் கௌவிவிட்டது. தொய்கயிற்றின் மீதிப்பகுதி நல்லவேளையாகச் சுருள் சக்கரத்திலேயே கெட்டியாய் இறுக்கிக் கொண்டிருந்ததால், தூண்டில் கழியின் அடிக்கட்டையையோ சுருள் சக்கரப் பிடியையோ பழுதுசெய்யவில்லை. பல சமயம் இப்படித்தான் நிகழ்ந்துவிடும்.

நீரோடும் திசையிலே மின்னல் வேகத்தில் மீன் பாய்ந்தது. நன்றாய் எண்ணெய் போட்டுச் சரளமாயிருந்த சுருள் சக்கரத்திலிருந்து தொய்கயிறு பிரிந்துகொண்டே ஆனந்தமாய் ஜயகீதம் பாடியது. நூற்று ஐம்பது அடி தொய்கயிறு முழுவதையும் விட்டாயிற்று; அதைத் தொடர்ந்து பட்டுக்கயிற்றில் முந்நூறு அடியும் போய்விட்டது. அவை உருவிச்சென்ற என் இடது கைவிரல்களில் கோடுகோடாய்ச் சதை பிய்ந்து எரிச்சலெடுத்து விட்டது. அந்த மீனின் வெறிப் பாய்ச்சல் எப்படித் தோன்றியதோ அப்படியே இப்போது திடீரென்று நின்றுவிட்டது; தூண்டில்கயிறு சீவனற்று ஓய்ந்துவிட்டது.

இந்த மாதிரி சமயங்களில் எவருக்குமே தோன்றக்கூடிய எண்ணங்கள் என் மனத்தில் ஒன்றை ஒன்று துரத்திக்கொண்டு ஓடின; மீனைக் கொஞ்சம் கடுமையாய்த் திட்டி என் மன எரிச்சலை ஆற்றிக்கொண்டேன். தூண்டிலை நான் பிடித்த பிடி நன்றாகவே இருந்தது; அதை ஒன்றும் குற்றம் சொல்ல முடியாது. பைலட் கட் கம்பெனியிடமிருந்து வாங்கிய மிதவை நரம்பின் சிறு துண்டுகளைச் சில நாளைக்கு முன் முள்ளில் ஜாக்கிரதையாய் இணைத்துப் பரீட்சையெல்லாம் செய்திருந்தேன். முள்ளையடுத்த வளையத்தில் (ஸ்பிளிட் ரிங்) மீது என் சந்தேகம் விழுந்தது. முன் தடவைகளில் ஏதாவது கல்லில்

பட்டு அதில் விரிசல் கண்டிருக்கலாம். இப்போது அது முறிந்தே போய்விட்டது என்று தோன்றியது.

கயிற்றில் இன்னும் நூற்று எண்பது அடி சுருள் சக்கரத்திலேயே மீதியாக இருக்கிறது. தொய்கயிறு இடது பக்கமாக வளைவது தெரிந்தது. ஒரு கணத்துக்கெல்லாம் நீரோட்டத்தை எதிர்த்து நீர்ப்பரப்பின் மேலே நிலத்தில் உழுத சால்போல் ஒரு கோடு விழுந்தது. மீன் இன்னமும் தூண்டிலில்தான் இருக்கிறது; வெண்மையான நீர்த்திரளை நோக்கி வருகிறது. மீன் இங்கே பலமாய்ச் சிக்கிவிட்டது. நீரோட்டத்தின் எதிர்த்திசையில் மீன் செங்கோணமாய்க் குறுக்கே திரும்பத் திரும்ப ஓடிக் கயிற்றை இழுத்தது; அப்படியும் நீரோட்டம் கயிற்றை அறுத்து மீனை விடுவிக்கவில்லை. நேரம் போய்க் கொண்டேயிருந்தது. மீன் போய்விட்டது என்ற அபிப்பிராயம் என்னிடம் மீண்டும் தோன்றி வரவர வலுத்தது. எங்கேயோ ஓர் இடுக்கில் தூண்டில் முள்ளை மாட்டிவிட்டு அது போய்விட்டதாக எண்ணினேன். அடியோடு நம்பிக்கை தளரப்போன சமயத்தில், கயிறு மறுபடியும் தொய்ந்து, ஒரு கணத்துக்கெல்லாம் பிகுவாயிற்று. மீன் இரண்டாவது தடவையாக நீரோட்டத் திசையிலே வெறியுடன் ஓடியது.

இப்போது அது ஆற்றின் இந்தப் பகுதியைவிட்டு, குட்டைக்கு அப்பால் உள்ள இழுப்புக்கு ஓடிவிடத் தீர்மானித்திருக்கலாம். வலுவாய் ஒரே நிதானமாய் ஓடி, குட்டையின் மறுபக்கத்தை மீன் எட்டிவிட்டது. இங்கே ஆறு விசிறிப் பரவி ஆழங் குறைந்துவிடுகிறது. மீன் தியங்குகிறது; கடைசியில் குட்டைக்கே திரும்புகிறது. சிறிது நேரத்துக்ல்லாம் நீரின் மேல்பரப்புக்கு முதன்முதலாக மீன் வருகிறது. குட்டைக்கு அப்பாலே மங்கலாக அது தெரிகிறது. அதன் பிரம்மாண்டமான முக்கோண இறகு நீருக்குமேலே ஐந்தங்குலம் நீண்டிருக்கிறது. தூண்டில் கழியின் முனையிலிருந்து புறப்பட்ட கயிறு மிகவும் பிகுப்பட்டு நேரே மீன் இறகை நோக்கிச் சென்றது. கயிறு மட்டும் இப்படிச் சென்றிராவிட்டால், இவ்வளவு பெரிய இறகைப் படைத்த மீன்தான் என் காலடிக்கு நாலைந்து அடி தூரத்திலே தூண்டில்முள்ளைக் கௌவியது என்று என்னால் நம்பவே முடிந்திராது.

மீண்டும் குட்டையின் ஆழத்திலே மீன் வந்ததும், தேங்கிய நீருக்குள்ளே அங்குலம் அங்குலமாக அதை இழுத்தேன். சிறுமீன் பிடிப்பதற்குரிய தூண்டில் கழியை வைத்துக்கொண்டு பெரிய மீன் ஒன்றை ஒன்றியாகத் தரைக்கு இழுப்பது சுலபமான காரியம் அல்ல. நாலு தடவை அதன் பெருந்தோல்களின்

ஒரு பகுதி நீருக்கு மேலே வந்து அசையாது மிதந்தது; நாலு தடவையும் அதை நான் ஜாக்கிரதையாய் நெருங்கியபோது, அது வாலால் வீசியடித்து மீண்டும் குட்டைக்குத் திரும்பியது. போராடி அங்குலம் அங்குலமாக அதைத் திருப்பியிழுக்க வேண்டியிருந்தது. ஐந்தாவது தடவை தூண்டில் கழியின் அடிக்கட்டையை என் கட்டைவிரல் இடுக்கில் பிடித்துத் தலைகீழாகத் திருப்பி, கயிற்று வளையங்கள் மேலே இருக்கும் படி செய்தேன். ஏனென்றால், மீன் மீது சுருள்சக்கரத்தின் பிடி மோதி விடாதிருப்பதற்காகத்தான். இப்போது மீனின் ஒரு விலாவில் ஒரு கையை வைக்க அது இடங்கொடுத்தது. அடுத்தாற்போல் இன்னொரு விலாவில் இன்னொரு கையை வைத்தேன். அப்படியே மிகவும் தளுக்காக மீனை ஆழமற்ற தண்ணீரினூடே இழுத்து காய்ந்த தரைக்குக் கொண்டு வந்தேன்.

ஒரு மீனைப் பிடிக்க நான் புறப்பட்டேன்; அந்த ஒரு மீனை நான் பிடித்துவிட்டேன். ஆனால், அன்று என் ராத்திரிச் சாப்பாட்டிலே அது இடம்பெறப் போவதில்லை. ஏனென்றால், எனக்கும் என் முகாமுக்கும் இடையே கரடுமுரடான மூன்றரை மைல் தரை இருந்தது. அதில் பாதியை இருட்டிலேதான் கடந்தாக வேண்டும்.

என்னுடைய பதினொரு பவுண்டு காமிராவை ஆட்களிடம் கொடுத்தனுப்பி விட்டேன். ஆனால், மரத்தின் மீது நான் ஏறி உட்காரும்போது, அந்தக் காமிராவை மேலே இழுப்பதற்கு உபயோகிக்கும் நூல் கயிற்றை மட்டும் என்னிடமே வைத்திருந் தேன். அந்தக் கயிற்றின் முனையை மீனின் செவுளில் நுழைத்து வாய்வழியாக வெளியே இழுத்துப் பத்திரமாய் ஒரு சுருக்குப் போட்டேன். மற்றொரு முனையைக் கெட்டியாக ஒரு மரக்கிளை யில் கட்டினேன். கயிற்றை இழுத்துத் தளர்த்திவிட்டபோது, பிரம்மாண்டமான ஒரு பாறையின்மீது மீன் சௌக்கியமாகப் படுத்துக்கிடந்தது – இன்னமும் சிறிது தண்ணீரிலேதான். நீர்நாய் ஒன்றுதான் அபாயமானது. அதைப் பயமுறுத்தி விரட்டுவதற்காக என் கைக்குட்டையை ஒரு கழியில் கட்டி ஒரு கொடி தயார் செய்தேன். ஆற்றின் அடித்தரையில் மீனுக்குச் சற்றுக்கீழே அந்தக் கொடியை நட்டு வைத்தேன்.

அடுத்தநாள் காலையில் குட்டைக்கு நான் திரும்பி வந்த போது, மலையுச்சியில் சூரியன் ‘ஜிலுஜிலு’ என்று ஊர்ந்துவந்தது. முதல் நாள் மாலையில் நான் விட்ட இடத்திலேயே மீன் கிடந்தது. மரக்கிளையிலிருந்து கயிற்றை அவிழ்த்து, அதை என் கையில் சுற்றிக்கொண்டே கீழே பாறையில் இறங்கி, மீனிடம் சென்றேன். நான் நெருங்குவதைக் கண்டுதானோ,

கயிறு அதிர்ந்ததாலோ, எதனால் என்று தெரியவில்லை; மின் சாரம் தாக்கியதுபோல் மீன் திடீரென்று உயிர் பெற்று, மிகப் பலமாய் வாலை அடித்து, நீரோட்டத்தை எதிர்த்துப் பாய்ந்தது. எக்கச்சக்கமாக நான் சிக்கிக்கொண்டதால், சரிந்து வழுக்கலான அந்தப் பாறைமீது என் காலை ஊன்றி நிற்க முடியவில்லை; பொதீரென்று குட்டையில் தலைகுப்புற விழுந்துவிட்டேன்.

இந்த மலையடிவார நதிகளின் ஆழத்திலே போவதென்றால், எனக்குக் கொஞ்சங்கூடப் பிடிப்பதில்லை. ஏனென்றால், பசி கொண்ட மலைப்பாம்பு வந்து என்னைச் சுற்றிக்கொள்ளுமோ என்று நினைத்தாலே எனக்கு ஒரே அருவருப்பாயிருக்கும். கிலியுடன் முண்டியடித்துக் கொண்டு நான் கரையேறிய லட்சணத்தைக் காண யாரும் இல்லாததுபற்றி எனக்குச் சந்தோஷம். எப்படியோ தத்தளித்துக்கொண்டு ஆற்றின் மறுகரை யில் போய் ஏறிக்கொண்டேன்: மீன் இன்னமும் என் கையிலே தான் இருந்தது. எனக்குப் பின்னால் நான் வரச்சொல்லி யிருந்த ஆட்கள் இப்போது வந்து சேர்ந்தார்கள். மீனை அவர் களிடம் ஒப்புவித்து, ஆற்றின் கீழ்ப்புறக் கரையில் உள்ள எங்கள் முகாமுக்குக் கொண்டுவரச் சொன்னேன். நான் உடை மாற்றிக்கொண்டு காமிராவைத் தயார் செய்துகொள் வதற்காக முந்திச் சென்றேன்.

மீனை நிறுக்க என்னிடம் வசதி எதுவும் இல்லை. இரண்டு ஆட்களும் நானும் சுமாராய் மதிப்பிட்டதில் அது ஐம்பது பவுண்டு இருக்கலாம் என்று தோன்றியது.

மீனின் நிறை முக்கியம் அல்ல; நிறையெல்லாம் சீக்கிரமே மறந்து போகும். மீன் வேட்டையாடிய சூழ்நிலை அப்படி மறந்து போகாது. கரையோரமெல்லாம் கருநீலப் பரணிகள் முளைத்த ஒரு குட்டை; ஆற்றுநீர் அதில் வந்து சற்றுத் தங்கி, அப்பால் ஒரு பாறையின் மேலும் கூழாங்கற்கள் மீதும் ‘சலசல’ வென்று பாய்ந்தோடி, முன்னிலும் அழகான மற்றொரு குட்டை யில் போய் விழுந்து இளைப்பாறுகிறது.

நீர்ப்பரப்பின் மீது மீன்கொத்தி ஒன்று வந்து பாய்ந்து பிளக்கும்போது, அந்தப் பறவையிடமிருந்து ‘பளார்’ என்று பல வர்ண ஒளி வீசுகிறது; பறவை ஆனந்தமாய் கீச்சிட்டுக் கொண்டு மீண்டும் மேலே எழும்போது, அதன் சிறகுகளிலிருந்து பல ‘வைர மணிகள்’ உதிர்கின்றன; வெள்ளிநிறச் சின்ன மீன் ஒன்று, அதன் குங்குமச் சிவப்பு மூக்கிலே கெட்டியாய்ச் சிக்கியிருக்கிறது. வேங்கை இருக்கிறது என்று காட்டுப்பிராணி களை எச்சரிப்பதற்காகக் கடமான் கத்துகிறது. புள்ளிமான் சோகக்குரல் கொடுக்கிறது; மணலிலே வேங்கையின் பாதச்

சுவடுகள் ஈரமாய்த் தென்படுகின்றன; அது தன் இரையைத் தேடிக்கொண்டு சில நிமிஷங்களுக்கு முன்புதான் வெளியே கிளம்பி ஆற்றைக் கடந்திருக்கிறது என்று இந்தச் சுவடுகள் காட்டுகின்றன. இந்தக் காட்சிகளையெல்லாம் ஒரு நாளும் நான் மறக்க மாட்டேன்; இவை என் நினைவிலே நிலையாய் வாழும். மனிதர் கைபட்டுக் கெடாத அந்த வனப்புமிக்க பள்ளத்தாக்குக்கு 'மீண்டும் வா, வா' என்று என் மனத்தைக் காந்தம்போல் இழுத்துக்கொண்டேயிருக்கின்றது.

ஜிம் கார்பெட்

கண்டா ஆட்கொல்லி

மக்களுக்கு உள்ள எத்தனையோ மூட நம்பிக்கை களில் – ஒரு மேஜையில் பதின்மூன்று பேர் விருந்துண்பது, விருந்தின்போது மதுபானம் கைமாறுவது, ஏணிக்குக் கீழே நடப்பது இந்த அபசகுனங்களிலெல்லாம் – நமக்கு நம்பிக்கை இல்லாது போகலாம். ஆனால் நமக்கே சொந்த மாகச் சில மூடநம்பிக்கைகள் இருக்கும்; நம் நண்பர்களுக்கு இவை வேடிக்கையாக இருக்கும்; நமக்கோ அவை முக்கிய மானவையாய் இருக்கும்.

மற்றவரையெல்லாம்விட அதிக மூடநம்பிக்கை யுள்ளவர் வேட்டையாடிகளா இல்லையா என்று எனக்குத் தெரியாது. ஆனால் தங்கள் மூட நம்பிக்கைகளில் அவர் களுக்குத் தீவிரமான பிடிப்பு உண்டு என்பது தெரியும். என்னுடைய நண்பர் ஒருவர், எப்போது பெரிய விலங் கொன்றை வேட்டையாடப் போனாலும் ஐந்து தோட் டாக்களே எடுத்துச் செல்வார். ஒன்றுகூடக் கூடக்குறைய இராது. இன்னொருவர், எப்போதும் ஏழு தோட்டாக் களே எடுத்துச் செல்வார். பெரிய விலங்குகளை வேட்டை யாடுவதில் இந்தியாவில் பெரும் பெயர் பெற்ற மற்றொரு நண்பர், முதன்முதல் மயிற்கெண்டை மீன் ஒன்றைக் கொல்லாமல் குளிர்கால வேட்டையைத் தொடங்க மாட்டார். என் மூட நம்பிக்கை பாம்புகளைப்பற்றியது. ஓர் ஆட்கொல்லிப் புலியை வேட்டையாடப் போகும் போதெல்லாம் ஒரு பாம்பைக் கொன்றாக வேண்டும். அப்படிக் கொல்லுகிறவரையில், நான் என்னதான் முயன்றாலும், என் முயற்சியெல்லாம் வீணாய்ப் போகும். இது என்னிடம் ஆழ்ந்து வேரூன்றிய நம்பிக்கை.

மே மாதம் கடும்வெயில் எரித்துக்கொண்டிருந்த நாட்கள் அவை. வெகு உஷாராயிருந்த ஓர் ஆட்கொல்லிப்

புலியைப் பலநாள் காலையிலிருந்து மாலை வரையில் தேடி யலைந்தேன். நம்பமுடியாத அளவு செங்குத்தான குன்றுகளில் மேலும் கீழும் பல மைல் தூரம் ஏறி இறங்கி, முட்புதர்களினூடே யெல்லாம் புகுந்து கையிலும் காலிலும் விகாரமான கீறல்கள் விழத் திரிந்தேன். பதினைந்தாவது நாள் மாலையில் அடியோடு களைத்தவனாக, இரண்டு அறையுள்ள என்னுடைய காட்டுப் பங்களாவுக்குத் திரும்பி வந்து சேர்ந்தேன். அதுதான் நான் தங்கியிருந்த இடம். நான் திரும்பி வந்தபோது, கிராமவாசிகள் கூட்டமாக வந்து மிக நல்ல சேதியுடன் என்னைக் காணக் காத்திருந்தார்கள். அவர்களுடைய கிராமத்து எல்லையிலே அன்று பட்டப்பகலில் வேங்கை தென்பட்டதாம். மிகவும் நேரமாகிவிட்டதால், அன்றிரவு ஏதுவும் செய்வதற்கில்லை. அவர்களுக்குச் சில லாந்தர்களைக் கொடுத்து வீட்டுக்குப் போகச் சொன்னேன். அடுத்த நாள் கிராமத்தைவிட்டு எவரும் வெளியே போக வேண்டாம் என்று கண்டிப்பாய்ச் சொல்லி யனுப்பினேன்.

பங்களா இருந்த மலைமுகட்டின் ஒரு கோடியிலே இருந்தது இந்தக் கிராமம். இது முற்றும் தனித்திருந்தது. இதை அடர்த்தி யான காடு சூழ்ந்திருந்தது. அதனால் ஜில்லாவின் வேறு எந்தக் கிராமத்தையும்விட இந்தக் கிராமந்தான் வேங்கையின் அட்டூழி யங்களுக்கு மிகவும் அதிகமாய் ஆட்பட்டிருந்தது. மிகவும் சமீபத்தில் வேங்கைக்கு இரையானவர்கள் இரண்டு பெண்களும் ஒரு மனிதனும்.

அடுத்த நாள் காலையில் கிராமத்தை ஒரு பெரிய வட்டமாக வளைத்துச் சுற்றி வந்தேன். பிறகு முதல் வட்டத்துக்குக் கால் மைல் உள்ளடங்கிய இரண்டாவது வட்டம் ஒன்றைத் தொடங்கி அதன் பெரும்பகுதியையும் சுற்றியாயிற்று. பொரபொரப்பான பாறை ஒன்று சிதைந்து கிடந்த வழுக்கலான கற்குவியல் ஒன்றை வெகு சிரமப்பட்டுக் கடந்தேன். அங்கே செங்குத்தான குன்றில் மழைநீர் அறுத்தோடியிருந்த சிற்றாறு ஒன்று வந்து சேர்ந்தது. அதை மேலும் கீழும் ஒரு கண்ணோட்டம் விட்டதில், அதில் வேங்கை இல்லை என்று எனக்குத் திருப்தி ஏற்பட்டது. இந்தச் சமயத்தில் என்முன்னே சுமார் இருபதடி தூரத்தில் ஏதோ அசைவது என் கண்ணில்பட்டது. அந்த இடத்தில் ஒரு ஸ்நானத் தொட்டி அளவு சிறிய நீர்க்குட்டை ஒன்று இருந்தது. அதன் மறுபக்கத்தில் ஒரு பாம்பு தென்பட்டது. அது தண்ணீர் குடித்துக்கொண்டிருந்தது. பாம்பு தலையைத் தூக்கியது. ஆனால் தரையிலிருந்து சுமார் இரண்டு மூன்றடி உயரத்துக்கு அந்தத் தலை எழும்பிப் படம் விரிக்கிற வரையில் அது ஒரு கருநாகம் என்று நான் அறிந்துகொள்ளவில்லை. நான் பார்த்த பாம்பு களுக்குள்ளேயே மகா அழகானது இந்த நாகந்தான். என்னை

ஜிம் கார்பெட்

நோக்கியபோது அதன் தொண்டை, கெட்டி ஆரஞ்சு வர்ண மாய்த் தெரிந்தது. தரைபடுமிடத்தில் தங்க மஞ்சளாயிருந்தது. நாகத்தின் முதுகு மஞ்சள்பச்சையாயிருந்தது. அதில் ஜவான் களின் புஜப்பட்டை மாதிரி பட்டைகள் தந்த நிறத்தில் இருந்தன. பாம்பின் நீளம் பதின்மூன்றுக்கு மேல் பதினான்கு அடிக்குள் இருக்கும்.

கருநாகங்களைப் பற்றியும் அவற்றைத் தொந்தரவு செய்தால் அவை சீறித் தாக்க வருவதுபற்றியும் அவற்றின் பெரும் வேகத்தைப் பற்றியும் பல கதைகளை நாம் கேட்டிருக்கிறோம். இந்த நாகமோ என்னைத் தாக்க வருவதாகத் தோன்றியது. அது அப்படி என்னைத் தாக்கும்போது, குன்றின் மேல்பக்கமோ கீழ்ப்பக்கமோ நான் இருந்தால் எனக்கு அசௌகரியமாகவே முடியும். ஆனால் பொரபொரத்த கற்குவியலுக்குக் குறுக்கேயிருந்தால், நான் சமாளிக்க முடியும் என்று கருதினேன். ஒரு சிறிய தாம்பாளம் போல் விரிந்த அதன் படத்தின் மீது ஒரு குண்டு சுட்டால் போதும்; இந்தப் பரபரப்பெல்லாம் தீர்ந்துவிடும். ஆனால் என் கையில் இருந்த ரைஃபிள் மிகவும் கனமான ஒன்று. வேங்கை யைக் கலவரப்படுத்த எனக்கு இஷ்டமில்லை. எத்தனையோ நாள் உழைத்துக் காத்துச் சலித்த பிறகு வேங்கை வெளியே வந்திருக்கிறது. ஒரு நிமிஷநேரம் நாகம் அசையவேயில்லை; அதன் பிளந்த நாக்கை மட்டும் உள்ளே இழுத்தும் வெளியே நீட்டியும் இயக்கிக்கொண்டிருந்தது. பிறகு, படத்தைச் சுருக்கிக் கொண்டு, தலையைத் தரையிலே போட்டுத் திரும்பிச் சரிவின் மறுபக்கத்திலே ஓடத் தொடங்கியது. அதன்மீது வைத்த கண்ணை எடுக்காமல், குன்றின் பக்கத்திலே துழாவினேன்; ஒரு கிரிக்கட் பந்து மாதிரி என் கைக்கு அடக்கமாயிருந்த ஒரு கல்லைப் பொறுக்கிக்கொண்டேன். பாம்பு இப்போதுதான் கூர்மையான களிமண் வரப்பு ஒன்றை எட்டியிருந்தது. என்னால் இயன்ற மட்டும் முழுவலிமையோடு கல்லை விட்டெறிந்தேன். பாம்பின் தலையில் பின்புறம் கல் தாக்கியது. வேறு எந்தப் பாம்பாயிருந் தாலும் அடிபட்டவுடனேயே செத்திருக்கும். இந்தப் பெருநாகத் தையோ அந்த அடி, நான் பெரும் பீதியடையும்படி உதப்பி விட்டது. நாகம் துள்ளித் திரும்பி நேரே என்னை நோக்கி வந்தது. எனக்கும் அதற்குமிடையே இருந்த தூரத்தில் பாதி அளவு வந்துவிட்டது. அப்போது இன்னும் பெரிய இரண்டாவது கல் ஒன்றை வீசினேன். அதிருஷ்டவசமாக, நாகத்தின் கழுத்தை அது தாக்கியது. நாகம் மடிந்தது. பெருந் திருப்தியுடன் கிராமத்தை இரண்டாவது சுற்றுச் சுற்றி முடித்தேன். முதல் சுற்றைப் போலவே இதுவும் பலனில்லாதுதான் போயிற்று. ஆயினும், பாம்பைக் கொன்றுவிட்டதில் எனக்கு ஆனந்தம். வேங்கையைத் தேடுவதில் வெற்றி கிடைக்கும் என்று, இத்தனை நாளைக்குப்பின் இப்போது முதல்முதலாக எனக்கு ஒரு நம்பிக்கை பிறந்தது.

குமாயுன் புலிகள் ✸ 139 ✸

கிராமத்தைச் சூழ்ந்த காட்டில் அடுத்த நாளும் தேடித் திரிந்தேன். கிராமத்தையடுத்து உழுதிருந்த நிலம் ஒன்றின் ஓரத்தில் வேங்கையின் புதிய பாதச்சுவடுகள் மாலையில் எனக்குத் தென்பட்டன. கிராமத்திலே சுமார் நூறு பேர் வசித்தார்கள். அத்தனை பேரும் இப்போது பெருங்கிலி அடைந்திருந்தார்கள். அடுத்த நாள் அதிகாலையிலே திரும்பிவருவதாக அவர்களுக்குக் கூறிவிட்டு, தன்னந்தனியே காட்டுப் பங்களாவுக்குப் போய்ச் சேரப் புறப்பட்டேன். நாலு மைல் தூரம் நடந்து செல்ல வேண்டும்.

ஆட்கொல்லிப் புலி திரிந்துகொண்டிருக்கும் பிரதேசத்தில் காடுகளினூடோ, மனித நடமாட்டமில்லாத சாலைகளிலோ பத்திரமாய்ச் செல்ல வேண்டும். மகா ஜாக்கிரதை வேண்டும்; அநேக நியமங்களைக் கண்டிப்பாய் அநுஷ்டிக்க வேண்டும். வேட்டையாடி ஒருவன் புலியை அடிக்கடி வேட்டையாடினால் தான், வேட்டையாடியின் புலன்களெல்லாம் போதிய அளவு விழிப்போடிருக்கும்; அந்த நியமங்களையும் அவன் கண்டிப் பாய்ப் பின்பற்றுவான். இல்லாவிட்டால் சுலபமாய்ப் புலிக்கு இரையாக வேண்டியதுதான்.

"உங்கள் முகாமிலே பல ஆட்கள் இருப்பார்கள்; அவர்களில் சிலரைக் கூட்டிவர முடியாதா? ஏன் தன்னந்தனியே நடக்க வேண்டும்?" என்று வாசகர்கள் கேட்கக்கூடும். இயற்கையான கேள்விதான். இதற்கு நான் சொல்லக்கூடிய பதில்: துணைவர் கள் வந்தால் முதலாவதாக, வேட்டையாடிக்கு அஜாக்கிரதை உண்டாகிவிடுவதோடு துணைவர்களையே மித மிஞ்சிச் சார்ந்திருக்கத் தோன்றிவிடும். இரண்டாவதாக, வேங்கையை எதிர்கொள்ளும்போது தன்னந்தனியே இருந்தால்தான் அதைச் சுடுவதற்கு நல்ல வாய்ப்புக் கிடைக்கும்.

அடுத்த நாள் காலையில், கிராமத்தை நான் நெருங்கும் போது ஒரு கூட்டம் என் வருகையை எதிர்பார்த்து ஆவலுடன் காத்திருக்கக் கண்டேன். காது கேட்கக்கூடிய தூரத்தில் அவர் களருகே நான் சென்றதும், எனக்கு நல்ல ஒரு சேதியை அவர்கள் சொன்னார்கள். முதல் நாள் இரவு ஓர் எருமையை வேங்கை கொன்றுவிட்டதாம். எருமையைக் கிராமத்திலேயே அது கொன்றிருக்கிறது. பிறகு மலை முகட்டோடு கொஞ்ச தூரம் இழுத்துச் சென்றிருக்கிறது. அப்புறம் குறுகலான ஆழமான மரஞ்செடிகள் மிக அடர்ந்த குன்றின் வடக்குமுகப் பள்ளத் தாக்குக்குக் கொண்டு சென்றிருக்கிறது.

மலைமுகட்டின் மேலே துருத்திக்கொண்டிருந்த ஒரு பாறையின்மீது நின்றுகொண்டு, அந்தப் பள்ளத்தாக்கை வெகுஜாக்கிரதையாகக் கவனித்தேன். செங்குத்தான குன்றில்

வேங்கை எருமையை இழுத்துச் சென்ற சுவட்டைத் தொடர்ந்து செல்வது உசிதமல்ல என்று முடிவு செய்தேன். சுவட்டைவிட்டு வெகுதூரம் சுற்றி வளைத்துக்கொண்டு, பள்ளத்தாக்கின் கீழ்முனைக்குப் போய், அங்கிருந்தே அதற்குள் புகுந்து மேலே ஏற வேண்டும். கொலையுண்ட எருமை எங்கே கிடக்குமென்று நான் எதிர்பார்த்தேனோ அந்த இடத்துக்கு இப்படித்தான் செல்ல வேண்டும்.

இந்தத் திட்டத்தை வெற்றிகரமாய் நிறைவேற்றி முடித்தேன். உச்சிப்பகல் நேரத்தில் அந்த இடத்துக்குப் போய்ச் சேர்ந்தேன். மேலே இருந்தபடி அந்த இடத்தைக் குறித்து வைத்திருந்தேன். அங்கே பள்ளத்தாக்கு நூறு கஜ தூரம் தட்டையாயிருந்தது; அடுத்தாற்போல, குன்று முந்நூறு கஜதூரம் செங்குத்தாய் மேலே முகட்டை நோக்கி உயர்ந்திருந்தது. இந்தத் தட்டை நிலத்தின் மேல்முனையில்தான் எருமையையும் அதிர்ஷ்டம் இருந்தால் அதோடு வேங்கையையும் காணலாம் என்று நான் எதிர்பார்த்தேன். பள்ளத்தாக்கில் அடர்ந்த முள் புதர்களிலும் குட்டை மூங்கில் கொத்துக்களிலும் புகுந்து வெகுநேரம் வெகு கஷ்டப்பட்டு ஏறியதில், என் உடம்பெல்லாம் குளித்ததுபோல் வேர்த்துக் கொட்டியது. துப்பாக்கிச் சுடும் வேலையை, வேர்வை சொட்டும் கையோடு மேற்கொள்வது உசிதம் அல்ல. ஓரிடத்தில் கொஞ்சம் உட்கார்ந்து ஒரு சிகரெட்டைப் பற்றவைதது இளைப்பாறினேன்.

எனக்கு முன்னே வழவழப்பான பெரிய பாறைக்கற்கள் சிதறிக் கிடந்தன. அவற்றினூடே சின்னஞ்சிறு ஓடை ஒன்று வளைந்து வளைந்து சென்றது. அதில் நடுநடுவே ஸ்படிகம் போல் படிந்த நீர்க்குட்டைகள் பல உருவாகியிருந்தன. ரப்பர் ஜோடு அணிந்திருந்த நான், இந்தப் பாறைகளுக்கு மேலே போவதுதான் ஏற்றது. கொஞ்சம் காற்றுவாங்கி வேர்வை உலர்ந்ததும், எருமையைக் காணப் பதுங்கிப் பதுங்கிச் சென்றேன். அதன் பக்கத்திலேயே வேங்கை படுத்துத் தூங்கிக்கொண்டிருக்கும் என்று நினைத்தேன். முக்கால்வாசி தூரம் கடந்ததும், பரணிகள் நிறைந்த ஒரு கரையில் எருமை கிடப்பதைக் கண்டேன். குன்று செங்குத்தாய் முகட்டுக்குக் கிளம்புகிற இடத்துக்கு எண்பது அடிக்கு இப்பால் அந்தக் கரை இருந்தது. வேங்கை கண்ணில் படவில்லை. எருமை கிடந்த மட்டத்துக்குச் சரியாக நிமிர்ந்து, தட்டையான பாறை ஒன்றின்மீது நின்றுகொண்டேன். கண்ணுக்குப் புலப்பட்ட ஒவ்வோர் அங்குலத்தையும் அலசி ஆராய்ந்தேன்.

தலைக்கு மேலே அபாயம் காத்திருந்தால், அது என்னவோ முன்னதாகவே நம் மனத்தில் பட்டுவிடுகிறது. இது பிரசித்தம்;

ருசுவான விஷயம். எனவே இதைப் பற்றி விளக்கம் தேவை யில்லை. மூன்று அல்லது நான்கு நிமிஷ நேரம் நான் சற்றும் அசையாது நின்றுகொண்டிருந்தேன். அபாயம் காத்திருப்பதாக எனக்கு ஏதும் எண்ணமே எழவில்லை. அப்புறம், என்னவோ திடீரென்று எனக்கு ஒரு விழிப்பு ஏற்பட்டது; வேங்கை மிக அருகில் இருந்துகொண்டு என்னைப் பார்ப்பதாகத் தோன்றியது. தலைக்குமேலே அபாயம் வரக் காத்திருக்கிறது என்று எனக்கு ஏற்பட்ட உணர்ச்சியைப் போலவே வேங்கைக்கும் அந்த உணர்ச்சி ஏற்பட்டு அது விழித்துக்கொண்டது. என்முன்னே இடது பக்கத்தில் தட்டையான நிலப்பகுதி ஒன்றில் அடர்த்தி யான புதர்கள் வளர்ந்திருந்தன. இவை பதினைந்துக்கு மேல் இருபதடி தூரத்துக்குள் இருந்தன. எருமை கிடந்த இடத்துக்கும் இதே தூரத்தில்தான் இவை இருந்தன. இந்தப் புதர்களின் மீது என் கவனம் குவிந்தது. சட்டென்று இந்தப் புதர்கள் மெல்லக் கிளர்ந்து அசைந்தன. அடுத்த கணத்தில் குன்றின் செங்குத்தான பக்கத்திலே மேல்நோக்கி வேங்கை முழு வேகத் துடன் ஓடுவதைக் கண்டேன். ரைஃபிளை எடுத்து அதை நோக்கித் திருப்புமுன், அது கொடி மூடிய ஒரு மரத்துக்கு பின் மறைந்துவிட்டது. நூற்று எண்பது அடி தூரத்துக்கு அப்பால் வேங்கை போய்விட்ட பிறகுதான், அதை நான் மறுபடியும் பார்க்க முடிந்தது. அப்போது அது ஒரு பாறை மீது பாய்ந்தேறியது. நான் சுட்டேன். உடனே அது மல்லாக்க விழுந்து உறுமிக் கொண்டே குன்றின் அடிக்கு உருண்டு வந்தது; புலியோடு பெருங்கற்குவியல் ஒன்றும் புரண்டு வந்தது. வேங்கைக்கு முதுகு ஒடிந்துவிட்டது என்று நான் முடிவு செய்தேன். 'வேங்கை ஒரு பந்துபோல் சுருண்டு என் காலடியில் வந்து விழுமே, அப்போது என்ன செய்வது?' என்று நான் யோசித்துக் கொண்டே யிருக்கையில், உறுமல் நின்றது. வேங்கை மகா வேகமாய்க் குன்றின் பக்கம் குறுக்கே ஓடியது. இது எனக்கு ஒருபக்கம் கவலையைப் போக்கியது; மறுபக்கம் ஏமாற்றமும் தந்தது. வேங்கைக்குக் காயம் ஒன்றும் ஏற்படவில்லை என்று தோன்றியது. இப்போது அது ஓடுகையில் மின்னல்போல் சிறிது சிறிதுதான் கண்ணில் தென்பட்டது. எனவே சுட்டுப் பயனில்லை. காய்ந்த சில மூங்கில் மரங்களுக்குள்ளே புகுந்து குன்றைச் சுற்றி, அடுத்த பள்ளத்தாக்குக்கு வேங்கை பாய்ந்தோடி மறைந்துவிட்டது.

எழுபத்தைந்து டிகிரி கோணத்தில் துப்பாக்கியை உயர்த்தி நான் சுட்டேன். அந்தக் குண்டு வேங்கையின் இடது முன்னங் கால் சப்பையில் பட்டு, 'விசித்திர எலும்பு' (ஃபன்னி போன்) என்பார்களே அதில் ஒரு சில்லைப் பெயர்த்திருக்கிறது. பிறகு குண்டு அப்பால் சென்று பாறையில் பட்டுத் திரும்பிவந்து, வேங்கையின் தாடையைப் பலமாகத் தாக்கியிருக்கிறது. இதை

யெல்லாம் பின்னால் நான் கண்டுபிடித்தேன். இரண்டு காயமும் மிகவும் வேதனை தரத்தான் தந்திருக்கும். ஆயினும், இரண்டில் எதுவும் வேங்கையைக் கொல்லக்கூடியதாக இல்லை. இந்தக் காயங்களால் ஏற்பட்ட லேசான ரத்தச் சுவட்டைப் பின்பற்றி அடுத்த பள்ளத்தாக்குக்குள் சென்றேன். அடர்த்தியான முட்புதர் ஒன்றுக்குள் இருந்துகொண்டு வேங்கை உறுமியதைக் கேட்டது தான் மிச்சம். அந்தப் புதருக்குள் நுழைவது தற்கொலைக்கொப் பாகும்.

நான் சுட்ட சப்தம் கிராமத்திலே கேட்டிருக்கிறது. மலை முகட்டில் ஆட்கள் கூட்டம் ஒன்று என்னை எதிர்பார்த்து ஆவலுடன் காத்திருந்தது. நான் எவ்வளவோ ஜாக்கிரதையாகத் திட்டமிட்டு எவ்வளவோ எச்சரிக்கையாகப் பதுங்கிச்சென்றும் பலனில்லாது போனதில், எனக்குப் பெரிய ஏமாற்றம்; அந்த ஆட்களுக்கோ என்னைவிடப் பெரிய ஏமாற்றம்.

அடுத்த நாள் காலையில் எருமையைப் போய்ப் பார்த்தேன். இரவில் வேங்கை திரும்பிவந்து எருமையைக் கொஞ்சம் தின்றிருந்தது. இதைப் பார்த்து மிகுந்த மகிழ்ச்சியுற்றேன். அதோடு பெருவியப்பும் அடைந்தேன். எருமை கிடந்த இடத் துக்குச் சமீபத்தில் மரம் ஒன்றும் இல்லை. இரவிலே ஆட் கொல்லிப் புலிக்காகத் தரையில் உட்கார்ந்து காத்திருக்கும் வழக்கத்தை முன்பு நான் கைக்கொண்டிருந்தேன். முந்தி ஒரு தடவை நேர்ந்த அநுபவத்திலிருந்து அதைக் கைவிட்டுவிட்டேன். எங்கே உட்கார்ந்து காத்திருப்பது என்று நான் இன்னும் தீர்மானிக்கவில்லை. இந்தச் சமயத்தில் வேங்கையின் குரல் சப்தம் கேட்டது. எந்தப் பள்ளத்தாக்கின் வழியாக நேற்று மேலே ஏறினேனோ அதில் கீழே சிறிது தூரத்திலிருந்து இந்தச் சப்தம் வந்தது. மிகவும் சௌகரியமான வழியில் வேங்கையைச் சுடக்கூடிய மிக நல்ல வாய்ப்பு ஒன்றை இந்தச் சப்தம் எனக்கு அளித்தது. வேட்டையாடி இரண்டு நிலைமைகளில் வேங்கை யைக் கத்தி அழைக்கலாம். (1) வேங்கை துணையைத் தேடித் திரியும்போது; (2) லேசான காயம் அடைந்திருக்கும்போது வேட்டையாடி அதை ஏமாற்றும் அளவு நன்றாய் கத்த வேண்டும் என்பதைச் சொல்லத் தேவையில்லை. வேங்கை சகஜமாய் வரக்கூடிய ஓர் இடத்திலிருந்து வேட்டையாடியின் குரல் கிளம்ப வேண்டும். அடர்த்தியான புதர் அல்லது கனமாய் வளர்ந்த புல்வெளி இவற்றிலிருந்து அது கிளம்பலாம். வேங்கை மிக நெருங்கி வந்த பிறகே அதைச் சுட, வேட்டையாடி தயாராயிருக்க வேண்டும். லேசான காயம்பட்டிருக்கும் வேங்கையை அழைத்தால் அது வருமா என்று பல வேட்டை யாடிகளுக்குச் சந்தேகம் இருக்கலாம். தாங்களே அதைப் பரீட்சித்துப் பார்க்கும்வரையில் இதைப் பற்றி முடிவு சொல்ல

வேண்டாம் என்று அவர்களை நான் கேட்டுக்கொள்கிறேன். இந்த வேங்கை நான் கொடுத்த ஒவ்வொரு குரலுக்கும் பதில்குரல் கொடுத்தது என்றாலும் கிட்டவரவில்லை. முதல்நாள் வேங்கைக்குத் துர்ப்பாக்கியமான அநுபவம் நேர்ந்த இடத்தில் இருந்துகொண்டு நான் குரல் கொடுத்ததுதான் இது பலிக்காமல் போனதற்குக் காரணம் என்று நினைத்துக் கொண்டேன்.

முடிவாக ஒரு மரத்தை நான் தேர்ந்தெடுத்தேன். மிகவும் செங்குத்தான ஒரு கரையின் விளிம்பு முனையில் அது வளர்ந் திருந்தது. தரையிலிருந்து சுமார் எட்டடி உயரத்தில் சௌகரிய மான ஒரு கிளை அதில் இருந்தது.

பாறைகள் சிதறிக்கிடந்த ஒரு மலைச்சந்தின் வழியாகத் தான் மேலே வேங்கை வரும் என்று நான் எதிர்பார்த்தேன். இந்த மரக் கிளையில் நான் உட்கார்ந்திருந்தால், இந்த மலைச் சந்துக்கு முப்பதடி உயரத்தில் நேர் மேலே இருப்பேன். மரம் எது என்று தீர்மானமாகிவிட்டது. குன்றுமுகட்டுக்குத் திரும்பி னேன். காலை உணவை எடுத்துக்கொண்டுவந்து என்னைச் சந்திக்கும்படி அங்கே என் ஆட்களுக்குக் கட்டளையிட்டேன்.

மாலை நாலு மணிக்கெல்லாம் மரக்கிளையில் நான் சௌகரியமாய் உட்கார்ந்துகொண்டேன். வெகு நேரம் சிரமப் பட்டு உட்கார்ந்து காத்திருக்கத் தயாராக இருந்தேன். என் ஆட்களை விட்டு வருவதற்கு முன், “நாளைக் காலையில் இங்கே வந்து ‘கூஉஉ’ என்று குரல் கொடுங்கள். சிறுத்தை போல் நான் பதில்குரல் கொடுத்தால், நீங்கள் அப்படியே அசையாது உட்கார்ந்திருக்க வேண்டும். நான் பதில் குரல் கொடுக்கா விட்டால், கிராமத்துக்குப் போய் எத்தனை கிராமவாசிகளைத் திரட்டி வர முடியுமோ அத்தனை பேரையும் திரட்டி வந்து இரண்டு கோஷ்டிகளாகப் பிரிந்து பள்ளத்தாக்கின் இரண்டு பக்கங்களிலுமிருந்து கத்திக்கொண்டும் கல்லை விட்டெறிந்து கொண்டும் கீழே வரவேண்டும்” என்று அவர்களிடம் கூறி விட்டு வந்தேன்.

மரத்தின் மீது எந்த நிலையிலும் தூங்கும் பழக்கத்தை நான் பயின்றிருந்தேன். எனக்கோ நல்ல களைப்பு. எனவே, மாலைநேரத்தைச் சிரமப்பட்டுக் கழிக்கவேண்டிய தேவை ஏற்படவில்லை. அஸ்தமனச் சூரியன் எனக்கு மேலேயுள்ள குன்றின் உச்சியில் நழுவிக்கொண்டிருந்தபோது, ஒரு மந்தி அபாயக்குரல் கொடுத்ததால் முழு விழிப்படைந்தேன். மந்தி இருக்குமிடத்தை உடனே நிதானித்தேன். பள்ளத்தாக்கின் மறுபக்கத்தில் ஒரு மரத்தின் உச்சியில் அது உட்கார்ந்திருந்தது. நான் இருக்கும் திசையை அது நோக்கியதால், என்னை ஒரு சிறுத்தை என்று தவறாக எண்ணிவிட்டது என்று முடிவு

செய்தேன். சற்று நேரத்துக்கொருதரம் அபாயக்குரல் மீண்டும் மீண்டும் கேட்டது. இறுதியிலே இருள் கவிந்ததும் அது ஓய்ந்து விட்டது.

மணிக்கணக்காய் என் காதையும் கண்ணையும் வருத்திக் கூர்மையாய்க் கவனித்துக்கொண்டிருந்தேன். கடைசியில் திடீரென்று குன்றின் பக்கத்தில் ஒரு கல் உருண்டு கீழே வந்து என் மரத்தைத் தாக்கி என்னைத் திடுக்கிடச் செய்தது. கல்லுக்குப் பின்னாலே கனத்து மிருதுவான பாதம் உள்ள ஒரு விலங்கு அடியெடுத்து வைக்கும் அரவம் கேட்டது. வேங்கைதான்; சந்தேகமில்லை. பள்ளத்தாக்கின் மேலே இந்தத் திசையில் வேங்கை வந்தது ஏதோ தற்செயலான நிகழ்ச்சி என்று முதலில் எண்ணி ஆறுதலடைந்தேன். ஆனால் இந்த எண்ணம் வெகு சீக்கிரத்திலேயே சிதைந்தது. வேங்கை என் முதுகுப் பக்கத்தில் மிக அருகே இருந்துகொண்டு தாழ்ந்த குரலில் கனமாக உறுமியது. நான் காலை உணவைச் சாப்பிட்டுக்கொண்டிருந்தபோது பள்ளத்தாக்குக்கு வேங்கை வந்திருக்கிறது என்று நன்றாய்த் தெளிவாயிற்று. அப்படியே குன்றில் எங்கேயோ தங்கியிருக்கிறது. நான் மரத்தின்மீது ஏறியதை அங்கிருந்தபடி கவனித்திருக்கிறது. பின்னால் அதை அங்கே மந்தி கவனித்திருக்கிறது. இப்படியும் ஒரு நிலைமை ஏற்படும் என்று நான் எதிர்பார்க்கவேயில்லை. இதை மிகவும் ஜாக்கிரதையாகச் சமாளிக்க வேண்டும். பகல் வெளிச்சம் இருந்த வரையில் மரக்கிளை சௌகரியமான ஆசன மாக இருந்தது. ஆனால் இருட்டில் என் நிலையைச் சற்று மாற்றிக்கொள்ளவும் அதில் வசதியில்லை. ஆகாயத்திலே நான் சுட்டிருக்கலாம். ஆனால், மிக நெருங்கியிருந்த ஒரு வேங்கையை விரட்டுவதற்காக முன்பு ஒரு தரம் இப்படிச் சுட்டதால் ஏற் பட்ட பயங்கரமான விளைவுகளை நான் கண்டிருக்கிறேன். ஆகவே, இந்த முறையை இப்போது பின்பற்ற விரும்பவில்லை. தவிர, என்னிடமிருந்த 400/450 ரைஃபிளை இவ்வளவு கிட்ட இருந்து சுட்டால் வேங்கை என்னைத் தாக்காவிட்டால்கூட, இந்தப் பிரதேசத்தைவிட்டே ஓடிப்போய்விடும்; நான் பட்ட பாடெல்லாம் வீணாய்ப்போகும்.

வேங்கை எழும்பிப் பாயாது என்று எனக்குத் தெரியும். அப்படிப் பாய்ந்தால், நேர்கீழே முப்பதடி தூரத்தில் உள்ள பாறையில்தான் போய்விழும். ஆனால், அது எழும்பிப் பாய வேண்டிய தேவையே இல்லை. பின்னங்கால்களை ஊன்றி நிமிர்ந்து நின்றாலே, சுலபமாய் என்னைப் பிடித்துவிடலாம். என் மடியிலிருந்து ரைஃபிளைத் தூக்கித் திருப்பி, அதன் குழலை இடது புஜத்துக்கும் விலாவுக்கும் இடையிலே நுழைத்துக் குழல்வாயைக் கீழே தாழ்த்தினேன். இதேசமயம் பத்திரத் தாழை மேலே தள்ளினேன். இந்த இயக்கத்தைக் கண்ட வேங்கை

முன் உறுமியதையெல்லாம்விடக் கனமாக உறுமியது. இப்போது வேங்கை என்னை எட்டிப் பிடிக்கவந்தால், ரைஃபிளில் மோதியாக வேண்டும். அதன் குதிரைமீது என் விரல்கள் கவிந்து வளைந்திருக்கின்றன. ரைஃபிளில் மோதும் வேங்கையை நான் சுட்டுக்கொல்லத் தவறினால்கூட, வேட்டைக் கேட்டு வேங்கை அடையும் கலவரத்தில், நான் மரத்தின் மேல் இன்னும் உயரமாக ஏறிக்கொள்ள நல்ல வாய்ப்பு ஏற்படும். நேரம் மெதுவாய் நகர்ந்து கொண்டிருந்தது. குன்றின் பக்கம் பதுங்கி நடந்து உறுமிக்கொண்டேயிருப்பதில் நேரம் செல்லச் செல்ல வேங்கை சலிப்புற்று, என் இடது பக்கமாக ஒரு சிறிய மலைச் சந்துக்கு குறுக்கே பாய்ந்தது. சில நிமிஷ நேரத்துக்கெல்லாம் எருமையின் எலும்பு ஒன்று முறிபடும் சப்தம் கேட்டது. எனக்கு இது களிப்பூட்டியது. என் அசௌகரியமான நிலையைவிட்டுக் கடைசியாக நான் வசதியாய் மாறி உட்கார்ந்தேன். எருமை கிடந்த திசையிலிருந்து வந்த சப்தத்தைத் தவிர, இரவின் மீதி நேரமெல்லாம் வேறு சப்தமே இல்லை.

சூரியன் உதித்துச் சில நிமிஷநேரம் ஆயிற்று. பள்ளத்தாக்கில் இன்னமும் ஆழ்ந்த நிழலே சூழ்ந்திருந்தது. இந்தச் சமயத்தில் குன்று முகட்டிலிருந்து ‘கூஉஉ’ என்று என் ஆட்கள் குரல் கொடுத்தார்கள். உடனே வேங்கை என் இடதுபக்கமாகக் குன்றின் மேல்நோக்கிக் குறுக்கே பாய்ந்தோடியதைக் கண்டேன். வெளிச்சமோ சரியாயில்லை. இரவெல்லாம் வருத்தி விழித்த கண். இந்த நிலையில் சுடுவது மிகவும் கஷ்டம். இருந்தாலும் சுட்டேன். குண்டு சரியாய்ப் பாய்ந்தது கண்டு திருப்தியாயிருந்தது. வேங்கை பெரிய உறுமலுடன் நேரே என் மரத்தை நோக்கி வந்தது. அது என்னை நோக்கி எழும்பிப் பாய முயன்ற சமயத்தில் இரண்டாவது குண்டைச் சுட்டேன். வேங்கையின் மார்பில் அந்தக் குண்டு தாக்கியது. கனமான குண்டு தாக்கியதால் வேங்கையின் பாய்ச்சல் குறி தவறியது. வேங்கை எனக்குச் சிறிது கீழே மரத்தில் வந்து மோதிப் பந்துபோல் பின்னே சாய்ந்து கீழே உள்ள பள்ளத்தாக்கில் தலைகுப்புறப் போய் விழுந்தது. முன்னே குறிப்பிட்ட சிறு குட்டைகளில் ஒன்று குறுக்கிட்டு வேங்கையின் வீழ்ச்சியைத் தடுத்து நிறுத்தியது. குட்டையிலிருந்து தட்டுத் தடுமாறி எழுந்த வேங்கை, தள்ளாடித் தள்ளாடிக் கீழே பள்ளத்தாக்கில் போய்க் கண்ணுக்குத் தெரியாமல் மறைந்தது. குட்டை நீரில் ரத்தம் கலந்து அதைச் சிவப்பாக்கி விட்டது.

கடினமான மரக்கிளையில் பதினைந்து மணிநேரம் உட்கார்ந்திருந்ததால், என் உடம்புத் தசைகளெல்லாம் மரத்துப் போயின. காலாலும் கையாலும் மரத்தைக் கட்டியபடி கீழே இறங்கினேன். மரத்தின்மீது பெரும் பெரும் கட்டிகளாய்

வேங்கையின் ரத்தம் படிந்திருந்தது. அந்த ரத்தமெல்லாம் என் துணிகளில் பட்டு அவற்றைக் கறைப்படுத்திவிட்டது. விறைத்துப் போன என் அங்கங்களைப் பிடித்துவிட்டுக்கொண்டேன். அப்புறந்தான் வேங்கையை நான் தொடர முடிந்தது. பள்ளத் தாக்கில் சிறிது தூரமே வேங்கை சென்றிருந்தது. அங்கே ஒரு பாறையின் அடியில் இருந்த மற்றொரு குட்டையில் அது செத்துக் கிடந்ததைக் கண்டேன்.

மலைமுகட்டில் கூடியிருந்த ஆட்கள், என் துப்பாக்கிச் சத்தத்தையும் வேங்கையின் உறுமலையும் அதைத் தொடர்ந்து இரண்டாவது வேட்டையும் கேட்டிருக்கிறார்கள். என் கட்டளைக்கு மாறாக, உடனே ஒரே கூட்டமாய்க் குன்றின் கீழே இறங்கி வந்திருக்கிறார்கள். ரத்தம் படிந்த மரத்தையும் அந்த மரத்தடியில் கிடந்த என் தொப்பியையும் கண்டிருக் கிறார்கள். வேங்கை என்னைத் தூக்கிச் சென்றுவிட்டது என்று இதன்மேல் முடிவு செய்துவிட்டார்கள். இது இயற்கைதான். அவர்கள் அலறிப் புடைத்துக்கொண்டு கூச்சல் போட்டார்கள். அந்தக் கூச்சலைக் கேட்டு, அவர்களை நான் கூப்பிட்டேன். மீண்டும் பள்ளத்தாக்கின் கீழே அவர்கள் ஓடி வந்தார்கள். ரத்தக்கறை படிந்த என் துணிகளைக் கண்டதும் அவர்கள் பயந்து போனார்கள். எனக்கு ஒன்றும் காயம் இல்லையென்றும் என் துணியில் உள்ள ரத்தம் என்னுடையதல்ல என்றும் அவர்களுக்கு உறுதி கூறினேன். ஒரு நிமிஷத்துக்கெல்லாம் கூட்டமாக வேங்கையை அவர்கள் சூழ்ந்துகொண்டார்கள். உறுதியான இளம் மரப்போத்து ஒன்றை வெட்டி, அதில் வேங்கையைக் கொடிகளால் கட்டினார்கள். மிகுந்த சிரமத் துடன் பெருங்கோஷமிட்டுக்கொண்டு, செங்குத்தான குன்றின் மீது அதைச் சுமந்து ஏறிக் கிராமத்துக்குச் சென்றார்கள்.

நகரங்களுக்கு வெகுதூரத்தில் உள்ள இடங்களில் ஆட் கொல்லிப் புலிகள் நெடுங்காலமாய் நிலைபெற்று அட்டூழியும் புரிகின்றன. அப்படிப்பட்ட இடங்களில் பல வீரச் செயல்கள் நிகழ்கின்றன. அவற்றை என்னவோ தினம் நடக்கக்கூடிய சர்வ சாதாரண நிகழ்ச்சிகளாக மக்கள் நினைத்துவிடுகிறார்கள். வெளி உலகத்தவர் அந்த வீரச் செயல்களைப் பற்றிக் கேள்விப் படவே வழியில்லை. கண்டா ஆட்கொல்லிப் புலி கடைசியாகக் கொன்ற ஆள் சம்பந்தப்பட்ட அத்தகைய வீரச்செயல் ஒன்றை இங்கே எழுதிவைக்க நான் விரும்புகிறேன். அந்தத் தாக்குதல் நடந்த இடத்துக்கு அது நிகழ்ந்த சிறிது காலத்துக்குள் நான் போய்ச் சேர்ந்தேன். கிராமத்தார் பல தகவல்களை எனக்குச் சொன்னார்கள். சம்பவம் நிகழ்ந்த இடத்தை இடைக்காலத்தில் யாரும் கலைக்கவில்லை. அதை நான் ஜாக்கிரதையாகப் பரிசீலனை செய்தேன். இந்த விவரங்களைக்கொண்டு உங்களுக்கு

ஒரு வரலாற்றைச் சொல்லுகிறேன். அதன் ஒவ்வோர் அம்சமும் உண்மை என்பது என் நம்பிக்கை.

கண்டா ஆட்கொல்லிப் புலியை நான் கொன்ற கிராமத்தில் ஒரு முதியவனும் அவனுடைய ஒரே மகனும் வசித்து வந்தார்கள். தகப்பன் 1914 – 18 யுத்தத்தில் ராணுவ சேவை செய்தான். ராயல் கட்வால் ரைஃபிள் படையில் தன் மகனைச் சேர்த்துவிட வேண்டும் என்று அவனுக்கு ஆசை. விறுவிறுப்பும் பரபரப்பும் இல்லாத சமாதான காலத்தில் இது ஒன்றும் அவ்வளவு சுலபமான காரியம் அல்ல. அப்போது ராணுவத்தில் அதிகமாய் வேலை காலியிருப்பதில்லை. ஏராளமான பேர் மனுப் போட்டிருப்பார்கள். பையனுக்குப் பதினெட்டு வயசான சில நாளைக்கெல்லாம், லாண்ஸ்டவுன் நகரத்துக் கடைத்தெருவுக்கு இந்தக் கிராமத்தின் வழியாக ஒரு கோஷ்டி ஆட்கள் சென்று கொண்டிருந்தார்கள். இந்தப் பையனும் அவர்களுடன் சேர்ந்துகொண்டான். லாண்ஸ்டவுனுக்குப் போய்ச் சேர்ந்ததும், அங்கே ராணுவத்துக்கு ஆள் சேர்க்கும் காரியாலயத்தில் போய் ஆஜரானான். ராணுவத் தோரணையில் எப்படிச் சலாம் வைக்க வேண்டும் என்பதையும் ஆள் சேர்க்கும் அதிகாரியின் முன்னிலையில் எப்படி நடந்துகொள்ள வேண்டும் என்பதையும் மகனுக்குத் தகப்பன் திட்டமாய்ச் சொல்லிக் கொடுத்திருந்தான். இதனால் அதிகாரி இந்தப் பையனைத் தயக்கமின்றி ஏற்றுக்கொண்டார். பதிவுப் புத்தகத்தில் இவனுடைய பெயரைப் பதிந்த பிறகு, இவனுக்குப் பயிற்சி அளிப்பதற்கு முன் தன் வீடு சென்று தன் சொந்தச் சாமான்கள் சிலவற்றை வைத்துவிட்டு வருவதற்காக அனுமதி அளித்தார்.

இவன் ஊரைவிட்டுப் புறப்பட்டுச்சென்ற ஐந்து நாளைக்குப் பின் ஒரு நாள் உச்சிப்பகல் வேளையில் வீட்டுக்குத் திரும்பி வந்துசேர்ந்தான். என்ன சேதி என்று விசாரிப்பதற்காகப் பல நண்பர்கள் வந்து கூடினார்கள். கிராமத்தின் எல்லைக் கோடியில் உள்ள இவர்களுடைய சிறு நிலத்தை இவனுடைய தகப்பன் உழுதுகொண்டிருப்பதாகவும் அஸ்தமிக்குமுன் அவன் திரும்பி வரமாட்டான் என்றும், அந்த நண்பர்கள் இவனுக்குத் தெரிவித்தார்கள். (கருநாகத்தை நான் கொன்றபோது புலியின் பாதச் சுவடுகளை நான் கண்ட அதே நிலந்தான் இது.)

தங்கள் ஆடு, மாடுகளுக்குத் தீனி திரட்டிப் போடுவது பையனின் வேலைகளில் ஒன்று. பக்கத்து வீடு ஒன்றில் பையன் நடுப்பகல் உணவைச் சாப்பிட்டான். பிறகு இருபது பேர் அடங்கிய ஒரு கோஷ்டியுடன் சேர்ந்துகொண்டு தழைபறிக்கப் புறப்பட்டான்.

நான்தான் ஏற்கனவே சொல்லியிருக்கிறேனே, கிராமம் ஒரு மலைமுகட்டில் இருக்கிறது; கிராமத்தைக் காடுகள் சூழ்ந் திருக்கின்றன. இந்தக் காடுகளில் புல் அறுத்துக்கொண்டிருந்த இரண்டு பெண்களை ஆட்கொல்லிப் புலி ஏற்கனவே கொன்றிருக் கிறது. எனவே, கிராமத்தைச் சுற்றி நிற்கும் மரங்களில் பறித்த தழைகளை தீவனமாய்ப் போட்டே பல மாதகாலமாய் ஆடு மாடுகளை இந்தக் கிராமத்தினர் காப்பாற்றி வந்திருக்கிறார்கள். ஒவ்வொரு நாளும் முந்திய நாளைவிட அதிக தூரம் சென்று, ஆட்கள் தங்களுக்குத் தேவையான தழையைப் பறிக்க வேண்டி யிருந்தது. குறிப்பிட்ட இந்த நாளில் இருபத்தொரு பேர் அடங்கிய இந்தக் குழு பயிர் நிலத்தைக் கடந்து செங்குத்தான பாறைக்குன்று ஒன்றின் கீழே கால் மைல் தூரம் சென்று பள்ளத்தாக்கை அடைந்திருக்கிறது. இந்தப் பள்ளத்தாக்கு அடர்த்தியான ஒரு காட்டுக்குள் புகுந்து கிழக்குத்திசையில் எட்டு மைல் தூரம் செல்கிறது. அங்கே திக்காலா காட்டுப் பங்களாவுக்கு எதிரே ராம்கங்கா நதி வரை செல்கிறது.

பள்ளத்தாக்கின் தலைப்பில் தரை ஓரளவு தட்டையா யிருக்கிறது. அதில் பெரிய மரங்கள் நிறைய வளர்ந்திருக் கின்றன. அங்கே ஆட்கள் பிரிந்து அவரவருக்கு இஷ்டமான மரத்தில் ஏறிக்கொண்டார்கள். தேவையான அளவு தழை பறித்த பிறகு இறங்கினார்கள். அதற்கென்று கையில் கொண்டு வந்திருந்த கயிற்றால் தழைகளைக் கட்டினார்கள். இருவர் இருவராகவோ மூவர் மூவராகவோ சேர்ந்து கிராமத்துக்குத் திரும்பினார்கள்.

ஆட்கள் குன்றிலிருந்து கீழே இறங்கியபோது, தங்களைத் தைரியப்படுத்திக்கொள்வதற்காகவும் புலியை மிரட்டி விரட்டு வதற்காகவும் உச்சக்குரலில் பேசிக்கொண்டே சென்றிருக் கிறார்கள். பிறகு மரங்களில் ஏறியிருந்தபோது, ஒருவருக்கு ஒருவர் உரக்கக் கூச்சலிட்டுப் பேசியிருக்கிறார்கள். இப்போ தெல்லாம் பள்ளத்தாக்கில் அரை மைல் தூரம் கீழே அடர்த்தி யான புதர் ஒன்றுக்குள் வேங்கை ஒளிந்து படுத்திருந்திருக்கிறது. ஆட்கள் இறங்கியபோதோ மரங்கள் மீதிருந்தபோதோ பேசிய குரல் அதற்குக் கேட்டிருக்கிறது. உடனே அது தன் மறைவிடத்தை விட்டு வெளியே வந்திருக்கிறது. அந்தப் புதர் மறைவில் நாலு நாளைக்கு முன் கடமான் ஒன்றை அது கொன்று தின்றிருக் கிறது. புதரைவிட்டு வெளியேறிய வேங்கை, ஒரு ஓடையைக் கடந்து, பள்ளத்தாக்கு முழுவதும் நீண்ட கால்நடைத்தடம் ஒன்றின் வழியே ஆட்களிருக்கும் திசையில் விரைந்து வந்திருக் கிறது. (எந்த இடமாயிருந்தாலும் சரிதான்; அதில் வேங்கை நடந்த குறிகள் இருக்குமானால், முன்னங்கால் பாதச் சுவடு

களுக்கும் பின்னங்கால் சுவடுகளுக்கும் உள்ள இடைவெளியைக் கொண்டு அதன் வேகத்தை எளிதில் நிர்ணயித்துவிடலாம்.)

என் கதைக்குரிய பையன், தன் ஆடுமாடுகளுக்குத் தழை பறிக்க ஓர் ஆச்சா மரத்தைத் தேர்ந்தெடுத்திருக்கிறான். கால் நடைத் தடத்துக்கு அறுபது அடி மேலே இந்த மரம் நின்றது. இதன் மேற்புறக்கிளைகள் ஒரு சிறிய மலைச்சந்துக்கு மேலே வளைந்திருந்தன. அந்த மலைச்சந்துக்குள் இரண்டு பெரிய பாறைகள். கால்நடைத் தடத்தின் ஒரு வளைவுக்கு வந்த வேங்கை, மரத்தின் மீதிருந்த பையனைப் பார்த்திருக்கிறது. சற்று நேரம் அவனையே கவனித்துக்கொண்டிருந்துவிட்டு, தடத்தைவிட்டு அப்பால் சென்றிருக்கிறது. அங்கே மலைச் சந்துக்குச் சுமார் முப்பது கஜ தூரத்தில் கீழே விழுந்துகிடந்த இலவமரம் ஒன்றுக்குப் பின்னால் போய் ஒளிந்திருக்கிறது. பையன் வேண்டிய தழையையெல்லாம் பறித்துவிட்டு மரத் திலிருந்து இறங்கித் தழையைக் கட்டுவதற்கு ஆயத்தமாகக் குவித்திருக்கிறான். திறப்பான தட்டைநிலத்தில் தழையைக் குவித்தவரைக்கும் ஓரளவு அவனுக்குப் பத்திரம்தான். அவன் தறித்த இரண்டு தழைக்கிளைகள், மலைச்சந்தில் உள்ள இரண்டு பெரிய பாறைகளுக்கும் இடையே கிடப்பதைத் துரதிருஷ்ட வசமாக அவன் பார்த்திருக்கிறான். அவற்றை எடுத்து வரு வதற்காக மலைச்சந்துக்குள்ளே அவன் புகுந்தவுடனே, அவனுடைய விதி முடிந்தது. கண்ணுக்கு அவன் மறைந்ததும், வேங்கை தன் இலவ மர மறைவிடத்தைவிட்டு மெல்லப் பதுங்கி வந்து மலைச்சந்தின் முனையை அடைந்திருக்கிறது. தழைக் கிளைகளைக் கையில் எடுக்க அவன் கீழே குனிந்தபோது, அவன்மீது பாய்ந்து அவனைக் கொன்றிருக்கிறது. மற்ற ஆட்கள் மரங்களின் மீது இருந்தபோதே கொன்றதா, அவர்கள் எல்லாம் போன பிறகு கொன்றதா என்பதை என்னால் தீர்மானிக்க முடியவில்லை.

பையனின் தகப்பன் மாலையில் வீடு திரும்பியிருக்கிறான். ராணுவத்துக்குத் தன் மகனை அங்கீகரித்து விட்டார்கள் என்றும் சிறிய விடுமுறையில் லாண்ஸ்டவுனிலிருந்து மகன் வந்திருக் கிறான் என்றும் அயலார் சொன்ன மகிழ்ச்சியான செய்தியைக் கேள்விப்பட்டிருக்கிறான். பையன் எங்கே என்று விசாரித்திருக் கிறான். கால்நடைகளுக்குத் தீவனம் சேகரிப்பதற்காகப் பொழு திருக்கும்போதே அவன் வெளியே போனதாக அவர்கள் தெரிவித்தார்கள். பையனைக் கிழவன் வீட்டிலே இன்னும் காணவில்லை என்பதைக் கேட்டு ஆச்சரியப்பட்டார்கள். காளைகளைத் தொழுவத்தில் கிழவன் கட்டினான். பிறகு பையனைக் கண்டுபிடிக்க ஒவ்வொரு வீடாகப் போய்ப் பார்த்

ஜிம் கார்பெட்

திருக்கிறான். அன்று தழைபறிக்க வெளியே போன ஒவ்வொரு வரையும் ஒருவருக்குப் பின் ஒருவராய் விசாரித்திருக்கிறான். எல்லாரும் ஒரே கதையைத்தான் சொன்னார்கள். பள்ளத்தாக்கின் தலைப்பில் தாங்கள் பிரிந்துவிட்டதாகவும் அப்புறம் அவனைப் பார்த்ததாக எவருக்கும் ஞாபகம் இல்லை என்றுமே தெரிவித்தார்கள்.

அடுக்கடுக்காயிருந்த பயிர்நிலத்தைக் கடந்து, செங்குத்தான குன்றின் விளிம்புக்குத் தகப்பன் சென்றான். மீண்டும் மீண்டும் மகனைக் கூவியழைத்தான். பதில் இல்லை.

இந்நேரம் இரவு சூழத் தொடங்கியது. கிழவன் வீடு திரும்பினான். புகை படிந்து மங்கிய சிறு லாந்தர் ஒன்றை ஏற்றிக் கையில் எடுத்துக்கொண்டான். கிராமத்தினூடே நடந்தான். அண்டை அயலாரெல்லாம் கேட்ட கேள்விக்கு, "என் மகனைத் தேடிச்செல்கிறேன்" என்று பதிலளித்து, அவர்களைத் திகிலடையச்செய்தான். "ஆட்கொல்லிப் புலி இருப்பதை மறந்து விட்டாயா?" என்று அவர்கள் கேட்டார்கள். "ஆட்கொல்லிப் புலி இருப்பதால்தான், என் மகனைக் கண்டுபிடிக்க இவ்வளவு கவலையாயிருக்கிறேன். அவன் ஏதாவது மரத்திலிருந்து விழுந்து காயம்பட்டிருக்கலாம். நான் அழைத்ததற்குப் பதில் தந்தால் அதைக் கேட்டு ஆட்கொல்லிப் புலி எங்கே வந்து விடுமோ என்று அவன் பயந்திருக்கலாம்" என்று கிழவன் பதில் கூறினான்.

யாரையும் தனக்குத் துணை வரவேண்டும் என்று கிழவன் அழைக்கவுமில்லை; அப்படி வருவதாக யாரும் சொல்லவுமில்லை. அன்றிரவு முழுவதும் பள்ளத்தாக்கு எங்கும் மேலும் கீழும் நடந்து நடந்து மகனைத் தேடியிருக்கிறான். ஆட்கொல்லிப் புலி தோன்றியபிறகு எவரும் அடி எடுத்து வைக்கத் துணியாத பள்ளத்தாக்கு அது. கால்நடைத் தடத்தோடு அவன் செல்லும் போது, புலி படுத்து அவனுடைய மகனைத் தின்றுகொண்டிருந்த இடத்துக்குப் பத்தடி தூரத்தில், புலியை நாலுதடவை இரவிலே அவன் கடந்திருக்கிறான். பின்னால் இதை அவனுடைய காலடித்தடத்திலிருந்து கண்டேன்.

கருக்கல் வெளுக்கும் நேரத்தில், களைத்துச் சோர்ந்தவனாகப் பாறைக்குன்றின்மேலே சிறிது உயர ஏறி ஆயாசம் தீரக் கிழவன் உட்கார்ந்துகொண்டான். சூரியன் உதித்தபோது அந்த இரண்டு பெரிய பாறைகளுக்கும் இடையிலே ரத்தம் பளபளத்ததைக் கண்டான். விரைவாய்க் கீழே இறங்கினான். மகனின் உடம்பில் வேங்கை மீதியாக விட்டுச் சென்றிருந்த துண்டு துணுக்குகளை யெல்லாம் கண்டான். அவற்றைத் திரட்டி எடுத்துக்கொண்டு வீடு வந்துசேர்ந்தான்.

குமாயுன் புலிகள்

பொருத்தமான வைகுண்டசச்சல்லா ஒன்று தயாரித்தான். நண்பர்களின் உதவியோடு மண்டல் நதிக்கரை மயானத்தில் கொண்டுபோய் அந்தத் துண்டு துணுக்குகளைத் தகனம் செய்தான்.

கற்பனை இல்லாத மக்கள் தங்களுக்கு நேரக்ககூடிய அபாயத்தை உணராததனால்தான் இந்த மாதிரி செயல்களைப் புரிந்துவிடுகிறார்கள் என்று நாம் எண்ணுவது சரியல்ல. எங்கள் குன்றுகளிலுள்ள மக்கள் தங்கள் சூழ்நிலையை மிக நன்றாய் உணர்ந்தவர்கள். அதோடு பெரிதும் மூடநம்பிக்கை உடையவர் கள். ஒவ்வொரு குன்றின் சிகரத்திலும் பள்ளத்தாக்கிலும் மலையிடுக்கிலும் ஏதோ ஓர் உருவில் துர்தேவதை இருப்பதாக அவர்கள் எண்ணுகிறார்கள். அத்தனை துர்தேவதைகளும் பொல்லாதவை; கேடு செய்யக்கூடியவை; இருள்நேரத்திலே மிகவும் பயப்பட வேண்டியவை – இது அவர்களுடைய கருத்து. இந்தச் சூழ்நிலையில் வளர்ந்த ஒரு மனிதன், ஒரு வருஷத்துக்கு மேலாக, ஓர் ஆட்கொல்லிப் புலியின் அட்டூழியத்தைக் கண்ட வன், நிராயுதபாணியாய், தன்னந்தனியனாய், சூரியாஸ்தமனத் திலிருந்து சூரியோதயம் வரையில், தன் கற்பனைப்படி ஏராள மான துர்த்தேவதைகள் சூழ்ந்த – ஆட்கொல்லிப் புலி வேறு பதுங்கியிருக்கும் என்று நம்பப் பல காரணங்கள் உள்ள – அடர்த்தியான காடுகளுக்குள்ளே நடந்தான் என்றால், அவன் மிகச்சிறந்த மிக உயர்ந்த தீரனாய்த்தான் இருக்க வேண்டும்; இத்தகைய தீரம் அபூர்வமாய் எவரோ சிலருக்குத்தான் இருக் கும் – இதுவே என் அபிப்பிராயம். அவனுடைய வீரச்செயலை நான் பின்னும் பெரியதாய்ப் போற்றுகிறேன். ஏனென்றால், தான் ஏதோ அசாதாரணமான ஒரு செயலைச் செய்துவிட்ட தாகவோ அது புகழத்தக்க ஒன்றென்றோ அவன் நினைக்கவே யில்லை. நான் ஒரு போட்டோ எடுப்பதற்காகக் கிழவனை ஆட்கொல்லிப் புலியின் பக்கத்திலே உட்காரும்படி வேண்டிக் கொண்டேன். அப்படியே அவன் உட்கார்ந்தபோது, மனதைத் திடப்படுத்திக்கொண்டு மிக்க அமைதியான குரலில், “ஸாஹப், இப்போது நான் திருப்தி அடைந்துவிட்டேன். என் மகனுக்காக நீங்கள் பழிவாங்கிவிட்டீர்கள்” என்றான்.

குமாயுன் ஜில்லா மகாநாட்டிலும், பின்னர் கட்வால் மக்களுக்கும் நான் கொன்று தீர்ப்பதாய் வாக்களித்த மூன்று ஆட்கொல்லிப் புலிகளில் இதுவே கடைசியானது.

பீபல் பாநீ வேங்கை

குன்றின் அடிவாரத்தில் ஆழமான மலைச்சந்து ஒன்றில் அது பிறந்தது; மூன்று குட்டிகளடங்கிய ஈற்றில் அது ஒன்று. இதைத் தவிர, அதன் பூர்வோத்தரம் பற்றி வேறு எதுவும் தெரியாது.

நவம்பர் மாதத்தில் ஒரு நாள் காலையில் பெண் புள்ளி மான் ஒன்றின் குரல் கேட்டு காட்டுக்குள் சென்றேன். அங்கே அந்தப் புலியின் அடிச்சுவடுகளைக் கண்டேன். அதற்கு ஒரு வயசு. ஒரு ஓடையின் அடித்தரையில் அது நடந்து சென்றிருந்தது. அந்த ஓடைக்கு உள்ளூர்க்காரர்கள் பீபல் பாநீ (அரசமர நீர்) என்று பெயரிட்டிருந்தார்கள். அந்தப் புலிக்குட்டி தன் தாயின் பராமரிப்பிலிருந்து தப்பி வந்துவிட்டது என்று நான் முதலில் நினைத்தேன். ஆனால் பல வார காலம் சென்றும், காட்டிலே வேட்டைத் தடங்களில் அதன் பாதச்சுவடுகள் மட்டுமே தென்பட்டன. வேங்கைகள் துணை சேர்ந்து வம்சவிருத்தி செய்யும் பருவ காலம் நெருங்கிவிட்டது தான் அது இப்படித் தனிப்பட்டதற்குக் காரணம் என்று முடிவு செய்தேன். தாய்ப்புலி குட்டியை வெகு அக்கறையாய்ப் பாதுகாக்கும்; அவசியமானால் தன் உயிரைக் கொடுத்தும் அதைக் காப்பாற்றும்; அடுத்த நாளே குட்டியைத் தன்போக்கில் ஓட விட்டுவிடும். எல்லாக் காட்டு யிர்களும் இப்படித்தான். நெருங்கிய சுற்றங்களுக்குள்ளே சேர்க்கை நேராதபடி தடுக்க இயற்கை கைக்கொள்ளும் முறை இது.

அந்த வருஷம் குளிர்காலத்தில் காட்டுக்கோழி, கேளையாடு, பன்றி, அபூர்வமாகப் புள்ளிமான் இவற்றை உணவாகக் கொண்டு அது வாழ்ந்தது. பிரம்மாண்டமான காட்டு மரம் ஒன்றை, என்ன காரணத்தாலோ தெரிய வில்லை, வெட்டித்தள்ளியிருந்தார்கள். காலப்போக்கும்

முள்ளம்பன்றிகளும் அதைக் குடைந்திருந்தன. இந்த மரப் பொந்தையே அது தன் இருப்பிடமாகக் கொண்டது. தான் கொன்ற விலங்குகளையெல்லாம் அப்புலி இங்கேதான் கொண்டு வரும். குளிர் நாளாயிருந்தால் இந்த மரத்தண்டின்மீது படுத்தே, அது சுகமாய் வெயில் காயும். அதற்கு முன்னே பல சிறுத்தைகள் இங்கேதான் சுகமாய் வெயில் காய்வது வழக்கம்.

ஜனவரி மாதத்தில்தான் நான் நெருங்கிப் பார்க்க முடிந்தது. ஒரு மாலையில் குறிப்பாக எந்தவித நோக்கமும் இல்லாது வெளியே புறப்பட்டேன். அப்போது ஒரு காக்கை தரையிலிருந்து கிளம்பி ஒரு மரக்கிளையில் போய் உட்கார்ந்து தன் அலகை அதில் தேய்த்ததைப் பார்த்தேன். காட்டிலே உள்ள காக்கை, கரிக்குருவி, கழுகு இவற்றின் மீதெல்லாம் எனக்கு ஒரு சிரத்தை. இந்தியாவிலும் சரி, ஆப்பிரிக்காவிலும் சரி, புலிகள் கொன்ற உடல்கள் பலவற்றை இவற்றின் உதவியாலேயே நான் கண்டு பிடித்திருக்கிறேன். இரவிலே நடந்த ஒரு கொலைக்களத்தை இந்தக் காக்கை எனக்குக் காட்டியது. ஒரு புள்ளிமான் அடிக்கப் பட்டிருக்கின்றது. கொன்ற விலங்கு அதைச் சிறிது தின்றிருக்கிறது. ஐம்பது கஜ தூரத்தில் உள்ள சாலையில் சென்றுகொண்டிருந்த சில ஆட்களை, என்னைப் போலேவே இந்த இடம் ஈர்த்திருக் கின்றது. புள்ளிமானின் மிஞ்சியிருந்த பகுதியை அவர்கள் நறுக்கி எடுத்துக் கொண்டு போய்விட்டார்கள். சில எலும்புத் துண்டுகளும் உறைந்த சில ரத்தக்கட்டிகளுமே மிஞ்சிக்கிடந்தன. அந்த மிச்சத்தில்தான் சற்றுமுன் இந்தக் காக்கை சிறிது உண்டிருக்கிறது. அண்டை அயலில் அடர்த்தியான புதர்மறைவு ஒன்றுமில்லை; சாலையோ அருகில் இருக்கிறது. இதனால் புள்ளிமானின் உடலை ஆட்கள் அகற்றியதை, புலி பார்க்க வில்லை என்றும் உரிய நேரத்தில் அது திரும்பி வரும் என்றும் நான் நினைத்தேன். எனவே, ஓர் ஆல்ப கோடா மரத்தில் ஏறி உட்கார்ந்து காத்திருக்கத் தீர்மானித்தேன். முட்கள் இருந்தாலும் என்னால் முடிந்தமட்டும் வசதியாக உட்கார்ந்துகொண்டேன்.

ஒரு விஷயத்தில் வாசகர்கள் என்னோடு மாறுபடக்கூடும். அதுபற்றி நான் எந்தவிதமான சமாதானமும் கூறப் போவ தில்லை. ஒரு இரைகொல்லி விலங்கு கொன்றுபோட்ட உடல் அருகே காத்துக்கொண்டிருப்பது தர்மமா என்பதுதான் அந்த விஷயம். இதைப் பற்றிப் பிரமாதமாய் வாதப்பிரதி வாதமெல்லாம் நடக்கிறது. விலங்குகள் இரைக்காகக் கொன்ற உடல்கள் கிடக்கும் இடத்தில், சூரியாஸ்தமனத்துக்கு ஒன்றிரண்டு மணி நேரம் முன்னதாக ஒரு மரத்தின் மீது நான் காத்திருந்த இன்பமான வேட்டை நினைவுகள் சில என் மனத்தில் இருக் கின்றன. நான் ஒரு (மஸில் லோடர்) என்ற துப்பாக்கியை

ஒரு காலத்தில் வைத்திருந்தேன். அதன் குழலில் விரிசல் கண்டிருந்தது. ஒரு பித்தளைக் கம்பிகொண்டு அதைச் சுற்றிக் கட்டியிருந்தேன். ஒருதடவை சிறுத்தை கொன்று போட்ட மந்தியின் உடலை, இந்தத் துப்பாக்கியுடன் நான் காத்திருந்தேன். அதற்குப் பிறகு விலங்குகள் கொன்ற பல உடல்களை எத்தனையோ விதமாய்க் காத்திருக்கிறேன். மிக நவீனமான ரைஃபிளை என் முழங்கால்மீது வைத்துக்கொண்டு சில நாளைக்கு முன் கடம்பமான் ஒன்றின் உடலைக் காத்தேன். அதைக் கொன்றவை ஒரு பெண் வேங்கையும் அதன் இரண்டு குட்டிகளும். இவை அந்த உடலைத் தின்றதைப் பார்த்துக் கொண்டேயிருந்தேன். இவற்றைச் சுட்டு வெற்றிச் சின்னம் எதுவும் சம்பாதித்துக் கொள்ளாததுபற்றி நான் ஏதும் குறைப்படவில்லை.

இந்தத் தடவை இரைவிலங்கு உடல் எதுவும் இல்லை என்பது உண்மைதான். கொன்ற விலங்கைச் சுட, இதனாலேயே எனக்கு வாய்ப்புக் கிட்டாது போய்விடாது. அதற்குரிய காரணங் களைத்தான் சொன்னேனே. ரத்தம் தோய்ந்த தரையில் காட்டுப் பிராணிகளைக் கவரத்தக்க நாற்றம் நிறைந்திருந்தது. இதோ இப்போது கிழக்காட்டுப் பன்றி ஒன்று சென்ற பத்து நிமிஷ நேரமாக வழியெல்லாம் மூக்கால் தோண்டித் தோண்டிப் பார்த்துக்கொண்டே சந்தடியில்லாது வந்துகொண்டிருக்கிறது. ரத்த வீச்சம் கலந்த காற்றடிக்கும் கோட்டிலே வந்ததும் திடீ ரென்று அது உஷாராகிறது. மூக்கை உயரத் தூக்கி, பன்றிகளுக்கு இயல்பான முறையில் கவனிக்கிறது. சுவடு ஒன்றும் இல்லாத தரையிலிருந்து நான் தெரிந்துகொள்ளக் கூடியதைவிட அதிக மான விஷயத்தை நெடி மூலம் அது அறிந்துகொள்ளுகிறது. காட்டுப்பன்றி நெருங்கிய விதமே அலாதியாயிருந்தது. சற்று வலதுபக்கம் தள்ளிச் சென்றது; மீண்டும் காற்றுக் கோட்டுக்குள் வந்தது. சற்று இடதுபக்கம் தள்ளிச் சென்றது; மீண்டும் காற்றுக் கோட்டுக்கு வந்தது. இப்படியே ஒவ்வொரு தடவையும் சில அடிகள் தூரம் கிட்டக்கிட்ட வந்தது. புள்ளிமானைக் கொன்ற விலங்கு ஒரு வேங்கையே என்று அது கண்டுவிட்டதாகப் புலப்பட்டது. தின்பதற்கு எதுவும் மிச்சம் மீதியில்லை என்பதைக் கவனித்து நிச்சயமாய் அறிந்துகொண்டதும், இறுதியிலே ஓட்ட மாய் ஓடி கண்ணுக்கெட்டாமல் மறைந்துவிட்டது.

ரோமம் அடர்ந்த மிருதுவான தோல் மூடிய கொம்பு களுடன் இரண்டு புள்ளிமான்கள் வந்தன. காற்று வரும் திசையிலிருந்து இவை வந்தன. ரத்தம் சிதறிய தரைக்கு நேரே சென்றன. இரவில் நடந்த கொலையை இவை பார்த்திருக்கின்றன என்று இதிலிருந்து தெளிவாய்ப் புலனாயிற்று. மாறி மாறி ஒரு கணம் தரையை மோந்தும் மறுகணம் ஓட்டம்பிடிக்கத் தயாராய்

ஒவ்வொரு தசையையும் முடுக்கி விறைத்து நின்றும் தங்கள் ஆவலைத் தீர்த்துக்கொண்ட பிறகு, இவை வந்த வழியே திரும்பிவிட்டன.

தனக்குச் சம்பந்தமில்லாத விஷயத்தை அறியும் ஆவல் மனிதனுக்கு மட்டுந்தான் உண்டு என்பதில்லை; கானுயிர்களுக்கும் உண்டு. இந்த ஆவல் பல பிராணிகளின் உயிரையே மாய்த்திருக்கிறது. ஒரு நிழலைப் பார்த்துக் குரைப்பதற்காக வீட்டு ஆளோடியை விட்டு வெளியேறுகிறது ஒரு நாய்; காற்றலைக் காத ஒரு புல்முடி அசைவதை ஆராயத் தன் மந்தையைவிட்டு விலகுகிறது ஒரு மான் – அந்த இடங்களில் காத்திருக்கும் சிறுத்தைகளுக்குத் தீனி கிடைத்துவிடுகிறது.

குளிர் காலமாதலால் சூரியன் சீக்கிரமே அஸ்தமிக்கத் தொடங்கியிருந்தது. என் முன்னே வலதுபக்கத்தில் ஏதோ இயக்க அசைவு என் கவனத்தைக் கவர்ந்தது. நான் இருந்த மரத்துக்கு முப்பது கஜ தூரத்தில் புதர்க் கூட்டம் ஒன்றின் மறுகோடியில் இரண்டு புதர்களுக்கிடையே இருந்த இடை வெளியை ஒரு விலங்கு கடந்தது. சிறிது நேரத்துக்கெல்லாம் புதர்க் கூட்டத்தின் என் பக்கத்துக் கோடியில் புதர்கள் விலகிப் பிரிந்தன. அவற்றுக்குள்ளேயிருந்து வேங்கைக் குட்டி வலம் இடம் துளியும் திரும்பிப் பாராமல் வெளியே வந்தது. தான் கொன்ற புள்ளிமான் கிடந்த இடத்துக்கு விடுவிடென்று நேரே வந்தது. புலிக்குட்டி ஆவலுடன் இருந்த தோற்றம் மாறிவிட்டது. தான் பல மணி நேரம் பதுங்கித் தொடர்ந்து கொன்ற மானை இழந்தது கண்டு அது அடைந்த ஏமாற்றம் அதன் முகத்தில் படர்ந்தது. மிஞ்சிக் கிடந்த எலும்புத் துண்டுகளையும் உறைந்த ரத்தத்தையும் அது சட்டை செய்யவில்லை. சற்று முன் ஆட்கள் மானை வெட்ட அடிக்கட்டையாய்ப் பயன்படுத்திய மரத் தண்டின் மீது இப்போது புலிக்குட்டியின் சிரத்தை விழுந்தது. அதில் சில சதைத் துணுக்குகள் ஒட்டிக்கொண்டிருந்தன. இந்தக் காடுகளில் துப்பாக்கி எடுத்து வேட்டையாடுவது நான் மட்டுமல்ல. இந்தக் குட்டி வேங்கையாக வளர வேண்டுமானால், இதற்கு ஒரு பாடம் கற்பிக்க வேண்டும்; தான் கொன்ற பிராணியின் உடலைப் பட்டப்பகலிலே அஜாக்கிரதையாய் நெருங்குவது பெரும் அபாயம் என்று உணர வேண்டும். பல சிறு ஈயக்குண்டுகளைச் சுட்டுப் பரவலாய்த் தூவும் துப்பாக்கி கொண்டு சுட்டால் இந்த நோக்கம் நிறைவேறும். ஆனால் என்னிடம் அது இல்லை. ரைஃபிளைக் கொண்டுதான் வேலையைச் செய்தாக வேண்டும். மரத்தண்டை மோந்து பார்ப்பதற்காகப் புலிக்குட்டி தலையை உயர்த்தியது. அப்போது அதன் மூக்குக்கு ஓரங்குல தூரத்தில் மரத்தண்டில் என் குண்டு

பாய்ந்தது. பிந்திய வருஷங்களில் ஒரே ஒரு தடவைதான் இந்தப் பாடத்தை அது மறந்தது.

அடுத்த வருஷத்து மாரிக்காலத்தில், புலிக்குட்டியைப் பல தடவை நான் பார்த்தேன். அதன் காதுகள் இப்போது அவ்வளவு பெரியவையாய்த் தோன்றவில்லை. குட்டிப்பருவ ரோமம் மாறிவிட்டது; அதற்குப் பதிலாக அதன் உடம்பில் பளபளப்பான பழுப்பு மஞ்சளும் தெளிவான கறுப்புக் கோடு களுமாய் ரோமம் அடர்ந்திருந்தது. பொந்தாயிருந்த மரத்தை, அதற்கு உரிமை பெற்ற இனமான ஒரு சிறுத்தை ஜோடியிடமே வேங்கை விட்டுவிட்டது. குன்றின் அடிவாரத்தில் மிக அடர்த்தி யாய்ச் சுற்றி வளைத்துச் சூழ்ந்திருந்த செடி கொடிகளுக்குள்ளே அது புதிய குடியிருப்பைத் தேடிக்கொண்டது. கடம்பமானை அடிக்கும் அளவிற்கு வளர்ந்துவிட்டது.

வருஷந்தோறும் குளிர்காலத்தில் குன்றிலிருந்து கீழே வருவது என் வழக்கம். அடுத்த வருஷத்தில் இப்படி நான் வந்தபோது, காட்டுயிர்ப் பாதைகளிலோ, விலங்குகள் தாகந்தீர்த்துக் கொள்ள வரும் நீர்நிலைகளிலோ அந்தப் புலியின் பாதச்சுவடுகளைக் காணவில்லை. வேங்கைக் குட்டி தான் திரிந்த பழைய இடங்களை விட்டுவிட்டு வெகுதூரம் போய்விட்டதாக எண்ணினேன். பல வாரகாலம் அது திரும்பவில்லை. அப்புறம் ஒருநாள் காலையில் அதன் பாதச்சுவடு தென்பட்டது. இத்தனை நாளும் அது ஏன் வெளியே சென்றிருந்தது என்ற காரணம் அதிலிருந்து விளங்கியது. அதன் பாதச் சுவட்டுக்குப் பக்கத்திலே அதை விடச் சிறிய, ஆனால் அதிகமாய் நீண்ட மற்றொரு பாதச்சுவடும் தென்பட்டது. இது அதன் ஜதையின் சுவடு. இந்தப்பெட்டை புலியைக் கண்டுபிடிக்கவே அது சென்றிருந்தது. அந்தக் குட்டி இப்போது வேங்கையாகிவிட்டது. குன்றின் அடிவாரத்தில் வசித்த காட்டாடு ஒன்றைச் சுடுவதற்காக ஒரு நாள் உதயத்துக்கு முன் போயிருந்தேன். தீப்பிடித்துக் கருகியிருந்த தடம் ஒன்றின் வழியே பிறகு திரும்பி வந்துகொண்டிருந்தேன். குங்கிலிய மரத்தில் பட்டுப்போன கிளை ஒன்றில் ஒரு பிணந்தின்னிக் கழுகு என் கவனத்தை ஈர்த்தது.

கழுகின் முதுகு என் பக்கம் இருந்தது. செடி, கொடிகள் ஒரு திட்டாகக் கொஞ்ச தூரம் வளர்ந்து, அதற்கப்பால் அடர்த்தி யாய் மண்டியிருந்த காட்டை நோக்கியிருந்தது கழுகின் முகம். பனி நீரால் தரை இன்னும் ஈரமாயிருந்தது. சந்தடி செய்யாமல் நான் அந்த மரத்தின் அருகே சென்று, சுற்றுமுற்றும் பார்த்தேன். கடம்பமான் ஒன்றின் ஒரு கொம்பு, தாழ்ந்த புதர்களுக்கு மேலே நீட்டிக்கொண்டிருந்தது. அது செத்த மான்தான். ஏனென்றால், உயிருள்ள மான் எதுவும் அந்த நிலையில் படுத்திராது. அருகே

இருந்த பாசி படர்ந்த ஒரு பாறைமீது நான் நின்று கொண்டேன். ரப்பர் ஜோடுகள் அணிந்திருந்ததால், சத்தமில்லாமல் பத்திரமாய் அதன் மீது என்னால் நிற்க முடிந்தது. நான் நிமிர்ந்து பார்த்தேன். மானின் உடல் முற்றும் தெரிந்தது. அதன் சப்பைப்பகுதியை விலங்குகள் தின்றிருந்தன. மானுக்கு இரு புறத்திலும் அந்த வேங்கை ஜோடி படுத்திருந்தது. மானுக்கு அந்தப் பக்கத்தில் இருந்த ஆண்வேங்கையின் பின்னங்கால்கள் மட்டுமே தெரிந்தன. இரண்டு வேங்கைகளும் தூங்கிக்கொண்டிருந்தன. பட்ட மரக் கிளை ஒன்று எனக்கும் வேங்கைகளுக்கும் இடையே குறுக் கிட்டது. அதற்கு விலகிப் பத்தடி முன்னே போய், முப்பதடி இடதுபக்கமாகச் சென்றால், ஆண்வேங்கையின் கழுத்தைக் குறிவைத்து நான் சுடலாம். இப்படிப் பதுங்கிச் செல்ல நான் திட்டமிட்டபோது, அந்த மௌனமான சாட்சியை – கழுகை – மறந்துவிட்டேன். அது என்னைப் பார்த்துவிட்டது. இவ்வளவு அருகில் நான் இருப்பதைக் கண்டு அது பீதியடைந்து, சிற கடித்துக் கிளையிலிருந்து கிளம்பியது. அதன் தலைக்கு மேலே யிருந்த கிளை ஒன்றிலிருந்து தொங்கிய ஒரு கொடியை அது கவனிக்கவில்லை. எனவே, அந்தக் கொடியில் மோதி ஒரே அலங்கோலமாய்த் தரையில் விழுந்தது. பெட்டைப்புலி விழித் தெழுந்து, இரையையும் துணைவனையும் ஒரே தாண்டலாய்த் தாண்டி ஓடிவிட்டது. ஆண்வேங்கையும் தாமதியாமல் துணை யைப் பின்பற்றியது. இப்போது அதை நான் சுடுவது சாத்தியம். ஆனால், மகா அபாயத்துக்குத் துணிய வேண்டும். அப்பால் அடர்த்தியான காடு இருக்கிறது. காயமுற்ற விலங்குக்கு அங்கே சகல சாதகமும் உண்டு. இதுவரைக்கும் முயன்று பெரும் பூனை வேட்டையாடியிருக்காதவர்களுக்கு, நான் ஒரு யோசனை சொல்வேன். சிறுத்தைகளையும் வேங்கைகளையும் அவை கொன்ற பிராணிகளின் உடல் கிடக்கும் இடத்துக்குப் பதுங்கிச் சென்று சுடுங்கள்; இதுவே மிகவும் சுவாரஸ்யமான வேட்டை யாயிருக்கும்; என்றாலும், மிகுந்த ஜாக்கிரதையோடு சுட வேண்டும். ஏனென்றால் சுட்டு உடனடியாய்க் கொல்லவோ, அசைய முடியாதபடி செய்யவோ தவறிவிட்டால், நிச்சயம் பிரச்சனைதான்.

ஒரு வாரத்துக்கெல்லாம் தன் பிரம்மசாரி வாழ்க்கையை வேங்கை மீண்டும் கைக்கொண்டு விட்டது. அதன் சுபாவத்தில் இப்போது ஒரு மாறுதல் ஏற்பட்டது. தான் கொன்ற பிராணி களின் உடலை நான் பார்க்கச் செல்வதை இதுவரையில் அது ஆட்சேபித்ததில்லை. அதன் துணைவி அதை விட்டுச் சென்றபிறகு, இரையொன்றை அது இழுத்துப் போன சுவட்டை நான் தொடர்ந்தேன். அப்போதுதான் முதல்முதலாக எனக்கு அது ஓர் எச்சரிக்கை செய்தது; இனி இருந்த மாதிரி

ஜிம் கார்பெட்

சில்லறைப் பரிகாசத்தையெல்லாம் தன்னால் சகித்துக்கொள்ள முடியாது என்று தெளிவாய்த் தன் உறுமலின் மூலம் தெரிவித்து விட்டது. மிக நெருங்கியிருக்கும்போது, சீற்றங்கொண்ட வேங்கை உறுமும் உறுமலைவிடப் பயங்கரமான வேறொரு சப்தம் காட்டிலே இல்லை. அதைக் கேட்டுப் பார்த்தால்தான் அதன் பெருமை தெரியும்.

மார்ச்சு மாதம் தொடங்கியிருந்தது. எருமை ஒன்றை முதல் முதலாக இந்த வேங்கை கொன்றது. ஒரு நாள் மாலையில் குன்றின் அடிவாரத்தில் நான் இருந்தபோது, வேதனையுற்ற ஓர் எருமையின் குமுறலும் ஆத்திரங்கொண்ட ஒரு வேங்கையின் உறுமலும் கலந்து காடெல்லாம் அதிரச் செய்தன. நூற்று எண்பது அடியில் உள்ள மலைச்சந்து ஒன்றிலிருந்தே இந்தச் சப்தங்கள் வருவதாக நான் அநுமானம் செய்தேன். போகும் வழி மிக மோசம். பிடிப்பில்லாது ஆடிக்கொண்டிருந்த பாறைகளே பெரும்பாலும் வழியில் இருந்தன. ஊடே முட்புதர்கள் மண்டி யிருந்தன. செங்குத்தான பாறை ஒன்றில் ஏறி மலைச்சந்துக்குள் பார்த்தேன். எருமையின் போராட்டம் முடிந்திருந்தது. ரைஃபிளைத் தயாராக வைத்துக்கொண்டு ஒரு மணிநேரம் இருந்தேன். வேங்கையை ஓரிடத்திலும் காணவில்லை. மறுநாள் உதயத்துக்கெல்லாம் மறுபடியும் அந்தப் பாறை மீது ஊர்ந் தேறினேன். நான் எருமையை எங்கே பார்த்துவிட்டுச் சென்றே னோ அங்கேயே அது கிடந்தது. தரையைக் குளம்பும் நகமும் கிழித்துக் குதறியிருந்தன. திக்கற்ற துணிச்சலுடன்தான் எருமை போராடியிருக்கிறது. எருமையின் முழங்கால் நரம்புகளை வேங்கை கடித்து முடமாக்கிய பின்பே இறுதியாக அதைக் கீழே தள்ள முடிந்திருக்கிறது. பதினைந்து நிமிஷ நேரம் போராட் டம் நடந்திருக்கிறது. மலைச்சந்தின் குறுக்கே வேங்கையின் பாதச்சுவடுகள் சென்றன. அவற்றைத் தொடர்ந்தபோது, ஒரு பாறையில் நீண்ட கோடாக ரத்தம் பூசியிருந்ததைக் கண்டேன். முந்நூறு அடிக்கு அப்பால் விழுந்துகிடந்த மரத்திலும் இந்த மாதிரி ஒரு ரத்தப்பூச்சு இருந்தது. எருமை தன் கொம்பால் வேங்கையின் தலையிலே முட்டிக் காயப்படுத்தியிருக்கிறது. கடுமையான காயம். ஆகவே, எருமையிடம் அதற்கு அடியோடு சிரத்தை போய்விட்டது. அது இதனிடம் திரும்பி வரவேயில்லை.

மூன்று வருஷங்களுக்குப் பிறகு ஒருநாள், தன் குட்டிப் பருவத்துப் பாடத்தை வேங்கை மறந்து, அஜாக்கிரதையாக, தான் கொன்ற ஒரு இரை விலங்கின் உடலிடம் திரும்பி வந்தி ருக்கிறது. (வேங்கை வேட்டை தடையிருந்த நாட்களாயிற்றே என்று நினைத்திருக்கலாம்.) ஒரு ஜமீன்தாரும் அவருடைய குடி படைகள் சிலரும் இரவிலே காத்திருந்திருக்கிறார்கள்.

வேங்கையின் முன்னங்கால் சப்பையிலே ஒரு குண்டு தாக்கி, எலும்பு முறிந்துவிட்டது. அடிபட்ட வேங்கையைத் தொடர்ந்து செல்ல அவர்களில் யாரும் முயலவில்லை. முன்னங்கால் சப்பையில் ஈக்கள் மொய்க்க வேங்கை நொண்டி நொண்டிக் கொண்டே முப்பத்தாறு மணி நேரத்துக்குப் பிறகு வந்து, வனத் துறை விடுதியின் காம்பவுண்டுக்குள் புகுந்திருக்கிறது. அப்புறம் ஒரு பாலத்தைக் கடந்து, அந்தப்பக்கத்தில் மக்கள் குடியிருப்புள்ள இரண்டு சாரி வீடுகள் அருகில் சென்றது. மக்களெல்லாம் கதவடியிலே வந்து நின்று கொண்டு, வேங்கை செல்வதைக் கண்டார்கள். சுற்றுச்சுவர் எழுப்பிய ஒரு கட்டட வாயிலில் வேங்கை புகுந்து, காலிக்கிடங்கு ஒன்றில் படுத்துக்கொண்டது. இருபத்து நாலு மணி நேரம் கழிந்தது. அக்கம்பக்கத்துக் கிராம வாசிகளெல்லாம் வந்து கூடியதைப் பார்த்து அது பீதியுற்றிருக்க வேண்டும். காம்பவுண்டை விட்டு வெளியேறி, எங்கள் பங்களா வாயிற்படியைக் கடந்து, கிராமத்தின் கீழ்க்கோடி எல்லையிலே சென்றுவிட்டது. எங்கள் குடிமக்களில் ஒருவருடைய காளை ஒன்று முந்திய நாள் இரவு செத்தது. கிராமத்தின் கோடியிலே உள்ள சில புதர்களுக்குள் அதை இழுத்துக்கொண்டு போய் போட்டிருந்தார்கள். இந்தக் காளையின் உடலை வேங்கை கண்டிருக்கிறது. சில நாள் வரைக்கும் இங்கேயே தங்கி இரை கொண்டு, பாசனக் கால்வாய் ஒன்றில் தாகம் தீர்த்துக்கொண் டிருந்தது.

இரண்டு மாதம் கழித்துக் குன்றிலிருந்து நாங்கள் இறங்கி வந்தபோது, ஊரின் சுற்றுப்புறத்திலே தன்னால் பிடிக்க முடிந்த சின்னஞ்சிறு பிராணிகளை (கன்று, செம்மறியாடு, வெள்ளாடு போன்றவற்றை) உண்டு வாழ்ந்துகொண்டிருந்தது. மார்ச்சு மாதத்தில் அதன் காயம் ஆறிவிட்டது. ஆனால், வலது முன்னங் கால் உட்புறம் வளைந்துவிட்டது. எங்கே காயமுற்றதோ அந்தக் காட்டுக்கே திரும்பியது. கிராமத்து ஆடு, மாடுகளை எல்லாம் ஏராளமாய்க் கொல்லத் தொடங்கியது. எச்சரிக்கையாக, தான் அடித்த ஒவ்வொரு பிராணியின் உடம்பிலும் ஒரே வேளை உணவுதான் கொள்ளும். மறுபடியும் தின்னவராது. இதனால் சாதாரணமாய் அது கொன்றிருக்கக் கூடிய எண்ணிக்கையை விட ஐந்து மடங்குப் பிராணிகளை அது கொன்றது. புலியைக் காயப்படுத்திய ஜமீன்தாரிடம் சுமார் நானூறு பசுக்களும் எருமைகளும் இருந்தன. அவர்தான் மற்ற எல்லாரையும்விடப் பெரிய நஷ்டம் அடைந்தவர்.

பிந்திய வருஷங்களில் வேங்கை எப்படி உருவத்தில் வளர்ந்ததோ அப்படியே கீர்த்தியிலும் வளர்ந்தது. அதைக் கொல்ல வேட்டையாடிகளும் பிறரும் பல முயற்சிகள் செய்து பார்த்து விட்டார்கள்.

நவம்பர் மாதம் ஒரு நாள் மாலையில், கிராமவாசி ஒருவன் ஒரு துப்பாக்கியை எடுத்துக்கொண்டு பன்றி சுடப் புறப்பட்டான். அவன் தாங்கியிருந்தது ஒற்றைக்குழல் கிட்டிக்கும் துப்பாக்கி; இருபதடி அகலம் உள்ள வறண்ட வாய்க்கால் ஒன்றில் ஒரு புதர் வளர்ந்திருந்தது. உடைந்த தரை ஒன்றின் நடுவே கீழ்நோக்கிச் சென்றது அந்த வாய்க்கால். தன்னுடைய பரணை அமைக்க வாய்க்காலில் புதர் உள்ள இடத்தைக் கிராமவாசி தேர்ந்தெடுத்துக் கொண்டான். இந்தப் பகுதி நீள் சதுரமாக இருந்தது. இதன் நீண்ட பக்கங்களில் பயிர்நிலம் இருந்தது; குறுகிய பக்கங்களில் ஒரு சாலையும் பத்தடி நீளக் கால்வாய் ஒன்றும் இருந்தன. எங்கள் பயிர்நிலத்துக்கும் காட்டுக்கும் இடையே எல்லையாக அமைந்திருந்தது இந்தக் கால்வாய். கிராமவாசியின் முன்புறத்தில் நாலடி உயரமுள்ள ஒரு கரை இருந்தது. அதன் உச்சியில் கால் நடைத் தடம் ஒன்று ஓடியது. மாலை எட்டு மணிக்கு அந்தத் தடத்திலே ஒரு விலங்கு பிரசன்னமாயிற்று. ஆசாமி தன்னால் முடிந்த மட்டும் குறி வைத்து அதைச் சுட்டான். குண்டுபட்டதும் விலங்கு அந்தக் கரையிலிருந்து கீழே விழுந்து ஆளுக்குச் சில அடி தூரத்திலே அவனைக் கடந்து சென்று, உறுமிக்கொண்டே பின்பக்கச் செடி கொடிகளுக்குள் புகுந்துவிட்டது. ஆசாமி தன் போர்வையை வீசியெறிந்தான்; இருநூறு கஜ தூரத்தில் இருந்த தன் குடிசைக்கு ஒரே ஓட்டமாய் ஓடிவிட்டான். அண்டை அயல் வீட்டாரெல்லாம் வெகுசீக்கிரத்திலே வந்து கூடினார்கள். ஆள் சொன்ன வரலாற்றைக் கேட்டார்கள். பன்றியை ஆசாமி பலமாய் அடித்துவிட்டான் என்று முடிவு செய்தார்கள். ‘பாவம், பன்றியைக் கழுதைப்புலியும் நரியுமா தின்ன விடுவது?’ என்று எண்ணினார்கள். ஒரு லாந்தரை ஏற்றிக்கொண்டார்கள். அடிபட்ட பன்றியை மீட்டுவர, ஆறு தீரர்கள் புறப்பட்டார்கள். என்னுடைய குடிபடையான ஒருவன் அந்தப் படையெடுப்பிலே சேர்ந்துகொள்ள மறுத்துவிட்டான். (அடர்த்தியான காட்டில் இருட்டுவேளையில் காயம்பட்ட ஒரு பன்றியைத் தேடிச்செல்லத் தனக்குப் பிரியமில்லை என்று அவன் என்னிடம் ஒப்புக்கொண்டான்.) ஆனாலும் ஒரு துப்பாக்கியைக் கிட்டித்து எடுத்துக்கொண்டு போகும்படி மட்டும் மற்றவர்களுக்கு யோசனை சொன்னான்.

அவனுடைய யோசனை ஏற்றுக்கொள்ளப்பட்டது. நிறைய வெடி மருந்தைத் துப்பாக்கியில் இட்டுக் கிடித்தார்கள். கிடிகழி யாக உபயோகித்த தடி துப்பாக்கிக் குழலுக்குள்ளே முறிந்து போயிற்று. இந்தச் சின்ன அசம்பாவித நிகழ்ச்சிதான், சந்தேக மில்லாமல் ஆறு பேருடைய உயிரைக் காப்பாற்றியிருக்கிறது. முறிந்த தடியைச் சாவகாசமாக வெகுசிரமப்பட்டு வெளியே எடுத்தார்கள். குண்டு வைத்துக் கிடித்த துப்பாக்கியோடு, பிறகு ஆறு பேரும் புறப்பட்டார்கள்.

புதருக்குள் விலங்கு புகுந்த இடத்துக்கு வந்து சேர்ந்தார்கள். வெகுஜாக்கிரதையாகத் தேடினார்கள். ரத்தம் தென்பட்டது. எனவே, ‘பன்றி’யை மீட்கச் சகல முயற்சியும் நடைபெற்றது. அந்தப் பிரதேசம் முழுவதும் துருவித் துருவிப் பார்த்துவிட்டார் கள். அப்புறந்தான், அந்த இரவில் தேடும் முயற்சியைக் கை விட்டார்கள். தனக்குப் பிரியமில்லை என்று எனக்கு அறிவித்த அந்த அதைரியசாலியையும் அழைத்துக்கொண்டு, மறுநாள் காலையில் மீண்டும் தேடப் புறப்பட்டார்கள். அந்த ஆள் அவனுடைய தோழர்களைவிடக் காட்டு இயல்புகள் குறித்து நன்றாகத் தெரிந்தவன். ஒரு புதரடியில் ரத்தம் நிறைந்திருந்த தரையைப் பரிசீலனை செய்து, ரத்தம் தோய்ந்த சில ரோமங் களைத் திரட்டி எடுத்து வந்து என்னிடம் அவன் கொடுத்தான். அவை ஒரு வேங்கையின் ரோமங்களே என்று நான் அடையாளங் கள் கண்டுகொண்டேன். வேட்டையாடி ஒருவர் அன்று என்னோடு தங்கியிருந்தார். இருவரும் அந்த இடத்தைப் பார்த்து வரப் போனோம்.

தரையில் கிடக்கும் தடயங்களை வைத்துக் காட்டு நிகழ்ச்சி களை இன்னபடிதான் நடந்திருக்கும் என்று ஊகித்துப் பார்ப் பதில் எனக்கு ஆர்வம். இப்படி ஊகிப்பதில் தவறு ஏற்படலாம் என்பது உண்மை. ஆயினும், சிலசமயம் ஊகம் சரியாகவே இருந்துவிடுகிறது. இந்தச் சந்தர்ப்பத்தில், வேங்கையின் வலது முன்னங்காலின் கீழ்ப்பகுதியில் காயம்பட்டிருக்கிறது என்று நான் ஊகித்தது சரியாயிற்று; ஆனால், ‘அதன் கால் முறிந்து போயிற்று; இளம் வேங்கை; இந்தப் பிரதேசத்துக்குப் புதியது’ என்றெல்லாம் ஊகித்தது தவறாயிற்று.

எங்கே ரோமங்கள் அகப்பட்டனவோ அந்த இடத்துக்கு அப்பால் ரத்தமே இல்லை. கால்நடைத் தடம் சென்ற மணல் தரையில் வேங்கையின் சுவட்டைப் பின்பற்றிச் செல்வது சாத்தியமில்லை. எனவே, மணல் தரையில் சென்ற கால்நடைத் தடம் எங்கே போய்ச் சேர்ந்ததோ அந்த இடத்தில் கால்வாயின் குறுக்கே போய் அதைக் கடந்தேன். இங்கே சில சுவடுகள் தென் பட்டன. காயமுற்ற இந்த விலங்கு நான் நினைத்ததுபோல இளம்வேங்கை அல்ல என்று அந்தச் சுவடுகளிலிருந்து புலனா யிற்று. இது என்னுடைய பழைய நண்பன்தான் – பீபல் பானீ வேங்கையே. அது கிராமத்தினூடே குறுக்குப் பாதையில் வந்திருக் கிறது. இருட்டிலே ஆசாமி அதை ஒரு பன்றி என்று தவறாய் நினைத்துவிட்டான்.

முந்தி ஒருதடவை வேங்கை மோசமாய்க் காயமுற்றபோது கிராமத்து மனிதனையோ ஆடு மாடுகளையோ துன்புறுத்தாமல் போய்விட்டது. இப்போது அது முன்னைவிட வயது முதிர்ந்திருக்

கிறது. வேதனையும் பசியும் அதை வாட்டினால், அது பெருஞ் சேதம் விளைவித்துவிடும். கவலைதரும் நிலைமை இது. ஏனென்றால், கிராமத்திலே நிறைய மக்கள் வசிக்கிறார்கள். நானோ ஒரு வார காலத்தில் இந்த இடத்தை விட்டு, ஒரு வேலை நிமித்தமாகச் செல்லவேண்டியிருந்தது. அதை ஒத்திப் போடுவதற்கில்லை.

கால்வாய்க்கும் குன்றின் அடிவாரத்துக்கும் இடையே உள்ள நிலத்தில் ஒவ்வோர் அங்குலத்தையும் மூன்று நாள் சோதனை செய்தேன். இந்த இடம் சுமார் நாலு சதுரமைல் பரப்பு உள்ளது. இதில் எங்கும் வேங்கையிருந்த சுவடே தென் படவில்லை. நாலாவது நாள் பிற்பகலில், என் சோதனையைத் தொடரப் புறப்பட்டேன். அப்போது ஒரு கிழவியும் அவளுடைய மகனும் காட்டைவிட்டு வெகுவேகமாக ஓடிவருவதைக் கண்டேன். குன்றின் அடிவாரத்தருகே இருந்து வேங்கை உறுமிக் கொண்டிருந்ததாகவும் காட்டில் இருந்த கால்நடைகளெல்லாம் சிதறி ஓடியதாகவும் அவர்களிடமிருந்து தெரிந்து கொண்டேன். ரைஃபிளை எடுத்துக்கொண்டு வெளியே எப்போது நான் கிளம்பினாலும் தன்னந்தனியேதான் போவேன். விலங்கை எதிர்கொள்ள அதுதான் பத்திரமான வழி. தவிர, காட்டினூடே சந்தடியே இல்லாமல் செல்லவும் முடியும். ஆனால் இன்று பையனை என்னோடு வர அநுமதித்தேன். வேங்கையின் குரல் கேட்ட இடம் எது என்று எனக்குக் காட்ட, பையன் மிக்க ஆவலாயிருந்தான்.

குன்றின் அடிவாரத்துக்கு நாங்கள் போய்ச்சேர்ந்தோம். அடர்த்தியான புதர் ஒன்றைப் பையன் சுட்டிக்காட்டினான். அதன் அந்தப் பக்கத்தில், ஏற்கனவே நான் குறிப்பிட்ட தீச்சுவடு இருந்தது; எங்களுக்குச் சமீபமான இந்தப் பக்கத்தில் பீபல் பாநீ ஓடை இருந்தது. சுமார் முந்நூறு அடி தள்ளி, அதற்குச் சமதூரத்தில், ஆழமில்லாத இருபதடி அகலப் பள்ளம் ஒன்று இருந்தது. ஓரளவு திறப்பாயிருந்தது; வாய்க்கால் பக்க விளிம்பில் புதர்கள் கோடிட்டிருந்தன. பள்ளத்தில் ஒரு தடம் குறுக்கிட்டது. நன்றாய்ப் புழங்கிய தடம். தடத்துக்கு அறுநூறு அடி தள்ளி, திறப்பான பக்கத்தில் சிறிய மரம் ஒன்று இருந்தது. வேங்கை இந்தத் தடத்திலே இறங்கி வருமானால், புதர்களைக் கடந்து வெளியேறியதும் நான் சுடக்கூடிய நிலையில் வந்து நிற்கும். எனவே, இங்கேயே நின்றுகொண்டிருக்கத் தீர்மானித்தேன். பையனை மரத்தின் மீது என் தலை மட்டத்தில் அவன் பாதம் இருக்கும்படி ஏற்றிவிட்டேன். என்னைவிட உயரத்தில் அவன் இருப்பதால், எனக்கு முந்தி வேங்கையைப் பார்த்தானானால், கால்விரல்களால் சமிக்ஞை செய்யும்படி அவனிடம் சொல்லி

வைத்தேன். என் முதுகை மரத்திலே சார்த்திக்கொண்டேன். வேங்கையைக் கத்தியழைக்கும் குரல் கொடுத்தேன்.

என்னைப் போலவே பல வருஷகாலம் காட்டில் கழித்தவர்கள் உங்களில் சிலர் இருக்கலாம். துணையைத் தேடும் வேங்கை எப்படிக் கத்தியழைக்கும் என்பதை அவர்களுக்கு வர்ணிக்கத் தேவையில்லை. இந்தப் பாக்கியம் கிட்டாதவர்களுக்கு ஒன்று நான் சொல்ல முடியும்: வேங்கைபோல் கத்தியழைக்கும் குரலைப் பயில்வதற்கு அதை மிக நுட்பமாய்க் கவனிக்க வேண்டும்; தொண்டைக்கு நிறைய ரணமருந்து போட்டுக்கொள்ள வேண்டும். அந்த ஒலியை வார்த்தைகளால் வர்ணிக்க முடியாது.

ஆயிரத்து ஐந்நூறு அடி தூரத்திலிருந்து அடுத்த கணமே என் அழைப்புக்குப் பதில் கிடைத்தது. இது என் மனத்திலிருந்த பெரும்பாரத்தை இறக்கியது. ஏனென்றால், துப்பாக்கிக் குதிரையில் விரலை வைத்தபடி மூன்றுநாளாய்க் காடெல்லாம் ஊர்ந்து விட்டேன். அரைமணி நேரம் வரைக்கும் – இதைவிடக் குறைவாகவே இருக்கும்; ஆனால் அதிகமாகத்தான் தோன்றியது – இந்த அழைப்புக் குரல்கள் முன்னும் பின்னும் ஊசலாடின. ஒரு பக்கத்தில் காட்டு ராஜாவின் அவசர அழைப்பு; மறு பக்கத்தில் பெட்டைப் புலியின் தாழ்வான கொஞ்சும் பதில் குரல். இரண்டு தடவை பையன் சமிக்ஞை செய்தான். ஆனால் வேங்கை இன்னும் என் கண்ணுக்குத் தென்படவில்லை. அஸ்தமனச் சூரியன் தன் சொர்ண ஒளியைக் காடெல்லாம் பரப்பிய போதுதான் வேங்கை திடீரென்று தோன்றியது. சற்றும் தாமதியாமல் அதிவேகமாய்த் தடத்திலே இறங்கி நடந்துவந்தது. புதரை விலக்கிக்கொண்டு வெளியேறியது. பள்ளத்தில் பாதி தூரம் வந்திருக்கும். அப்போது என் ரைஃபிளை உயர்த்தினேன். உடனே வேங்கை வலது பக்கம் திரும்பி நேரே என்னை நோக்கி வந்தது.

நான் நிற்கும் இடத்தைத் தேர்ந்துகொண்டபோது, வேங்கை இப்படி வரும் என்று எதிர்பார்க்கவில்லை. அது என்ன தூரத்தில் நிற்கவேண்டுமென்று நினைத்தேனோ அதைவிடக் கிட்ட வந்து விட்டது. இப்போது அதை மிக அருகேயிருந்து குறிவைத்துச் சுட வேண்டும். இதற்கு நான் ஆயத்தமாயில்லை. இந்த மாதிரி சந்தர்ப்பங்களில் வேங்கை பீதியற்று நிற்கும்படி செய்யப் பழைய தந்திரம் ஒன்று உண்டு. அந்தத் தந்திரத்தைப் பல வருடங்களுக்கு முன்னே கற்றுப் பலசமயம் வெற்றிகரமாய் உபயோகித்திருக்கிறேன். இப்போதும் அதைக்கொண்டு வேங்கையை அப்படி நிற்கச் செய்தேன். வேங்கை ஒரு பாதத்தை அந்தரத்தில் தூக்கி, மெல்லத் தலையை உயர்த்தியது. இப்போது அதன் மார்பும்

தொண்டையும் நிமிர்ந்து தெரிந்தன. என்னுடைய குண்டு வேங்கையைத் தாக்கியது. உடனே அது தவிப்புடன் கால் களைக் கீழே ஊன்றிக் கண்ணை மூடிக்கொண்டு காட்டினூடே பாய்ந்தோடியது. சில கஜ தூரத்துக்கப்பால் ஓரிடத்தில் போய்ப் 'பொதீர்' என்று விழுந்தது. அந்த இடத்தில்தான் முன் ஒரு நவம்பர் மாதத்தில் முதல் முதலாக இந்த வேங்கை குட்டி யாயிருந்தபோது, அதன் பாதச்சுவடுகளை நான் கண்டேன்.

தவறுதலாக இதைச் சுட்டுவிட்டேன் என்பது இப்போது தான் எனக்குத் தெரிந்தது. இதற்கு ஏற்பட்ட காயத்தால் இது அபாயமான விலங்காகிவிடும் என்று நான் பயந்தேன். பின்னர் அந்தக் காயத்தைப் பரிசீலனை செய்தபோது, அது அநேகமாய் ஆறியிருக்கக் கண்டேன். ஒரு சிறு ஈயக் குண்டினாலேயே அந்தக் காயம் ஏற்பட்டிருந்தது. வேங்கையின் முன்னங்கால் ரத்தக் குழாய் ஒன்று சிறிதே பிய்ந்திருந்தது.

வேங்கையின் வளைவு உள்பட அளந்தால் *10* அடி *3* அங்குல நீளம் இருந்தது. அதன் குளிர்கால ரோமப்போர்வை நல்ல நிலையில் இருந்தது. இந்த அற்புதமான வேட்டை விருது கிடைத்ததிலே ஒரு மகிழ்ச்சிதான். அதில் கொஞ்சம் வருத்த முந்தான் கலந்திருந்தது. ஏனென்றால், அடித் தொண்டையோடு அது கத்தியழைக்கும் குரல் குன்றின் அடிவாரமெல்லாம் எதிரொலிப்பதைக் காட்டுப்பிராணிகளும் நானும் இனி எந்த நாள் கேட்கப் போகிறோம்! அதுவும் நானும் பதினைந்து வருஷ காலமாய் நடந்து நடந்து பழகிய வேட்டைத் தடங்களிலே எனக்குப் பரிச்சயமான அதன் பாதச்சுவடுகளை இனி எப்போது நான் காணப்போகிறேன்!

வேங்கைகளின் சலனப் படம்

வேங்கைகளைக் காமிரா வைத்துக்கொண்டு 'ஷூட்' செய்வது (படம் பிடிப்பது), ரைஃபிள் வைத்துக் கொண்டு 'ஷூட்' செய்வது (சுடுவது) இந்த இரண்டு விதப் பொழுதுபோக்கிலும் ஈடுபடும் வாய்ப்புக் கிடைத்த சகல வேட்டையாடிகளும், நான் சொல்லும் ஒரு விஷயத் தை ஒப்புக்கொள்வார்கள். இந்த இரண்டு பொழுது போக்குக்கும் இடையே பெரிய வித்தியாசம் ஒன்று உண்டு. பனி மூடிய மலைச் சிற்றாறு ஒன்றில் லேசான தூண்டிலைப் போட்டுச் சிறுமீன் ஒன்றைப் பிடிக்கிறோம்; வெயில் காயும் குளக்கரையில் உட்கார்ந்து சாதாரணத் தூண்டில் கோல் ஒன்றைப் பிடித்து ஒரு மீனை பிடிக் கிறோம் – இந்த இரண்டுக்கும் உள்ள அளவு பெரிய வித்தியாசம் அவற்றிலும் உண்டு; இதைவிட அதிக வித்தி யாசம் உண்டு என்றுகூடச் சொல்லலாம்.

வேங்கைகளைத் துப்பாக்கி வைத்துக்கொண்டு சுடு வதைவிடக் காமிரா வைத்துக்கொண்டு படம் எடுப்பதில் செலவு குறைவு. அது மட்டுமல்ல. அதில் ஒரு நல்ல பலனும் உண்டு; நம் வேங்கைகளின் எண்ணிக்கை வர வர அதி வேகமாய்க் குறைந்துகொண்டே வருவது நிற்கும். விருது ஒன்றைப் பெறுவதைவிட வேங்கைகளின் நல்ல போட்டோவை அடைவதே வேட்டையாடிகளுக்கு அதிகமான இன்பத்தைத் தரும். மேலும் கானுயிரில் பிரியங்கொண்ட எல்லா மனிதர்களுக்கும், போட்டோ மகிழ்ச்சி அளிக்கும்; ஆனால் விருதோ அதை சம்பாதித்துக் கொண்டவருக்கு மட்டும் மகிழ்ச்சி அளிக்கும். ஃப்ரெட் சாம்பியன் என்பவரை இதற்கு உதாரணமாக நான் கூறுவேன். சாம்பியன் தம்முடைய வேங்கைகளைக் காமிரா கொண்டு படம் எடுக்காமல் துப்பாக்கி கொண்டு சுட்டு வெற்றிச் சின்னங்கள் சேகரித்திருந்தால், அந்தத் தோல் களின் ரோமங்களெல்லாம் வெகுநாளைக்கு முன்பே

உதிர்ந்து போயிருக்கும்; அவற்றைக் குப்பைத் தொட்டியிலேதான் அவர் போட்டிருப்பார். அவருடைய காமிராவில் எடுத்த படங்களோ, அவருக்கு எக்காலமும் இன்பம் அளித்துக் கொண் டிருக்கின்றன. அதோடு உலகத்தின் சகல பகுதிகளிலும் உள்ள வேட்டையாடிகளுக்கெல்லாம் மகிழ்ச்சியளித்துக்கொண்டிருக் கின்றன.

'வேங்கை நாட்டில் ஒரு காமிராவுடன்' என்று சாம்பியன் வெளியிட்ட புத்தகத்தில் உள்ள படங்களை ஒரு சமயம் பார்த் தேன். வேங்கைகளை போட்டோ எடுக்க வேண்டும் என்று அப்போதுதான் முதல் முதலாக எனக்கு ஓர் எண்ணம் ஏற் பட்டது. சாதாரணக் காமிராவை வைத்துக்கொண்டு ஃப்ளாஷ் லைட் வீசி எடுத்தவை அவருடைய படங்கள். நான் அதைவிட ஓர் அடி முன்னே செல்லத் தீர்மானித்தேன். ஸினி – காமிரா வைத்துக்கொண்டு பகல் வெளிச்சத்தில் படம் எடுக்க முயல்வ தென்று முடிவு செய்தேன். பெல் அண்ட் ஹவல் 16 மில்லி மீட்டர் ஸினி – காமிரா ஒன்றை, தாராள மனசுள்ள என் நண்பர் ஒருவர் எனக்குப் பரிசு கொடுத்தார். என் கையிலே தேவைப்பட்ட சரியான ஆயுதம் அதுதான். காட்டிலே சுதந்தர மாய்த் திரியும் உரிமையை சர்க்கார் எனக்கு அளித்திருந்தது. எனவே, நான் விரும்பியபடியெல்லாம் காட்டிலே எங்கெங்கே வேண்டுமானாலும் திரிந்துகொண்டிருக்க எனக்கு வசதி உண்டு. வேங்கைக் காடுகளில் பத்து வருடகாலமாய் நூற்றுக் கணக்கான மைல் பதுங்கிப் பதுங்கிச் சென்றிருக்கிறேன். தாங்கள் கொன்று போட்ட உடலை நான் நெருங்குவது கண்டு சில சமயம் அவை என்னைச் சீறி விரட்டியிருக்கின்றன; தங்கள் குட்டிகளை நான் நெருங்குவதை ஆட்சேபித்து பெட்டை வேங்கைகள் வேறு சிலசமயம் என்னைக் காட்டைவிட்டே துரத்தியிருக்கின்றன. வேங்கைகளின் பழக்க வழக்கங்களையும் வழிமுறைகளையும் இந்த நாட்களில் நான் ஓரளவு அறிந்து கொண்டிருக்கிறேன். இருநூறு சந்தர்ப்பங்களில் வேங்கைகளை நான் கண்டிருக்கிறேன். அப்படியிருந்தும் திருப்திகரமாக ஒரு படத்தைக்கூட என்னால் எடுக்க முடியவில்லை. பல தடவை காமிரா மூலம் படம் எடுத்தேன். கழுவிப் பார்த்தபோது ஏமாற்றமே ஏற்பட்டது. வெளிச்சம் அதிகமாகவோ குறை வாகவோ பட்டிருக்கும்; புல், இலை, காமிரா லென்ஸில் சிலந்தி கட்டிவிட்ட வலை இவற்றில் ஏதாவது ஒன்று இடையூறு செய்திருக்கும். ஒருசமயம் ஃபிலிமில் பூசியுள்ள மருந்து, ஃபிலிமை 'டெவலப்' செய்யும்போது உருகிப்போய்விட்டது.

கடைசி முயற்சியாக 1938இல் படம் பிடிக்க குளிர்காலம் முழுவதையும் செலவழிக்க எண்ணினேன். ஒரு திட்டமில்லாமல் வேங்கையைப் படம் எடுப்பது சாத்தியமல்ல என்பதை அனுபவத்

தில் அறிந்திருந்தேன். ஏற்ற இடம் ஒன்றைத் தேர்ந்தெடுத்துக் கொள்வதுதான் என்னுடைய முதல் யோசனை. நூற்றைம்பது அடி அகலம் கொண்ட பள்ளத்தாக்கு ஒன்றைத் தேர்ந்தெடுத்தேன். அதன் நடுவே சிறு ஓடை ஒன்று ஓடியது; அதன் இரண்டு பக்கங்களிலும் மரங்களும் செடிகொடிகளும் அடர்ந்திருந்தன. படம் எடுக்கும்போது என் காமிராவின் ஓசையை அமுக்க ஒரு யுக்தி செய்தேன். ஓடையில் சில அணைகளை எழுப்பி, சில குட்டி நீர்வீழ்ச்சிகளை உண்டாக்கினேன். பிறகு வேங்கை களைத் தேடிச் சென்றேன். ஏழு வேங்கைகளைக் கண்டேன். அவை ஒன்றுக்கொன்று வெகுதூரத்தில் மூன்று இடங்களில் இருந்தன. ஒவ்வொரு தடவையும் சில அடி தூரமாக அவற்றைச் சிறிது சிறிதாக என் காட்டு ஸ்டூடியோவுக்கு இழுத்துவந்தேன். இதற்கு வெகு காலம் பிடித்தது; வேலை மிகவும் கடினமா யிருந்தது. பல சமயம் என் வேலை தடைப்பட்டது. ஏனென்றால், இந்தப் பிரதேசத்தில் வேட்டையாடிகள் ஏராளமாய் இயங்கி இருந்தார்கள். வேங்கைகளின் கண்ணிலே படாதபடி இறுதி யாக அவற்றை நான் விரும்பிய இடத்துக்கே கொண்டுவந்து விட்டேன். ஒரு வேங்கை மட்டும், என்ன காரணமோ, வந்து சேர்ந்த மறுநாளே போய்விட்டது. ஆயினும் இதற்கு முன்பே நல்ல வேளையாக அதை நான் ஒரு படம் எடுத்துவிட்டேன். மற்ற ஆறு வேங்கைகளையும் சேர்த்துவைத்துக் கொண்டு, ஆயிரம் அடி பிலிமில் அவற்றைப் படம் எடுத்தேன். துரதிருஷ்ட வசமாக, அந்தக் குளிர்காலத்தில எங்கும் ஈரமாக இருந்தது. காமிரா லென்ஸில் பட்ட ஈரம், வெளிச்சக் குறைவு, சரியாய்ச் செலுத்தாததால் காமிராவுக்குள் ஃபிலிம் சிக்கிக்கொண்டது இவை காரணமாக, பல நூறு அடி ஃபிலிம் கெட்டுவிட்டது. ஆயினும், சுமார் அறுநூறடி நீளம் படம் என்னிடம் இருக்கிறது. அதுபற்றி நான் பெருமை அடைகிறேன். ஏனென்றால், வளர்ந்த ஆறு வேங்கைகளின் ஜீவசித்திரங்கள் அந்த ஃபிலிமில் இருக் கின்றன. நாலு ஆண் வேங்கைகள். அவற்றில் இரண்டின் நீளம் பத்தடிக்கு மேல் இருக்கும். ஒன்று, வெள்ளப்புலி பெண். அவற்றையெல்லாம் பகல் வெளிச்சத்தில், பத்து முதல் அறுபதடி வரையில் வெவ்வேறு அளவு தூரத்தில் இருந்துகொண்டு படம் பிடித்தேன்.

இந்த வேலை தொடங்கியதிலிருந்து முடிகிறவரைக்கும் நாலரை மாதம் பிடித்தது. எத்தனையோ மணி நேரம் என் குட்டி நீர்வீழ்ச்சிகளின் அருகே கழித்திருக்கிறேன். அவ்வளவு நேரத்திலும் ஒரு வேங்கைகூட என்னைப் பார்க்கவில்லை.

நல்ல பகல் வெளிச்சத்தில் ஆறு வேங்கைகளுக்குச் சில அடி தூரத்தில் நெருங்கிச்செல்வது சாத்தியமான காரியமே

அல்ல. எனவே, அதிகாலையிலே இருள் பிரிந்த பின்பு பகலொளி வருவதற்கு முன்பு பதுங்கிச் சென்று அவற்றை நெருங்கினேன். மாரிக்காலத்தின் கனத்த பனியால்தான் இது சாத்தியமாயிற்று. வெளிச்சமும் வாய்ப்பும் வசதியாகக் கிடைத்த போதெல்லாம் படத்தை எடுத்தேன்.

திரையிலே 16 மில்லி மீட்டர் ஃபிலிமைக் காட்டும்போது எவ்வளவு தெளிவாகப் படம் தெரிந்தாலும் அவற்றை நன்றாகப் பெரிது செய்ய முடியவில்லை. என்றாலும் நான் அவற்றிலிருந்து பெரிது செய்து வைத்திருக்கும் சில போட்டோக்களைப் பார்த்தாலே என் காட்டு ஸ்டூடியோவைப் பற்றியும் என்ன நிலைமைகளில் எந்த அளவு வளர்ந்த வேங்கைகளை நான் படம் பிடித்தேன் என்பது பற்றியும் உங்களுக்கு ஓரளவு புலப்படும்.

பின்னிணைப்பு

வேட்டைத் துப்பாக்கிகள்

கிட்டிப்புத் துப்பாக்கி *(muzzle loader)*

மருந்தும் *(gun powder)*, ரவையும் *(lead shots)* குழலில் போட்டுக் கிட்டிக்கப்படும். ஒரு குழல் அல்லது இரு குழல் இருக்கலாம். நம்மூரில் நரிக்குறவர்கள் வைத் திருப்பது இந்தத் துப்பாக்கிதான்.

தோட்டாத் துப்பாக்கி *(shot gun)*

ரவையும், மருந்தும் அடங்கிய தோட்டாவைத் துப்பாக்கியினுள் வைத்துக்கொண்டு சுடுவது. தோட்டா வின் ஒரு பாகம் பித்தளையினாலும், மறு பாகம் அட்டை யிலும் செய்யப்பட்டிருக்கும். ஒன்று அல்லது இரு குழல் கள் இருக்கலாம்.

ரைஃபிள்

உலோகத்தால் ஆன புல்லட்டுகளைக் குழாயினுள் நுழைத்து வைத்துச் சுடுவது. குழாயின் உட்புறத்தில் திருகு போன்ற குழிகள் இருப்பதால், வெளியேறும் புல்லட் சுழன்றுகொண்டே சென்று இலக்கைத் தாக்கும். .400, .405, .303, .22 என்பது ரைஃபிள் குழாயின் உள்விட்டத் தைக் குறிக்கும். 5 முதல் 10 புல்லட்டுகள் வரை போடலாம். ஒரு கிலோ மீட்டர் வரை பாயும்.

காட்டுயிர் பாதுகாப்புச் சட்டம் 1972 வருவதற்கு முன், பலர் வேட்டையில் ஈடுபட்டிருந்த காலத்தில் சேலம், கோவை, திருநெல்வேலி போன்ற நகரங்களில்

பல துப்பாக்கிக் கடைகள் இருந்தன. தமிழில் துப்பாக்கி சம்பந்த மான துறைச்சொற்கள் பல புழக்கத்தில் இருந்தன. தமிழ்வாணனின் கதைகளில் இச்சொற்கள் பயன்படுத்தப்பட்டன. எடுத்துக்காட்டு: குதிரை *(trigger)* – துப்பாக்கியை இயக்கும் விசை. ஈ *(sight)* – துப்பாக்கிக் குழயின் மேல் உள்ள சிறு பகுதி. குறிவைக்க உதவுவது. ரவை *(shots)* – ஈயக்குண்டுகள். உதை *(recoil)* – சுடும் போது துப்பாக்கி ஏற்படுத்தும் அதிர்வு.

கட்டை *(Butt)* – தோளில் வைக்க ஏதுவாக இருக்கும் துப்பாக்கியின் மரப்பாகம்.

நூலில் வரும் காட்டுயிர்கள்

கடம்பமான் *(Sambhar)*

இந்திய மான்களில் பெரியது. மிளா என்ற பெயரும் உண்டு. வேங்கையின் முக்கிய இரை.

மந்தி *(Langur)*

கூட்டங்கூட்டமாக வாழும் குரங்கினம். புலி அல்லது சிறுத்தையைக் கண்டால் குரைப்பது போன்ற எச்சரிக்கைக் குரல் எழுப்பும். வேட்டையாடிகள் அதை வைத்து அங்கே புலி இருப்பதை அறிவார்கள்.

மலையாடு *(Gooral)*

இது இமயமலைச் சாரலில் மட்டும் வாழ்கிறது. பார்ப் பதற்கு வெள்ளாடு போலிருக்கும். சாம்பல் நிறம்.

கேளையாடு *(Muntjac or Barking deer)*

இது ஒரு வகை இரலை மான் *(antelope)*. ஆடு அல்ல. தமிழ்நாட்டுக் காடுகளில் எளிதாகக் காணலாம்.

கருநாகம் *(King Cobra)*

இதை ராஜ நாகம் என்று குறிப்பிடும் வழக்கம் அண்மை யில் வந்தது.

செங்கோழி *(Red Junglefowl)*

இது வடஇந்தியாவில் மட்டும் உண்டு. இதிலிருந்துதான் வீட்டுக்கோழி உருவானது.

மயில் கெண்டை மீன் *(Masheer)*

இதைத் தூண்டிலில் பிடிக்க பலநாடுகளிலிருந்து இந்தியா விற்கு வருகிறார்கள். காவிரியில் இது இன்னும் இருக்கிறது. அமராவதி நதியில் ஐம்பது ஆண்டுகளுக்கு முன் இருந்தது.

குறிப்புகள் : தியடோர் பாஸ்கரன்

முதல் பதிப்பின்

முன்னுரை

ஜிம் கார்பெட்டின் புலிக்கதைகளை மக்கள் ஏன் இவ்வளவு ஆவலாய்ப் படிக்கிறார்கள்?

எல்லா மனிதர்களுமே உள்ளத்தில் வேட்டையாடிகள் தான். ஆனால், பத்திரமாய்த் தங்கள் வீட்டுக்குள் இருந்த படியே, வீரச் செயல்களின் இன்பத்திலும் பிரதாபத்திலும் பங்குகொள்ள விரும்புகிறார்கள். அவர்களுடைய மனத்தைக் கவர்ந்து இறுதிமட்டும் விடாது படிக்கச் செய்ய, கதை களிலே உண்மையும் தெளிவும் இருக்க வேண்டும். கார் பெட்டின் கதைகளிலே இந்தப் பண்புகள் நிறைந்திருக் கின்றன. அவர் வர்ணிக்கும்போதும் சரி, நிகழ்ச்சிகளைச் சொல்லிக்கொண்டே போகும்போதும் சரி, எவ்வளவு அவசியமோ அவ்வளவு விவரம்தான் தருவார்; அதற்கு மேல் துளியும் வளர்த்தமாட்டார். இந்த வரலாறுகளில் அவரேதான் கதாநாயகன். ஆயினும், அதற்காக அவர் மிதமிஞ்சிய அடக்கம் காட்டவில்லை; மிதமிஞ்சிப் பெருமை பூரிக்கவும் இல்லை. தமக்குத் தாமே நியாயம் வழங்கிக் கொள்கிறார். தம் பிழைகளைக் கண்டிக்கிறார். தம் செயலுக்கு வருந்துகிறார். மோகன் வேங்கையைத் தூங்கையிலே கொன்றது பற்றி அவர் செய்யும் சர்ச்சை, வாலி வதம் பற்றிய பிரசித்தமான விவாதத்தைத்தான் நமக்கு ஞாபக மூட்டுகிறது.

உண்மையைச் சொன்னால், கார்பெட் மிக நேர்த்தி யாய்ச் சுடக்கூடிய வேட்டையாடி மட்டும் அல்ல; இயற்கை யைக் கூர்ந்து கவனிப்பவர், ஆனந்தமாய்க் கதை சொல்லக் கூடியவர். அவர் பரிபூர்ண கனவான். தாம் கொன்ற விலங்குகள், தம் சகோதர மனிதர்கள், பெண்கள் – அவர்களுடைய தொழில், சுபாவம், சமூக அந்தஸ்து

எல்லாம் எப்படி இருந்தாலும் சரிதான் – இந்த அனைத்திடமும் அனைவரிடமும் அவர் நடந்துகொண்ட விதம், அவருடைய தன்னம்பிக்கையையும் நற்குணத்தையும் காட்டுகிறது. அவருடைய மன நிதானத்துக்கும் பக்குவத்துக்கும் இது அறிகுறியாகும். அவருடைய வர்ணனையின் தெளிவுக்கும் திட்டத்துக்கும் இதுவே காரணம். தொடர்ந்து அபாயம் நிகழ்கிறது; என்ன நிகழுமோ என்ற அநிச்சய நிலைமை தோன்றுகிறது; கடைசியில் கவலை தீரும் கட்டம் வருகிறது – இவற்றால் தமக்கேற்பட்ட பரபரப்பை மற்றவருக்கும் ஊட்டுவதில் அவர் நிபுணராயிருப்பதற்கும் இதுவே காரணம். மனித உறவுகள், சமூக நிலைமைகள் இவற்றுக்குள்ளே அடங்கிவிடும் மனித சுபாவத்தைக் கவனிப்பதோடு மட்டும் அவர் திருப்திகொள்ளவில்லை. அவருக்கு நிலமும் மரமும் காட்டு விலங்கும் நாட்டு விலங்கும் அதிகாரிகளும் மலைஜாதியாரும் வேட்டையாடிகளும் இப்படி எல்லாம் – எல்லாருமே – ஆராய்ச்சிக்கும் அன்புக்கும் உரிய 'வஸ்து'க்கள்.

தம்முடைய பழைய வீரச் செயல்களை நாமும் நேரே சென்று காணும்படி தம்மோடு நம்மை அவர் அழைத்துப் போகிறார். அப்போது, சிந்தனையிலும் உணர்ச்சியிலும் செயலிலும் சிலருக்கே பழக்கமான ஒரு முறையை – மிக நல்லதென்று புலப்படும் ஒரு முறையை – நம் மனத்தில் பதியவைத்துவிடுகிறார். அது தூரத்திலே நிகழ்ந்ததாயிருந்தாலும் மறுக்க முடியாத உண்மையாயிருப்பதால், நம்மில் பெரும்பாலோரைப் பரவசம் அடையச் செய்துவிடுகிறது. மனிதப் பண்பிலும் எழுத்துத் துறையிலும் கார்பெட்டின் வெற்றிக்கு, முற்றும் தகுதி வாய்ந்த வெற்றிக்கு, உயிர்நாடியாயிருப்பது உண்மையே – விஷயத்திலே உண்மை, இயற்கைக்கு ஒட்டிய உண்மை.

கே. ஸ்வாமிநாதன்